உமா வரதராஜன் கதைகள்

உமா வரதராஜன் கதைகள்

உமா வரதராஜன் (பி. 1956)

கிழக்கிலங்கையின் கரையோரக் கிராமம் பாண்டிருப்பில் பிறந்தார். தாத்தா (உடையப்பா), தந்தை (மாணிக்கம்) ஆகியோரின் பெயரின் முதலெழுத்துகளை இணைத்து உமா வரதராஜன் ஆனார். ஈழத்தின் இலக்கியச் சிற்றிதழ்களில் ஆசிரியராகவும் தொலைக்காட்சித் தொகுப்பாளராகவும் பணியாற்றியுள்ளார். கவிதை, விமர்சனம், பத்தியெழுத்து, நாவல் ஆகிய பிரிவுகளில் ஈடுபட்டிருந்தாலும் முதன்மையாகச் சிறுகதை ஆசிரியராகவே அறியப்படுகிறார்.

இவருடைய நூல் 'உள்மன யாத்திரை' (1989) இலங்கை வட கிழக்கு மாகாண சபை விருது பெற்றது. இவரது சில சிறுகதைகள் ஆங்கிலம், ஜேர்மன், சிங்கள மொழிகளில் பெயர்க்கப்பட்டுள்ளன. இவருடைய 'மூன்றாம் சிலுவை' நாவல் 2009இல் வெளியானது.

சிங்கர் (ஸ்ரீலங்கா) நிறுவனத்தின் உயர் அதிகாரியாகப் பணியாற்றினார்.

முகவரி : 78, செட்டியார் வீதி
பாண்டிருப்பு – 01
கல்முனை
ஸ்ரீலங்கா

தொலைபேசி : (0094)672220260, (0094)672220569, (0094)772852572.

மின்னஞ்சல் : umavaratharajan @gmail .com

உமா வரதராஜன்
கதைகள்

காலச்சுவடு பதிப்பகம்

உமா வரதராஜன் கதைகள் • சிறுகதைகள் • ஆசிரியர் : உமா வரதராஜன் •

• முதல் பதிப்பு : டிசம்பர் 2011 • வெளியீடு : காலச்சுவடு பப்ளிகேஷன்ஸ் (பி) லிட்., 669 கே. பி. சாலை, நாகர்கோவில் 629 001.

காலச்சுவடு பதிப்பக வெளியீடு: 429

umaa varataraajan kataikaL • Short Stories • Author: umaa varataraajan •

• Language : Tamil • First Edition : December 2011

Published by Kalachuvadu Publications Pvt. Ltd., 669 K.P. Road, Nagercoil 629 001, India • Phone : 91 - 4652 - 278525 • e-mail : publications@kalachuvadu.com

ISBN : 978-93-80240-84-8

12/2011/S.No. 429, kcp 762, 18.6 (1) 600

வானவில்களாய்த் தோன்றி
எனது நகருக்கு
முன்னொரு காலத்தில் அழகு சேர்த்து
பின் மறைந்துபோன
டாக்டர். எம். முருகேசபிள்ளை அவர்களுக்கும்
டாக்டர். (திருமதி) விக்ரமசிங்ஹ அவர்களுக்கும்

நன்றி

தட்டச்சுப் பதிவு செய்து தந்த நண்பர்கள் அ.ம. அமானுல்லாஹ் மு.செ. பஸ்மி ஆகியோருக்கு

அட்டை ஓவியத்துக்குரிய திரு. இராமன் அவர்களுக்கு

அட்டையை வடிவமைத்த திரு. சந்தோஷ் அவர்களுக்கு

பதிப்பாளரும் நண்பருமான கண்ணன் அவர்களுக்கு

நூலாக்கத்தின்போது உதவிகள் புரிந்த ஷாலினி, உமா ஷக்தி ஆகியோருக்கு

கதைகளை வெளியிட்ட இதழாசிரியர்களுக்கு.

பொருளடக்கம்

என்னுரை

நெடுஞ்சாலை யாத்திரிகன் குறிப்புகள்

என் முதல் கதையை எழுதியது நேற்றுபோல் இருக்கிறது. 1974இல் எழுதி வெளியான எனது முதல் சிறுகதையின் தலைப்பு 'அந்தப் பார்வை அப்படித்தான் இருக்கும்'. வெறுமனே ஒரு குறிப்பிட்ட சிறுகதைக்கான தலைப்பாக மாத்திரம் அதை இப்போது நினைக்கத் தோன்றவில்லை. நான் பின்னாட்களில் எழுதப் போகும் கதைகளுக்கும் அவை உள்ளடக்கப்போகும் அம்சங் களுக்குமான ஒருகட்டியகாரனின் குரல் – புனித யோவா னின் பாலைவனக் குரல்போல – என்னையறியாமல் அந்தத் தலைப்புக்குப் பின்னால் ஒளிந்துகொண்டு இருந் திருக்கிறது.

அந்தக் கதைகளிலும் சரி, பின்னர் எழுதிய வேறு கதைகளிலும் சரி, சூழ உள்ள மனிதர்களோடு சொந்தங் களோடு உறவுகளோடு எனக்குள்ள ஓர் ஒவ்வாமை அல்லது ஓர் உரசல் நிலை இன்றுவரை வெளிப்பட்டுக் கொண்டே இருக்கிறது. அற்பமான மனிதர்கள்மீது எனக் குள்ள ஓர் அதிருப்தி, எதிர்ப்புணர்வு பெரும்பாலும் என் கதைகளில் வெளிப்படுகின்றன.

எத்தனையோ மனிதக்கூடுகளைத் தன்னுள்ளே புதைத்துக்கொண்ட ஓர் இடுகாட்டினைப்போல அமுக்கப் பட்ட பல உணர்வுகளுடன் என் மனது அல்லலுறு கின்றது. எனினும் என் அன்புக்குரிய கவிஞர் சண்முகம் சிவலிங்கம் தன் 'விலகிச் செல்லும் மையங்களில்' கூறுவதுபோல இந்த இடுகாட்டில்தான் பட்டிப்பூக்கள், கழனிப்பூக்கள்போல எனது கதைகளும் மலர்கின்றன. உக்கிப்போன எலும்புக்கூடுகளுக்கிடையே முளைக் கின்ற எனது பட்டிப்பூக்கள் பற்றி அந்தக் கவிஞர் சொல் வதும் பொருந்திப்போகின்றது. 'எச் சிறிய புல்லும் அதன ளவில் முழுமை, இடுகாட்டில் முளைக்கின்ற கழனிகளும் அருமை'.

என்னுடைய எல்லாக் கதைகளையும் மொத்தமாக இப்போது படிக்கும்போது கதைகளைத் தாண்டி சில மனக் காட்சிகள் துலக்கம் பெறுகின்றன. ஒரு பிரமாண்டமான அடுக்குமாடிக் கட்டிடத்தின் அடியில் நின்று ‘உள்ளே நுழை வதா, வேண்டாமா எனத் தடுமாறிக்கொண்டிருக்கிறேன். குளவிக்கூடொன்றுக்குக் கல்லெறிந்துவிட்டு ஓட்டம் பிடிக்கின் றேன். ஆட்கள் இல்லாத ஒரு படகாக நான் ஆகி நீர்ப்பரப்பில் அலைந்துகொண்டிருக்கின்றேன். என் கை நீங்கிப் பறந்து ஆகாய வெளியில் கலக்கும் புறாக்களை ஏக்கத்துடன் அண் ணாந்து பார்த்துக்கொண்டிருக்கிறேன். முரட்டுக் கால்களால் மைதானமெங்கும் அலைக்கழிக்கப்படும் ஒரு பந்துபோல் ஆகின்றேன். வேலை வெட்டியற்று நண்பர்களுடன் மதிலில் உட்கார்ந்திருக்கின்றேன். எங்கள் ஊர் கோயில் பெரு வெளியின் கடைவீதியில் தாயுடன் செல்லும் ஒருத்தியைப் பின் தொடர்ந்து சென்றுகொண்டிருக்கிறேன். நிலமதிரவரும் கொடுங்கோலர்களின் முன்னால் மண்டியிட வைக்கப்பட்டு கைகள் கட்டப்பட்டிருக்கிறேன். மீட்பர்களுக்காகக் காத்துக்கிடக் கும் கண்களுடன் நான்.

இந்தக் கதைகளை எல்லாம் காலப் பிரகாரம் வரிசைப் படுத்திப் பார்க்கும்போது இப்போது ஓர் உண்மை புலப்படு கின்றது. இடை நடுவே பள்ளிப் படிப்பை முறித்துக்கொண்டு தன் ஈடுபாடுகள் ஒரு புறமும், பொருந்தாத தொழில்கள் மறுபுறமுமாக அக – புற நெருக்குதல்களின் மத்தியில் ஊசலாடிக் கொண்டிருந்த ஒருவனுடைய சரிதமாகவும் இதைக் கண்டு கொள்ளலாம்.

எனது பார்வையில் ஓர் ஏளனமும் நையாண்டியும் கலந் திருப்பதாக சிலர் சொல்கிறார்கள். இன்னும் சிலர் எனது sense of humour என்கின்ற நகைச்சுவையுணர்வை வக்கரிப்பு என்று வசைபாடிக்கொண்டிருப்பதுமுண்டு. என் அனுபவங்கள் வாயி லாக இந்த உலகம் நையாண்டிக்குரியதாகவும் ஏளனத்துக் குரியதாகவுந்தான் எனக்குத் தோன்றுகின்றது. ஆனால் உண்மையைச் சொல்லப்போனால் இந்த நையாண்டிகள்தான் என்னுடைய பலமென்று நான் ஒருபோதும் கருதியதில்லை. இந்த நையாண்டி அம்சங்களைத் தவிர்த்துவிட்டால் என் வாச கர்கள் என்னைக் கைவிட்டுப் போய்விடுவார்கள் என்றெல் லாம் நான் மனக்கணக்கு போட்டு எழுதுவதும் கிடையாது.

நான் மற்றவர்களின் அனுபவங்களை அநேகமாகக் கதைகளாக்கியதில்லை எனச் சிலர் சொல்வதுண்டு. மிகச் சில கதைகளைத் தவிர ஏனையவற்றில் நானே முழுமுதல் பாத் திரமாக அல்லது முக்கிய பாத்திரமாக இடம்பெற்றதால் ஏற்பட்ட அபிப்பிராயமாக இது இருக்கலாம். பாத்திரங்களைச்

சித்தரிப்பதில் எனக்குள்ள தேர்ச்சி, பிரக்ஞை குறித்து என்னை நோக்கி எழுப்பப்படும் ஒரு வினாவாகவும் இதைக் கொள்ளலாம். பாத்திரச் சித்தரிப்புகளில் இயன்றவரை அக்கறை காட்டியிருக்கிறேன் என்றுதான் சொல்ல வேண்டும்.

'அசோகவனம்' என்ற என்னுடைய சிறுகதையில் நான் கூடு விட்டு கூடு பாய்ந்து ஒரு பெண்ணாகி, கதையைக் கூறு கிறேன். 'ஜெனி' என்ற என்னுடைய மற்றொரு கதையில் ஜெனி, ஜெனியின் தகப்பனார், தாய் என அனைவருமே துல்லியமான முறையில் சிருஷ்டிக்கப்பட்டவர்கள் என்பது என் நம்பிக்கை. 'மாலை சூட்டிகள்' கதையில் வரும் செங்காவின் தர்மசங்கட மும் ஒருவித பிடிவாதமும் கதை முழுவதும் சீராக வந்து அந்தப் பாத்திரம் கன பரிமாணம் கொண்டிருப்பதாக நம்புகிறேன். 'எலிய'த்தில் எலியுடன் மல்லுக்கட்டிக்கொண்டிருக்கும் ஒருவன் – தொடர் துன்பங்களால் துவளும் ஒருவனை – சரியாக வெளிப் படுத்தியிருக்கிறேன். அதிமேதாவி வேஷத்துடனும் பாசாங் குடனும் தோன்றும் ஒருவனை வெருட்டியில் கொணர்ந்திருக் கிறேன். அரசனின் வருகையில் வரும் அந்தக் கொடுங்கோலனை எவரால் மறக்க இயலும்? பாத்திர சிருஷ்டிப்பில் பிரக்ஞையற்ற ஒருவனுக்கு இவையெல்லாம் சாத்தியமாகாத விஷயங்கள்.

என்னுடைய மொழிநடைபற்றி சில வார்த்தைகள் சொல்ல வேண்டியுள்ளது. மொழி என்பது புரிவதற்காக; திணறு வதற்காக அல்ல. ஒரு படைப்பை உருவாக்க உணர்வு சார்ந்த சொற்கள் தேவைப்படுகின்றன. நமது காலத்தின் புழக்கத்தி லிருக்கும் சொற்களின் மத்தியிலிருந்தேதான் ஒரு படைப்பானது தன் சொற்களைத் தேர்வு செய்துகொள்கின்றது. எனினும் இந்தச் சொற்களைக் கொண்டு தனித்துவமான மொழியொன்றை உருவாக்கிக்கொள்வதுதான் படைப்பாளி ஒருவனின் முன்னா லிருக்கும் சவால்.

எழுத்தாளனின் மொழிநடையினது உள்ளியல்புகளை நிர்ணயிப்பது அவனுடைய சிந்தனைமுறை மாத்திரமல்ல, அவன் ஈடுபடுகின்ற இலக்கிய வடிவமுமாகும். கவிதையின் நடையைக் கட்டுரையிலோ கட்டுரையின் நடையைக் கதை களிலோ காண நினைப்பது பொருத்தமற்ற காரியம் மட்டு மல்ல. சிறுகதையின் நடை நாவலுக்கோ நாவலின் நடை சிறுகதைக்கோ சரிவரப் பொருந்திப் போவதில்லை என்ற உண்மையையும் கணக்கிலெடுக்க வேண்டியிருக்கிறது. ஜெயகாந்தனின் சிறுகதையில் காணப்படும் டாம்பீக நடையை அவருடைய நாவல்களில் காண முடிவதில்லை. அது மட்டு மல்ல. ஒரே எழுத்தாளனின் ஒரு சிறுகதையில் உள்ள நடைக் கும் அதே எழுத்தாளனின் இன்னொரு சிறுகதையில் உள்ள நடைக்கும் வித்தியாசம் இருக்கவே செய்கின்றது.

நான் கையாண்ட வெவ்வேறுவிதமான மொழி நடையை என் கதைகளில் உணர முடியும். 'அசோகவனங்க'ளில் அந்த டீச்சரே கதையைச் சொல்கிறாள். 'அலர்' என்று சங்க காலத்தில் சொல்லப்பட்டதே, அத்தகைய ஊர் வம்புகளால் அவள் நொந்துபோய் இருப்பவள். தவிர அவள் ஓர் ஆஸ்த்மா நோயாளி. அந்தக் கதையில் என்னுடைய மொழிநடை பாய்ச்சலும் துள்ளலுமாய் அமைவது பொருத்தமற்றது. ஆனால் என்னுடைய 'சூரியனின் முன்புறம்' கதையில் வருபவன் ஒரு வித அலட்சிய மனோபாவம் நிறைந்தவன். அவனுடைய மன நிலைக்கிசைந்த ஒருவித மொழிநடையை அங்கே தெரிவு செய்தேன். போரும் அடக்கு முறையும் நிலவிய ஓர் சூழலில் 'கள்ளிச் சொட்டும்', 'அரசனின் வருகையும்' வேறொரு வகை மொழி நடையைப் பற்றிக்கொள்கின்றது. 'வெருட்டியில்' நையாண்டி தொனிக்கும் மொழி நடையொன்று வெளிப்படு கின்றது.

நான் அடிக்கடி சந்திக்க நேர்கின்ற இன்னொரு கேள்வியும் உண்டு. சிறுகதை என்ற பெயரை வைத்துக்கொண்டு 'கதை' என்ற அம்சம் கொஞ்சமும் இல்லாமல் எழுதப்படுபவை சிறுகதைகள் ஆகுமா? வாசகர்களைப் பிரதான இலக்காகக் கொண்டு, அவர்களை மனதில் இருத்திக்கொண்டு கதைகள் சொல்லும் போக்கை நான் எப்போதும் நிராகரித்து வந்திருக் கிறேன். அனுபவங்களின் மீளுருவாக்கம், அல்லது நான் கண்டதை, கேட்டதை, அனுபவித்ததைப் பகிர்தல் என்ற நிலை யிலேயே என் வெளிப்பாடு அமைந்து வந்திருக்கிறது.

ஆனால் சிறுகதையில் கதை அமைப்பு என்ற ஒன்றைப் பற்றி வாசகர் மத்தியில் எதிர்பார்ப்பு இருப்பதை – அந்த எதிர்பார்ப்பின் நியாயத்தை – நான் அறியாதவன் அல்ல. கதை என்பது அதைத் தொடர்ந்து படிக்க வேண்டும் என்ற ஓர் அவசி யத்தை – நேர்மையானதும், உண்மையானதுமான அவசியத்தைக் கொண்டிருக்க வேண்டும். துப்பறியும் கதை, மர்மக் கதைபோல் செயற்கையாக அது துருத்திக்கொண்டிருக்க வேண்டும் என்பது இதன் அர்த்தம் அல்ல. டோல்ஸ்டோயின் 'புத்துயிர்ப்பு' நாவலில் கடைசிவரையில் அந்தப் பெண்ணின் கதியை நோக்கி நாம் மூச்சு படபடக்கப் போய்க்கொண்டிருக்கிறோம் அல்லவா? தொடர்ந்து படிக்க வேண்டும் என்ற அவசியத்தை நேர்மை யாகவும் உண்மையாகவும் வாசகனில் தொற்ற வைக்கும் உயர்ந்த கலைத் திறனுக்கு இதைச் சாட்சியமாகச் சொல்ல லாம்.

இந்தப் பின்னணியில் என் கதைகளை நான் எடை போட்டுப் பார்த்ததுண்டு. என்னுடைய பல கதைகளின் கதை யமைப்பு மிகவும் எளிமையானவை. வெறும் அவதானங்களும்

அவதானங்களின் அசைபோடல்களும் என்று சொல்லலாம். வாழ்க்கை என்பது ஒரு தொடர் வளர்ச்சி. தொடர்ந்த ஒரு நீண்ட பயணம். ஆனால் நிழல்களில் அவ்வப்போது தங்கு கிறோம். இந்தப் பின் நோக்கல்களும் கதை பற்றிய உத்திகள் குறித்து அலட்டிக்கொள்ளாமல் வெளிப்படும் மீள் நினைவு களும் மன நிலைகளும் Nostolgiaகளும் நவீனச் சிறுகதை களுக்கு உரிய இலட்சணங்கள்தான் என்று நம்புகிறேன்.

ஈழத்தின் புனைவிலக்கியத்தை, அது சார்ந்த படைப்பு களைப் பொதுவாக மூன்று வகைகளுக்குள் அடக்கிவிடலாம். 1. ஜனரஞ்சக எழுத்து 2. முற்போக்கு எழுத்து 3. நவீன எழுத்துப் போக்கு. இதில் ஜனரஞ்சக இலக்கியம் என்பது வணிகத்தை முதன்மைப்படுத்தி அதைத் தன் இலக்காகக்கொண்டது. இத்தகைய எழுத்துகள் உலகின் பல்வேறு பகுதிகளிலும் அவற்றின் குறிக்கோள்களை எட்டுவது அதிசயமல்ல. ஈழமும் விதிவிலக்கல்ல.

முற்போக்கு எழுத்தாளர்கள், முற்போக்கு இலக்கியம் என்ற வார்த்தைப் பிரயோகங்கள் ஈழத்தில் விசேஷமான அழுத்தங்களுடன் உச்சரிக்கப்படுபவை. இந்த வகை எழுத்து களில் எனக்கு அவ்வளவு ஈர்ப்போ ஆர்வமோ இருந்ததில்லை. அவர்களுடைய எழுத்துகளின் கலைத் தரமும் அழகியலும் என்னைத் தள்ளிப்போகச் செய்திருக்கின்றன. 1970களில் இவ் வகை இலக்கியம் அரசியல் பின்புலத்துடன் கோலோச்சிக் கொண்டிருந்த காலத்தில் சுவரொட்டிகளின் வாசகங்கள் எல்லாம் கவிதைகளாக அடையாளம் காணப்பட்டு பிரசுரம் ஆகிக்கொண் டிருந்தன. அரசியல் பிரசங்கிகள் எல்லோரும் கவிஞர்களாக வும் கதைஞர்களாகவும் ஞானஸ்நானம் பெற்றிருந்தனர். 1978இல் ஈழத்தின் கிழக்கில் வீசிய பெரும் புயலுக்கும் இந்த இலக்கிய அலைக்கும் அவ்வளவு வித்தியாசம் இருக்கவில்லை. கம்பீரத்துடன் காட்சியளித்த விருட்சங்கள் எவ்விதம் அந்தப் புயலுக்குத் தாக்குப் பிடிக்க இயலாமல் சரிந்தனவோ அதே போல் பல நல்ல எழுத்தாளர்களும் அந்த அலையில் தலை மறைந்து போனார்கள்.

இந்தப் புயலிலும் அலையிலும் நானும் என்னைப் போன்ற மிகச் சிலரும் ஆமை நகர்வுடன் மெதுவாக ஊர் வதைத் தவிர வேறு வழி இருக்கவில்லை. எந்த அலையைக் கண்டும் நான் இதுவரை மிரண்டதும் இல்லை. என்னைத் தாரை வார்த்ததும் இல்லை. அவற்றுக்குச் சாட்சியங்களாக என்னு டைய கதைகள் அமைகின்றன.

கால நகர்ச்சியும் சூழ்நிலைகளும் உலக அனுபவங்களும் ஒருவனுடைய எழுத்துக்கு வலிமையையும் முதிர்ச்சியையும் அளிப்பதுதான் நியாயமானது. ஆனால் யதார்த்தத்தில் எதிர்

மாறாகவும் இருந்துவிடுவதுண்டு. அதிகாலை நகரின் அழகு படிப்படியாக இரைச்சல்களிலும் வெயிலிலும் புழுதியிலும் முகமிழந்து போவதுபோல் நிகழக்கூடிய சந்தர்ப்பங்களும் சாத்தியந்தான். என்னுடைய எழுத்தின் போக்கு தன் பாட்டில் அதன் திசையைக் கண்டு நகர்ந்துகொண்டிருக்கிறது. எந்தக் கடிவாளத்தையும் என்னுடைய கைகள் பற்றியிருக்கவில்லை. ஒரே சந்தோஷம் கூலிக்கு மாரடிப்பவனாகவோ துதிபாடியாகவோ என் படைப்புலக வாழ்க்கை இருக்கவில்லை.

*1988*இல் என்னுடைய பதின்மூன்று கதைகள் அடங்கிய தொகுப்பு 'உள்மனயாத்திரை' என்ற தலைப்பில் வெளியானது. அவற்றையும் அவற்றைத் தொடர்ந்து நான் எழுதிய மூன்று கதைகளையும் உள்ளடக்கியதாக இந்தத் தொகுப்பு வெளியாகின்றது. இவற்றை இப்போது மொத்தமாகப் படிக்க ஆர்வம் கொண்ட பலரின் வேண்டுகோளால் இது வெளியாகின்றது.

தொகுப்பதற்காக என் கதைகளை எல்லாம் திரும்பிப் படிக்க வேண்டியிருந்தது. ஆரம்பகாலக் கதைகளை இன்னும் கன கச்சிதமாகச் சொல்லியிருக்கலாமோ என்ற எண்ணம் தோன்றாமல் இல்லை. பிரதான பாதையில் நடந்துகொண்டிருக்கும் போதே சந்து பொந்துகளில், கிளைப் பாதைகளில் நுழைந்து வெளியேறியதை இப்போது உணர்கிறேன். என் சின்ன வயதுப் புகைப்படங்களை இப்போது பார்க்கும் அனுபவம் இது. ஆனைக் காதுகள், கஞ்சா மயக்கத்துடன் சதா கிறக்கத்துடன் இருக்கும் கண்கள், ஒட்டகச் சிவிங்கினுடையதைப் போன்ற நீண்ட கழுத்து, ஒருகோழிக் குஞ்சை ஒத்த உடம்பு இவற்றோடு சில படங்களில் இருப்பேன். அதற்காக 'அந்த வளரிளம் பையனை' நான் இல்லை என்று சொல்லலாமா?

தொலைவில் தெரியும் ஒற்றை நட்சத்திரம், அரசனின் வருகை, மூன்றாம் சிலுவை என நான் ஒரு யாத்திரிகன்போல காரிருளில் நெடுஞ்சாலையில் நகர்ந்துகொண்டேயிருக்கின்றேன்.

குட்டையினுள்ளும் கிணற்றினுள்ளும் குண்டாஞ்சட்டியினுள்ளும் நான் வாசம் செய்ய விரும்புவதில்லை.

கல்முனை,
25.11.2011

உமா வரதராஜன்

தொலைவில் தெரியும் ஒற்றை நட்சத்திரம்

பஸ் அந்த மதில் வீட்டருகே இருக்கும் பஸ் தரிக்குமிடத்தில் நின்றது. ஊருக்கு வந்தாயிற்று. திடீர்ப் பரபரப்புடனும், கைப்பெட்டியுடனும் அவன் அந்த மதிலருகில் குப்பைத் திடலில் இறங்கிக் கொண்டதும் பஸ் அபசுரமாக முனகிக்கொண்டு மீண்டும் ஓடத் தொடங்கிற்று. பஸ்ஸிற்குள் இருந்த 'வழுக்கை'யொன்று கழுத்தை வளைத்து அவனைத் திரும்பிப் பார்த்தது. அவன் அவரைப் பார்த்துச் சிரிக்க முயன்றான். அது தலையைத் திருப்பிக் கொண்டது. வயிற்றெரிச்சல் போலிருக்கிறது. அவன் தன்னுடைய நீளமான தலை முடியை ஒரு தடவை கோதிக் கொண்டான். காற்றுக்கு வளைந்து, குழம்பி முகமெல்லாம் விழுந்து கிடந்த தலை மயிரைச் சட்டைப் பொக்கெற்றுக்குள் தூங்கிக் கொண் டிருந்த சீப்பு வெளியே வந்து மீண்டும் ஒரு நிலைக்குக் கொண்டு வந்தது.

ரோட்டின் மற்ற பக்கத்தில் இருக்கும் அந்த வளவுக்குப் பின்னால் பச்சைக் கடலாகிப் பரந்து கிடக்கும் அந்த வயல்களுக்கும் அப்பால் தெரியும் குளம், கட்டையுடைத்து இப்போது இதோ அருகே வந்து நிற்கிறது. அதற்குக்கூட ஊர் பார்க்கும் ஆசை வந்துவிட்டதோ? வருஷத்தின் கடைசியில் ஒரு தடவை இப்படியொரு ஆசை அதற்கு வருவது வழக்கம்.

அவனுக்குச் சீட்டியடிக்க வேண்டும்போலிருந்தது. நீர்ப்பரப்புக்கள், மலைகள், பறவைகள் ஏன் இளம் பெண்கள் . . . இந்த இயற்கை அழகுகளில் லயித்துக்

கடக்கும் போது அவனுக்கு சீட்டி தானாகவே வந்துவிடுகின்றது. சீட்டியடிப்பது கூடாத பழக்கமென்று அந்த நாட்களில் அம்மா அவனிடம் ஆயிரம் தடவைகள் சொல்லியிருப்பாள். மாமா மாத்திரம் என்ன? அவருந்தான். ஆனால் அவனிடம் அதைவிட ஆயிரம் கெட்ட குணங்கள் இருப்பதாகப் பிரமை கொண்டு, பேரிடியைத் தங்கள் தலையில் போட்டு ஆறு மாதக் காலத்திற்கு முந்திய காலக்கட்டத்தில் அவர்கள் தவிக்கும்போது சீட்டியடி ஒரு சின்ன சமாச்சாரமாகத்தான் போய்விட்டது.

கொழும்பில் முந்தாநாள் பார்த்த ஒரு ஹிந்திப்படத்தின் மெட்டுக்கு அவன் சீட்டியடித்துக் கொண்டு நடந்தான். தொலைவில் வெண்மலர்கள் புள்ளி புள்ளிகளாய்த் தெரியும் அந்த அலரி மரங்களுக்கும், மொட்டைமாடிக் கட்டிடத்துக்கும் அருகே போய் மெயின் ரோட்டிலிருந்து கிளைவிடும் அந்தச் செம்மண் தெருவில் நடந்தால் வலது பக்கத்தில் முதலாவதாக வரும் வீடு அவனுடையதுதான்.

ஊரே உறங்கிக் கிடப்பதுபோல அவனுக்குத் தோன்றிற்று. ஊரின் உறக்கத்துக்கு மழைமூட்டம் காரணமா? அல்லது தன்னுடைய ஆறு மாதப் பிரிவு காரணமா? என்னும் விசித்திரமான கற்பனை அவனுள் எழுந்ததும் புன்னகைத்தபடி நடந்தான்.

ஓவசியரின் வீடு எதிரே வருகிறது. கேற்றுக்கு பெயின்ற் மாற்றி அடித்திருக்கின்றார்கள். பச்சை நிறமாக இருந்த கேற் ஆட்சி மாற்றத்தின் பின் இப்போது நீல நிறமாகிவிட்டது. இடியப்பக்காரியை அனுப்பி கேற்றைச் சாத்த வந்த ஓவசியரின் சின்ன மகள் மைதிலி – அவள் கூடக் கொஞ்சம் வளர்ந்துதான் இருக்கின்றாள் – ரோட்டில் போய்க்கொண்டிருக்கும் அவனைத் திகைத்தபடி பார்த்து கேற்றைச் சாத்த மறந்து வளவுக்குள் ஓடுகிறாள்.

“மழ வருது. கெதியா வீட்ட போய்ச் சேர் தம்பி!” என்று தன்னுடைய அவசரத்தை அவனுக்குச் சொல்லி விட்டு இடியப்பக்காரி ஓட்டமும் நடையுமாகப் போகிறாள்.

“வரதன் மாமா போகுது . . . வரதன் மாமா போகுது . . .” என்ற மைதிலியின் ‘அனௌன்ஸ்மென்ற்’ ஓவசியரின் வளவுக்குள் கேட்கிறது. தான் கடந்துவிட்ட ஓவசியரின் கேற்றை மீண்டும் ஒரு தடவை அவன் திரும்பிப் பார்த்தான். அங்கு ஓவசியரின் மனைவி இல்லை. ஓவசியரின் மனைவி கேற் வழியாக ஒருபோதும் தோன்றுவதில்லை. அவளுடைய வேலி நிறைய ஓட்டைகள் இருப்பதை ஆறு மாதப் பிரிவால் அவன் ஒன்றும் மறந்துவிடவில்லை.

அதற்கப்பால் அந்தப் பாழ் வளவு. வளவு இப்போதும் பாழாகத்தான் கிடக்கிறது. வேலியொன்றுதான் புதிதாக முளைத்து விட்டது. அதற்கடுத்ததாக முருகேசின் சலூன்! அதுதான் அந்தப் பகுதியின் வாசிகசாலை, அரட்டை மண்டபம் எல்லாம். இந்த முருகேசின் சலூனில் தான் தன்னைச் சம்பந்தப்படுத்தி எவ்வளவு அரட்டைகள் நடந்திருக்கின்றன. முருகேசு இன்னும் சலூன் திறக்கவில்லை. அவர் எட்டு மணிக்கும் திறப்பார். பத்துக்கும் திறப்பார். முதலில் வருபவன் எத்தனை மணிக்குப் படலையைத் தட்டு வான் என்பதைப் பொறுத்த விசயம் அது. பக்கத்து வளவு வேலியின் ஓரத்தில் நின்று தெருவைத் திருட்டுத்தனமாக எட்டிப் பார்க்கும் செவ்வரத்தம் பூக்களை முருகேசு பறித்துக் கொண்டிருக்கிறார். சாமி வழிபாட்டுக்கு ஆயத்தம் பண்ணுகிறார் போலும். அவனுக்கு விபரம் தெரிந்த நாளிலிருந்து முருகேசு வெயிலென்றாலும் மழையென் றாலும் ஒவ்வொரு காலைப் பொழுதிலும் இந்த வேலையைத் தான் செய்கிறார். சாமியின் வரம் கிடைக்கிறதோ இல்லையோ, பூக்கள் மாத்திரம் ஒழுங்காகக் கிடைக்கின்றன.

முருகேசு அவனைப் பார்த்துச் சிரிக்கிறார். "எங்கட பிழைப்பில் மண்ணைப் போடுற எண்ணமா தம்பி?"

அவன் சிரித்துவிட்டு மேலே தொடர்கின்றான்.

பரமேஸ்வரனது கடை வருகிறது. பரமேஸ்வரனைக் கடையில் காணவில்லை. பரமேஸ்வரனின் தம்பி கடையில் இருக்கிறான். கடையின் தோற்றம் கூடக் கொஞ்சம் மாறிப் போய் விட்டது. 'கடன் கேளாதீர்' அறிவிப்புப் பளிச்சென்று தெரிகிறது.

கடைக்குப் பக்கத்திலிருக்கும் வீட்டின் கேற்றை அவன் ஆவலுடன் பார்த்தபோது அங்கு நின்ற வசந்தா அவனைச் சற்றும் எதிர்பாராமல் கண்டதால் திகைத்து, கண்களை அகல விரித்து, இதழ்கள் விடுபட்டு "வரதன் . . ." என முணுமுணுக்கிறாள். அவன் மலர்ச்சியுடன் சிரிக்கிறான். அவள் முகத்தில் தோன்றிய புன்னகை வலிந்திழுத்ததாகத் தெரிகின்றது. அது வானவில்லாய்த் தோன்றி முகத்திலிருந்து மறையுமுன்னரே அவன் அவளைக் கடந்துவிடுகின்றான்.

அந்த அலரி மரங்களுக்கு முன்னால் இருக்கும் சந்திரகுமாரின் வீட்டு வானொலிப் பெட்டி அலறுகிறது. பழுதாய்க் கிடந்த வானொலிப் பெட்டியை இப்போதுதான் திருத்தியிருக்கிறார்கள் போலும்.

மெயின் ரோட்டை விட்டு விலகி அவன் செல்ல வேண்டிய பாதை இதோ வருகின்றது. அந்தப் பாதையில்

படகும் விடலாம். மீனும் பிடிக்கலாம். இந்தக் கிராமசபைக் காரர்களுக்கு இந்தப் பாதையில் மாத்திரம் அப்படி என்ன கோபமோ தெரியவில்லை. அதன்மீது கூட முழுப் பிழை யையும் சுமத்திவிட முடியாது. போன வருஷம் மூன்று லோட் 'கிறவல்' கொட்டப்பட்டதென்னவோ உண்மைதான். ஆனால் இந்தத் தெருவின் மாதரசிகள் தங்கள் வீட்டுத் தோட்டங்களுக்காக இரவோடிரவாக இரண்டு லோட் கிறவலைப் பங்குபோடுவார்கள் எனக் கிராமசபை சற்றும் எதிர்பார்க்கவில்லை.

அந்தத் தெருவில் நடப்பதாகவும், சுழியோடுவதாகவும் பாவனை பண்ணிக்கொண்டு வீட்டை அடைந்ததும் அவ னுக்கு இனந்தெரியாத பூரிப்புண்டாயிற்று. கதவைத் தட்டிய வுடன் யார் வந்து திறப்பார்கள்? அம்மாவா? தம்பிகளா? மாமாவா?... மாமாதான் சுறுசுறுப்பான மனிதர். அவர்தான் வந்து திறப்பார். கதவை அவன் தட்டினான். 'ஓய்' என்ற குரல் கேட்டது. அம்மா வருகிறாள். அவனைக் கண்டதும் அம்மாவுக்கும் அதிர்ச்சி ஆச்சரியம்.

"தம்பி இதென்ன திடீரெண்டு? சுகம் கிகம் இல்லையா?"

"சீ ... சும்மா வந்த ..." அவன் பேச்சை இழுத்து முடிப் பதற்குள் அம்மா அவனை உற்சாகத்துடன் கூட்டிப் போகி றாள். மண்டபத்தைக் கடந்து போகும்போது தம்பி விஜி பாயைச் சுருட்டிக்கொண்டிருக்கின்றான். பக்கத்தில் சின்ன தம்பி சுரேஷ் ஒப்பாரி வைக்கிறான். அவன் அப்படித்தான். தம்பி விஜி அவனைக் கண்டதும் சந்தோஷத்துடன் கூக்குர லிட்டு இளையவனுக்கு அண்ணனது வரவை அறிவிக்க சுரேஷ் ஒரு கணம் நிமிர்ந்து கண்களை அகல விரித்துப் பார்த்துவிட்டு மீண்டும் அழுகிறான்.

அவன் தனது அறையைத் திறந்து உள்ளே போகிறான். ஒரு பெருமூச்சு. வெளியே கேட்கும் சுரேஷின் அழுகுரல் அப்படியே மறைந்துபோகிறது. இந்தோ சிலோனின் பலகாரங் கள் சுரேஷை அடக்கியிருக்கும்.

அவன் கிணற்றடிக்குக் குளிக்கப் போனதும் சமைய லறையிலிருந்து அம்மாவின் எச்சரிக்கைக் குரல் கேட்கிறது. "தம்பி அங்கால பாசி பிடிச்சிருக்கும் கவனம்!"

பிறகு தேங்காய் துருவும் ஓசையும், அவன் குளிப்பதால் உண்டாகும் நீர் இறைபடும் ஓசையும் ஒன்றுடன் ஒன்று கலந்து போகின்றன.

சாப்பிடும் போது அவனைச் சுற்றித் தம்பிகள் இருவரும் இருந்துகொண்டார்கள். "வேலை எப்படிக் கரைச்சலா?"

என்று தம்பி கேட்கிறான். தான் கேட்டிருக்க வேண்டிய கேள்விகளைத் தம்பி கேட்டுவிட்டான் என்பதற்காக அம்மா ரொம்பப் பெருமிதப்படுகிறாள். அது முகத்தில் தெரிகிறது. அவன் எல்லாவற்றுக்கும் பதில் சொல்லி முடித்துக் கடைசியில் எழுந்து கொள்கிறான். அவன் அதிகமாக வளர்த்திருக்கும் அந்த முடியைப் பற்றி அம்மா கவலைப்படுகிறாள். முடியை வெட்டித் தலைமுழுகச் சொல்கிறாள். அவன் அசட்டுச் சிரிப்பை உதிர்த்தபடி மாமாவைப் பற்றி விசாரிக்கிறான்.

"அவர் அம்மா வீட்ட நிக்கிறேர், போய்ப் பார்த்திட்டு வா."

அவன் இனி ஊர்வலம் புறப்படப் போகிறான். மழைக்குப் பயந்து வீட்டுக்குள் ஏறிச் சுவரில் சாய்ந்து தூங்கிக் கொண்டிருந்த சைக்கிளை அவன் உருட்டிக் கொண்டு நடந்தான். காதல் வாகனம் என்று ஒரு காலத்தில் செல்லப் பெயர் வாங்கியிருந்த அந்த சைக்கிளின் 'மட்காட்கள்' இப்போது ஆடுகின்றன. அவனைப் போலவே தம்பியும் மூன்று பேரை வைத்துச் சைக்கிளை ஓட்டியிருப்பானோ? சைக்கிளை உருட்டிக்கொண்டு அவன் ரோட்டுக்குப் போகும்போது வழியில் குறுக்கிட்ட 'எவகிறீன்' இலைகளிலிருந்து நீர்த்துளிகள் தலையில் விழுந்து முகத்தில் வடிகின்றன.

சைக்கிள் சிறிய ஏரிக்கு ஒப்பான அந்த வீதியில் நீரைக் கிழித்து இருபக்கமாக்கிக் கொண்டு ஓடுவது அழகாக இருக்கிறது. மெயின்ரோட் ... சந்திரகுமாரின் வீடு ... அதைக் கடந்ததும் அவனுடைய கண்கள் ஆவலுடன் அந்தக் கேற்றை நோக்குகின்றன. அங்கு இப்போது வசந்தா இல்லை. அவளுடைய கடைசித் தங்கை ஆனந்தி நிற்கிறாள். அவள் அவனை ரொம்ப விசித்திரமாகப் பார்க்கிறாள். அவன் தன் கண்களை வேண்டுமென்றே அகல விரித்து வேடிக்கை காட்டினான்.

சைக்கிள் அந்த இடத்தைக் கடந்து ... இன்னும் கொஞ்சத் தூரம் போய் ஒரு ஒழுங்கையில் திரும்புகிறது. சைக்கிளைச் சாத்திவிட்டு அவன் வளவுக்குள் போனதும் "தம்பி வந்திருக்கு, தம்பி வந்திருக்கு" என்ற குரல்கள் அங்கு எதிரொலிக்கின்றன. மாமா வருகிறார்.

"ஆ ... வாடாப்பா எப்பிடி? உள்ளுக்குள்ள வா"

அவன் அவரைத் தொடர்ந்து போகின்றான். அவன் தலைமுடியைப் பார்த்து அவருக்கு நமுட்டுப் புன்னகையொன்று வருகின்றது. "கொழும்பு ஸ்ரைலா?" என்று கேட்கிறார். அம்மம்மா அவனருகே வருகிறாள். பிரிவுத் துயர்

களைச் சொல்லி அழுகிறாள். அவன் நம்பவில்லை. அவன் இந்த ஆறு மாத காலத்திற்குப் பிரிவுத் துயரில் அழுந்தி எவருக்காகவும் ஏங்கவில்லையே. இவர்களா அப்படி ஏங்கப் போகிறார்கள்? அநியாயமாக அவன் மனதில் ரொம்பக் காயங்களை உண்டுபண்ணிவிட்டோம் என்று ஒருவேளை அவர்கள் குற்ற உணர்வுக்கு உள்ளாகியிருக்கலாம்.

அன்ரிமார் வந்து விசாரித்தனர். சீதா அன்ரியின் சின்ன மகன் பிரதீஷ் அவனிடம் வரப் பயத்துடன் மறுப்பதற்கு அவனுடைய இப்போதைய தோற்றம் காரணமெனச் சின்ன அன்ரி சொன்னாள். பிரதீஷ் பரவாயில்லை. ஆறு மாதத் திற்கு முன்பு இவர்களெல்லோரும் அவனை நெருங்கப் பயப் பட்டவர்கள் அல்லவா? மறுபடியும் ஏதோ நினைவுகளில் அவன் ஆழ்ந்து புதைந்து போகின்றான். இடையில் மர வள்ளிக் கிழங்கு வந்ததும், கோப்பி தந்ததும், வாயில் வைத் ததும்... ஏதோ கனவுகள் போல. அவன் எழுந்து கொள் கிறான். அவன் எழுவதைக் கண்டதும் மறுநாள் மதியச் சாப்பாட்டுக்கு வரும்படிஅழைப்புத் தருகின்றாள் அம்மம்மா. மாமாவும் அதை வலியுறுத்திச் சொல்ல அவன் சரியென்று ஒப்புதல் அளிக்கின்றான். சைக்கிள் மீண்டும் மெயின் ரோட்டில் ஓடுகிறது.

“வரதன்” என்று யாரோ கத்துங்குரல். சைக்கிளை ஓட்டிக் கொண்டே அவன் திரும்பிப் பார்த்தான். சுகுமார் சைக் கிளில் வந்துகொண்டிருந்தான்.

அனைவரும் கேட்கும் அதே கேள்விகளைத்தான் சுகுமாரும் கேட்கிறான். “எப்போது வந்தாய், எப்போது போவாய்?” நடுவில், ஒரு தடவை சினிமா நடிகன் ஒருவனின் ‘ஹெயர் ஸ்ரைலைப்’ போலிருப்பதாக அவனு டைய தலைமுடியைப் புகழ்ந்தான். அதில் உண்மையும் இருக்கலாம், பொய்யும் இருக்கலாம். ஆனால் அதைக் கேட் பதிலெல்லாம் அவனுக்கு இப்போது அக்கறை இல்லை. அந்த நாட்களில் இந்த வெறு மயக்கத்தில் விழுந்து சுகுமா ருடன் சேர்ந்து உடையார் ரோட், வி.வி. ரோட், எனப் பல ரோடுகளில் சுற்றித் திரிந்து, இறுதியில் களைத்து, தாகம் எடுத்ததும் பாபுஜீ கிறீம் ஹவுஸில் புகுந்த நாட்களுமுண்டு. அவை வசந்தகரமான நாட்கள். அந்த நாட்களின் நினைவுகள் அவன் மனதில் பசுமையாக நிறைந்து கிடக்கின்றன. நண்பர்கள் தராத நிறைவை அந்த நினைவுகள் ஒருபோதும் தர மறுப்பதில்லை.

சுகுமாரால் அவனுடன் ஒட்டிப் பேச முடியவில்லை. அவனால் மனச்சாட்சியைக் கொன்றுவிட்டு எப்படிப் பேச

முடியும்? பள்ளிக்கூடத்தில் ஜெயாவுக்கு சுகுமார் கடிதம் கொடுத்து அசட்டுத்தனமாக அந்த அரக்கி மிஸிஸ் அற்புத நாதன் ரீச்சரிடம் மாட்டி, வீட்டுக்குப் போகப் பயந்து, நஞ்சு குடிக்கப் போவதாக அவனிடம் கூறி அழ, நண்பனை அன்று முழுவதும் வைத்து ஆறுதல்படுத்திக் கொண்டிருந்தான் அவன். நள்ளிரவானதும் அவனைப் பத்திரமாகக் கொண்டுபோய் ஒப்படைத்தான். அந்த சுகுமார் கடைசியாக என்ன செய் தான்? 'வரதன்தான் தன்னைக் கெடுத்தவன். காதல் கடிதம் எழுதப் பழக்கியவன்' என்ற மாபெரும் ஒப்புதல் வாக்கு மூலம் ஒன்றை அளித்து வீட்டில் நல்ல பெயர் வாங்கி நட்புக்குச் சமாதி எழுப்பினான். அதையறிந்தபோது அவ னுக்கு முதலில் அதிர்ச்சியாக இருந்தது. பிறகு ஆச்சரியமாக இருந்தது. 'வாறன் மச்சான்' என்று சொல்லி சுகுமார் ஒரு பாதையில் பிரிந்து போக அவன் தனியாக அந்த நீண்ட வீதியில் போய்க்கொண்டிருக்கிறான்.

பள்ளிப் பையன்கள், கொன்வென்ற் மாணவிகள் பாட சாலை கலைந்து எதிரே வருகிறார்கள். அவனைப் பார்க்கும் அந்தப் பையன்களின் கண்களில் வியப்பின் தேக்கம்...

'ஹிப்பி' என்று ஒரு சிறுவன் கத்திவிட்டு ஓடுகிறான். மாணவிகளில் சிலர் கலகலவெனச் சிரிக்கிறார்கள். அந்தச் சிரிப்புக்களில் எவ்வளவு இனிமையுண்டோ, அவ்வளவு பொய்யுமிருக்கலாம். அவன் ஒரு பெருமூச்சு விட்டு இறந்த காலத்தை அழைக்கிறான். இளமைப் பருவத்தில் காதல் எழுவது குற்றமென்றால் காதல் பணக்கார ஜாதிக்கே உரிய தென்றால், சம அந்தஸ்து இல்லாத பெண்ணுக்குக் காதல் விலக்கென்றால் வசந்தாவை அவன் விரும்பியதும், அவர்கள் கடிதங்கள் எழுதிக் கொண்டதும் பிழைதான். வசந்தா அவ னுக்கு எழுதிய ஒரு கடிதத்தைப் பிடித்து அதைப் பள்ளிக்கு அனுப்பி அவனைப் பள்ளியிலிருந்து விரட்டிய அம்மாவின் செய்கை, அவனுடைய காது கேட்க வசந்தாவின் வீட்டுக்கு ஏசிய ஏச்சு...

அவளைச் சுடப் போகிறேன் என்று துவக்கைத் தூக்கி நின்ற மாமாவின் தாண்டவக் கோலம்...

"நீ ரௌடிடா! நான் பெத்த புள்ளல்ல" என்ற அம்மா வின் பிரகடனம்... "கீழ்ச்சாதிகளோட உறவு வெச்ச நாயே" என்ற மாமாவின் வார்த்தைகள்...

மீள முடியாத பள்ளத்துக்குள்ளே அவன் விழுந்து கிடப்ப தாகக் கற்பனை பண்ணிக்கொண்டு மலைமேல் நிற்கும் பிரமையில் ஏளனச் சிரிப்புக்களை உதிர்த்துக் கொட்டும் சொந்தக்காரர்கள்...

தங்கள் பிள்ளைகளைக் கெடுத்தவன், கடிதம் எழுதப் பழக்கியவன் என்ற சுகுமார் போன்ற சில்லறை வால்களின் குடும்பத்தாருடைய குற்றச்சாட்டுகள் . . .

அப்போதெல்லாங்கூட இந்த விஷயத்தில் தீவிரமாகவே இருந்த அவன் கடைசியில் எப்படிக் கோழையாகிப் போனான்? அந்த வசந்தா – அதுதான் அவன் காதலி – அவனது குடும்பத்தைப் பழிவாங்குவதாக எண்ணிக்கொண்டு, அவனது முகத்தில் உமிழும் பெருமிதத்தில் ஒருநாள் அவனைப் பார்த்தபோது காறித் துப்பிவிட்டுப் போனாள். ஓ உலகம் எவ்வளவு பொல்லாதது! எவ்வளவு அவசர முடிவு களுக்கு வந்து விடுகிறது. அவன் விரக்திக் கடலில் ஆழ்ந்து போனான். சுற்றியிருக்கும் அனைவருமே பொய்! பொய்! எல்லாமே போலிகள்! எல்லாமே வேஷங்கள்!

அவன் அந்த ஊரைவிட்டே ஒருநாள் புறப்பட்டுப் போனான். ஊருக்கும், அவனுக்கும் ஆறு மாத இடைவெளி.

அவன் மீண்டும் நினைத்துப் பார்த்தான். ஊர் தன்னைப் பற்றிக் கற்பனை பண்ணிக் குற்றஞ்சாட்டிய அத்தனை விஷயங்களையும் இப்போது மறந்து வரவேற்கின்றதா? ரௌடித்தனங்கள் எல்லாம் நீங்கிய புதுமகன் இவன் என அம்மா நினைக்கின்றாளா? ஆறுமாதப் பிரிவால் இவன் ‘மேல்சாதி’யாகிவிட்டான் என மாமா ஏற்றுக்கொள்கிறாரா? அவனுடைய மென்மையான மனம் வசந்தாவுக்கு இப்போது தான் புரிகின்றதோ? அவனுக்குச் சிரிப்பு வந்தது. எல்லாம் பொய், எல்லாமே பொய்.

ஆறுமாதப் பிரிவுக்கு அனைவரும் தரும் போலி மரியாதை இது. அவ்வளவுதான். வேஷங்களில் மயங்காமல், அசிங்கங்களைக் காணாமல் மீண்டும் தொலைதூரம் போய் விட வேண்டும்.

போலிகளின் அரவணைப்பில் சிக்கிக் கிடப்பதைவிடத் தனியாகத் தொலைவில் ஒற்றையாக இருப்பதில் எவ்வளவு சந்தோஷம்.

அவன் இந்தத் தீர்மானத்தை எடுத்துக் கொண்டு சீட்டியடித்தபடி வேகமாக சைக்கிளைச் செலுத்துகிறான். அவனுடைய அப்போதைய சீட்டிக்குக் காரணம், எதிரே வரும் அழகிய இளம்பெண்.

***அலை* - தை 1976**

வெயிலும் வெறுமையும்

கருநாக்கை நீட்டி அவனை விழுங்கத் தயாரா வதுபோல் தோன்றியது தெரு. அவன் நடக்கத் தொடங்கினான். கையில் இருந்த இரண்டு கொப்பி களும் ஒரு புத்தகமும் பெரும் சுமைபோல் அவனுக்கு இப்போது தோன்றின. கடந்து போக வேண்டிய ஒரு மைல் தூரத்தை எண்ணி அவன் மலைப்படைந்தான். சூரியனின் கோரப்பற்களுக்காக மிகவும் பயந்தான். எனினும் பின்வாங்கி பஸ் நிலையத்திற்குப் போக அவன் நினைக்கவில்லை.

பஸ் நிலையத்தைப் பற்றி அவனுக்கு நன்றாகத் தெரியும். முன்னர் தெரிந்ததை விட இன்னுங் கூடுதலாகக் கடந்த இரண்டு நாட்களில் அவன் அறிந்து வைத்திருக்கின்றான். நேரத்திற்குக் கிடைக்காத பஸ் களைத் தவிர மற்றவையெல்லாம் அந்த பஸ் நிலையத் தின் சிறப்புகள். ஆடு, மாடுகள்ஃ, கச்சான் கொட்டைக் கோதுகள், ஹார்மோனியக் கீதமிசைக்கும் சப்பாணிக் கிழவன், ஆண்மை திரும்புவதற்கான மருந்துகள், பஜா ருக்குப் புதிதாக வந்துள்ள அந்தக் கறுப்பி, ரிசேர்வ் பொலிஸ்காரர்கள், ‘இப்ப பஸ் வந்திரும்’ என்று எப் போதும் கிடைக்கும் ரைம் கீப்பரின் பதில்கள் . . . இவற் றுடன் மேலும் பல அந்த பஸ் நிலையத்தின் முத்திரைகள்.

பாடசாலை கலைந்து இரண்டு மணிக்கு அங்கே போய்க் காத்துக் கிடந்து 2.45க்குப் பிறகு வரும் ஒரு பஸ்ஸில் முண்டியடித்து ஏறி 3.10 அளவில் வீட்டை அடைந்து, சோற்றுக்கும் வைக்கோலுக்கும் பேதம் தோன்றாத சாப்பாட்டில் கை வைத்து, கொறித்துப் பகல் தூக்கம் போட்டு . . . இப்படிக் கடந்த இரண்டு

இரவுகளும் அவன் பட்ட அவஸ்தைகள்தான் எத்தனை? சர்வாதிகாரிகள் தங்கள் எதிரிகள்மீது பிரயோகித்துப் பார்க்கத் தவறிய சித்திரவதை முறைகளில் இவற்றையும் அடக்கலாம். கடந்த இரண்டு நாட்களாக மாலைப் பொழுதின் மனோ கரங்களை அனுபவியாதவாறு அவனை பஸ் பயணங்களும், அந்தப் பகல்களும் ஆக்கிக்கொண்டிருந்தன. அதை இன்று எப்படியாவது தவிர்த்து விடுவது என அவன் தீர்மானித் திருந்தான்.

பச்சைக் கிளிகளையே இலைகளாகக் கொண்டு பசுமை யாய்க் காலையில் காட்சி தந்த அந்த முதிரை மரத்தைக் கடந்து அவன் நடந்துகொண்டிருந்தான். 'காலையில் உன்னுடைய கண்தான் பட்டுவிட்டது' என்று குற்றஞ் சாட்டியவாறு தம்மை நீங்கிய பறவைகள் பற்றிய ஏக்கத் துடன் வெறுமையாக நிற்கிறது அந்த மரம்.

எதிரே, அந்த மகளிர் கல்லூரி மாணவிகள் வண்ணத்துப் பூச்சிகள் போல் பாட்டம் பாட்டமாக வந்து கொண்டிருந் தார்கள். முன்னால் வரும் வாணி இவனுடைய பார்வை யில் பட்டாள். வாணியைக் கண்டபோது கடந்த வாரத்தில் நடந்த அந்த வலைப்பந்தாட்டப் போட்டிதான் அவனுடைய நினைவுக்கு வந்தது. அந்த வலைப்பந்தாட்டத்தில் அவளு டைய விளையாட்டை அவன் மிகவும் ரசித்தான். அதை விட அழகு ததும்பிய தருணம், வலைப்பந்தாட்டம் முடிந்த பிறகு ஐஸ்பழம் ஒன்றை வாயில் வைத்துச் சூப்பியவாறு தோழிகள் பேசுவதைக் குறுகுறுப்பாகப் பார்த்தவா றிருந்தாளே, அது! புகைப்படக் கலைஞர்கள் இந்த உலகத் தில் எடுக்கத்தவறிய உயிர்த்துடிப்புள்ள பல்லாயிரக்கணக் கான புகைப்படங்களில் அதுவுமொன்று. அன்றைய வாணி தான் அவனுடைய கண்களுக்குள் இப்போதும் இருக் கின்றாள்.

அவர்களுடைய கலகலப்பு அவனை நெருங்கியது. கொன்வென்றுகளுக்கேயுரிய செல்லச் சிணுங்கல்களுடனும், 'என்னப்பா'வுடன்களுடனும், கொஞ்சல்களுடனும், 'தள்ளா தேயும்'களுடனும் அவர்கள் எல்லோரும் அவனைக் கடந்து சென்றனர்.

பாதையில் அந்த ஆலமரம் எதிர்ப்பட்டது. சூரியனுக்குப் பல வருடத்து சவாலாக, நிலத்துக்குக் குடை பிடித்துக்கொண்டு நிற்கும் ஆலமரம் அது. அதனருகே வந்தபோது அவனுக்குச் சற்று நிம்மதி பிறந்தது. தான் அங்கே கொஞ்ச நேரம்கூடத் தரித்து நிற்கப் போவதில்லையே என்ற எண்ணம் தோன்றி யவுடன் அந்த அற்ப நிம்மதியும் பிறகு மறைந்து போனது.

ஆலமரத்திற்கு எதிரில் இருந்த அந்தக் கடைகளுள் ஒன்றின் வானொலியில் இருந்து லதாமங்கேஷ்கர் 'ஆஜாரே . . .' பாடுகிறார். லதாமங்கேஷ்கருடன் சேர்ந்து பல தடவைகள் அவனும் உருகிய பாடல் அது. பல இரவுகள் தனிமையின் அணைப்பில் அந்தப் பாடலில் அவன் லயித்திருக்கிறான். எனினும் அந்தப் பாடலுக்கோ ஆலமரத்தின் நிழலுக்கோ தன்னை இப்போது அரவணைக்கும் வல்லமை இல்லை என அவன் எண்ணிக்கொண்டான்.

காலையில் வரும்போது அவன் கால்நடையாகவே வந்தான். எனினும் இப்போது போல் அது அவ்வளவு சிரமமாக இருக்கவில்லை. காலைப் பொழுதுகளில் நடப்பது அவனைப் பொறுத்தவரையில் ஆனந்தமான ஓர் அனுபவம். இளவெயிலின் மென்சூடு, ஒரு குழந்தையின் நாக்காக முகத்தை நக்கும் 7.30 அளவில் நடையை ஆரம்பிக்கும்போது அவனுடைய உடலும், உள்ளமும் சந்தோஷமாக இருக்கும். இதமான அந்தப் பொழுதில் கால்நடையாக உலகத்தையே வலம் வந்துவிடலாம்.

காலையில் தன் சொந்த ஊரின் பள்ளிக்கூடத்தைத் தாண்டும் போதெல்லாம் அவன் ஆவலுடன் பள்ளியின் சுவரோரத்தைப் பார்ப்பான். அவன் எதிர்பார்ப்பது போலவே அந்தச் சிறுமி அங்கே நிற்பாள். எவரையும் கவனியாமல் எங்கேயோ பார்த்துக்கொண்டு நிற்கும் அவளது தோற்றம், தலையில் இருக்கும் அந்தப் பன் கூடைத் தொப்பி, அவளுடைய சிகப்புத் தோலை மேலும் தூக்கிக்காட்டும் வர்ணச் சட்டைகள் எல்லாவற்றையும் அவன் ரசிப்பான். 'எட்டு வருஷங்களுக்கு அப்புறம் இவளால் எத்தனை சைக்கிள் ரயர்களும், கொப்பித் தாள்களும் பாழாகப் போகின்றனவோ' என எண்ணிச் சிரித்துக்கொள்வான்.

தெருவோரம் இருக்கும் அந்த வயலருகால் காலையில் வரும்போதெல்லாம் அவனுக்குப் பிறக்கும் உற்சாகம் அலாதியானது. தெருவின் வலது புறம் உள்ள அந்தப் பள்ள வெளியில் (மாரிக்காலத்தில் அது குளம்) ஆங்காங்கே தென்படும் நீர்த்தேக்கங்களில் கண்களை வைத்துக்கொண்டு கொக்குகள் கனவு கண்டுகொண்டிருக்கும். வயல் நிலங்களை மோந்து நிற்கும் மாடுகள், எவனோ ஒரு முனிவனால் 'அசையாமல் இருக்கக் கடவாய்' எனச் சபிக்கப்பட்ட சிற்பங்கள் போல் தோன்றும். வயல்களின் மறுபுறமாய்த் தூரத்தே தெரியும் அந்த சிற்றூரின் மேலே பனிப்போர்வை ஒன்று விரிக்கப் பட்டிருக்கும். இவற்றையெல்லாம் பார்த்துக்கொண்டே நடக்கையில், தூரமோ, சிரமமோ அவனை உறுத்துவது கிடையாது.

ஆனால் வெயில் இப்போது வாட்டுகிறது. காலைப் பொழுதில் அகிலத்தின் அழகுகளையே காண விழைகின்ற தன் கண்களுக்கு இந்த வறண்ட பொழுது சலிப்பையும், எரிச்சலையுமே கொணர்ந்து சேர்க்கின்றது என்பதை அவன் உணர்ந்து கொண்டான்.

அவன் முகத்தில் வந்து பட்ட அனல் காற்றால் அவன் முகம் எரிவது போலானது. நாற்சந்தி சினிமா விளம்பரத் தட்டியில் இருந்த சிவாஜிகணேசன் வெயிலுக்கு வெளிறிப் போயிருந்தார். இந்த வெயிலில் இன்னமும் அரை மைல் அளவில் போக வேண்டும் என்ற எண்ணம் அவனை வதைத்தது.

தெருவளைவில் இருக்கும் அந்த வயல் எதிரே வந்தது. அதில் விரித்துக் கிடந்த பச்சைப் பாயை யாரோ சுருட்டிக் கொண்டு போய்ப் பல நாட்களாகின்றன. நெல்மணிகளைச் சிதறவிட்டபடி மாட்டு வண்டிகள் தொடராகச் செல்லும் காலங்களில் இந்த வயல்கள் இப்படி மஞ்சளைப் பூசிக் கொண்டு நிற்பது வழக்கம்.

கொப்பிகளையும், புத்தகங்களையும் முகத்திற்கு வெயிற் தடுப்பாக்கினான் அவன். மூன்று புத்தகங்களுக்குள் ஒரு சூரியனை அடக்கிவிட முயலும் தன் செய்கையை எண்ணி அவனுக்குச் சிரிப்பு வந்தது.

கம்பி வேலிக்கு ஊடாகத் தெருவைப் பார்த்தபடி இருக்கும் அந்த வீடு எதிரே வருகின்றது. தன்னையறியாமல் அவன் அங்கே திரும்பிப் பார்த்தான் அவள் மாங்காய் கடித்துக் கொண்டிருந்தாள். கழுத்தில் தொங்கிய தாலியை விட அவளுடைய கண்கள் அதிகமாக பளபளத்தன. பார்வைப் பறிமாறல்களைத் தாண்டி அடுத்த படியில் கால் வைக்கும் தைரியம் அவனுக்கு இன்னமும் வரவில்லை. அவளுடைய பார்வையைச் சந்திக்கும் போதெல்லாம் அவனுக்கு எங்கோ படித்த இந்த வரிகள் ஞாபகத்திற்கு வந்துவிடும். ‘திருமணம் செய்துகொள்ளாத ஒருவர் இன்னொருவருடைய மனைவியுடன் உறவு வைத்துக் கொள்வது அவளுடைய சம்மதம் இருந்தால் மாத்திரமே சாத்தியமாகும். அவளுடைய சம்மதம் இல்லாமல் உறவு வைத்தால் அது பலவந்தப்படுத்திக் கற்பழிக்கும் குற்றமாகும். அதேவேளையில் அவளுடைய சம்மதத்துடன் உறவு வைத்துக் கொண்டாலும் அதுவும் குற்றமேதான். அந்தக் குற்றத்தைச் சட்டத்தில் adultery என்று கூறுவார்கள். அவளுடைய கணவர் புகார் கொடுத்து

கிரிமினல் வழக்குத் தொடர்ந்தால் சம்பந்தப்பட்ட பேர் வழிக்கு நீதிமன்றம் ஐந்து வருடம் சிறைத்தண்டனைவரை கொடுக்கலாம்' என்பவை அந்த வரிகள்.

'கேடுகெட்ட சட்டம்... கேடுகெட்ட கண்கள்.' அவன் சலித்துக்கொண்டே நடந்தான்.

"ஹலோ" என்று பின்னாலிருந்து வந்த சத்தத்தால் துணுக் குற்று இவன் திரும்பிப் பார்த்தான். சைக்கிளில் குமாரைக் கண்ட மாத்திரத்தில் இவனுக்கு ஏற்பட்ட சந்தோஷத்திற்கு அளவில்லை.

"போவமா?" என்று குமார் கேட்டான். இவன் சைக்கிள் பக்கம் போனபோது "நீதான் மிதிக்க வேணும்" எனக் குமார் சொன்னது இவனுக்கு எரிச்சலாக இருந்தது. சைக்கிள் அருகே சென்றவன் தாமதித்துவிட்டுச் சொன்னான்

"நீ போ! நான் நடந்து வாறன்."

"ஏன்?" என்று கேட்டான் குமார்.

"வழியில் ஒரு வீட்டுக்குப் போகணும்" என்று சொல்லி விட்டு அவன் மீண்டும் நடக்கத் தொடங்கினான். கொஞ்சத் தூரம் அவனைத் திரும்பித் திரும்பிப் பார்த்தபடி குமார் போய் மறைந்தான். 'சைக்கிளில் ஜம்மென்று இருந்து சவாரி பண்ண வேண்டும். உதவி செய்ததாகப் பேரும் வாங்க வேண்டும். கேடு கெட்ட ஜென்மம்... இந்த வெயிலில் களைத்து வருகிறேன் என்ற எண்ணமில்லாமல் என்னை ஓட்டச் சொல்லுகிறான். மாட்டுப் பிறப்பு.' அவன் மனதுக் குள் திட்டியபடி நடந்தான்.

தன்னுடைய சைக்கிளை அவன் அப்போதுதான் நினைத்துக் கொண்டான். மூன்று நாட்களுக்கு முன்னால் அவனுடைய சைக்கிள் பழுதாகிவிட்டது. ரயர் ஆவென்று வாயைப் பிளந்திருந்தது. ரியூபில் எதையும் வைத்து இனி ஒட்ட இடமில்லை. இன்னும் எத்தனையோ பழுதுகள். சைக்கிளை வீட்டுச் சுவரோரத்தில் தள்ளி வைத்தாயிற்று. மேடு பள்ளம் பாராமல் ராஜகுமாரன் தோரணையில் சைக் கிளைக் குதிரைபோலத் செலுத்தியதற்கான தண்டனையை அவன் இப்போது நன்கு அனுபவிக்கிறான். சைக்கிளின் அருமை அதை இரவல் கேட்கும்போதும், அதில் ஏறி உட்கார இடம் கேட்கும்போதுந்தான் புரிகிறது.

தெருவிலே உருக்கி ஊற்றியிருந்த தார் அவனுடைய செருப்புகளுடன் ஒட்டிக்கொள்ளப் பார்த்தது. தெருவோர மாக ஜாக்கிரதையாகக் காலடிகள் வைத்து அவன் நடந்தான்.

பத்து வருஷங்களுக்கு முன்னால் இதே வெயிலில் ஒவ்வொரு நாளும் தோளில் தொங்கும் துணிப்பையுடனும், அரைக்காற் சட்டையுடனும் (காற்சட்டையா அது? பாவாடை!) வீட்டுக்கும் பள்ளிக்குமாக நடந்துகொண்டிருந்த போதெல்லாம இந்தச் சிரமம் தென்படவில்லை. இப்போது மாத்திரம் தென்படுவதற்குக் காரணம் என்ன என்பது அவனுக்குத் தோன்றவில்லை. வயது செல்லச் செல்ல உடம்பு சௌகரியங்களையும், ஆனந்தத்தையும் எதிர்பார்க்கின்றதா என அவன் எண்ணினான். பத்து வருஷங்களுக்கு முன்னால் பள்ளிக்கூடத்தில் செருப்பைத் தொலைத்துவிட்டு வெறுங்காலுடன் நடந்தபோது மென் தோலை வாட்டாத வெயில் இப்போது மாத்திரம் புதுமையாக இந்தக் கிழட்டுத் தோலை வாட்டுவது அவனுக்கு விசித்திரமாய் இருந்தது.

அப்போதெல்லாம் அவன் போன இந்தப் பாதையில் நிழல் தரும் மரங்கள் பல இருந்தன. அந்த நாட்களில் சூரியனின் ஜம்பம் இந்த பாதையில் வாய்ப்பது வெகு அபூர்வம். அவனுடைய கிராமத்திற்கு மின்சாரம் வழங்கப்பட்டபோதுதான் அந்த அநியாயம் நிகழ்ந்தது. நிழல்வாகை மரங்கள் பல நிலத்தில் வீழ்ந்தன. தென்னைகள் எத்தனையோ மண்ணைக் கவ்வின. அரசடி அம்மா என்று எல்லோராலும் அழைக்கப்பட்ட அவனுடைய பாட்டி அவளின் அடையாளமான அந்த அரச மரத்தை இழந்ததும் அப்போதுதான். அதெல்லாம் பத்து வருஷங்களுக்கு முன்னாடி.

இப்போதோ பாதையில் நிழல் தரும் மரங்களை விரல்விட்டு எண்ணிவிடலாம். நடுவிரலுக்கு மேல் தாண்டுவது ஐயம். ஆஸ்பத்திரி அருகில் நின்று தெருவுக்குக் குடை பிடித்தவாறு நிற்கும் அந்த ஆலமரம், அடுத்தது அந்தப் பிள்ளையார் கோவில் அரச மரம், மற்றையவை அவனுடைய வீட்டுக்கு முன்னால் அணிவகுத்துக் கொண்டு கூட்டாக நிழல்தரும் மூன்று அலரி மரங்கள்.

தூரத்தே தந்திக் கம்பத்தினடியில் கானல் நீர் தென்பட்டது. கானல் நீர் எதனால் தோன்றுகின்றதெனப் ‘பௌதீகவியல் ஆசிரியர்’ சொல்லித் தந்ததை அவன் ஞாபகப்படுத்திப் பார்த்தான், வரமறுத்தது. (எத்தனை கானல் நீர்களை வாழ்க்கையில் ஞாபகம் வைத்துக் கொண்டிருப்பது?).

கார் ஒன்று அவனை உரசியபடி திமிருடன் சென்றது. அவனுக்குக் கொஞ்சத் தூரம் முன்னால் தலையில் மூட்டைகளைச் சுமந்தபடி அரிசிக்காரிகள் போய்க்கொண்டிருந்தார்கள்.

வேலியோரங்களில் இருந்து தெருவை எட்டிப்பார்த்த படி இருக்கும் அந்தத் செடிகளை அவன் பார்த்தான். அவ னுக்குத் தலைசாய்த்து மௌனாஞ்சலி செலுத்துவதுபோல் அவை தோன்றின.

மகாவித்தியாலயத்தைத் தாண்டிக்கொண்டிருக்கும் போது திடீரென்று அவனுக்கு சரஸாவின் ஞாபகம் வந்தது. ஆறு வருஷங்களுக்கு முன்பாக சரஸா இதே பாதையில் பள்ளிக்கு வந்து போய்க் கொண்டிருந்தாள். ஒருநாள் அவளை இந்தப் பாதையால்தான் ஆஸ்பத்திரிக்குக் கொண்டு போனார்கள். கனவுகளைக் கண்ணுக்குள்ளேயே வைத்து மூடிக்கொண்ட அவளுடைய இறுதி யாத்திரையும் இதே பாதையால்தான் ஒருநாள் போனது.

அவன் சிலிர்த்துக்கொண்டான். தன்னை இப்போது வாட்டுவது வெயிலா அல்லது வாழ்க்கை பற்றிய பயமா? என அவன் புரியாமல் குழம்பினான்.

அவன் அண்ணாந்து பார்த்தான் நீல வான்வெளியின் ஏகப் பரப்புக்கும் தாமே சொந்தம் போல் இரண்டு ஆலாக்கள் தலைக்கு மேல் சுற்றிக்கொண்டிருந்தன.

தூரத்தில் தெரிந்த அலரி மரங்களை அவனுடைய கண்கள் எட்டிப் பிடித்தன. பச்சை நீள் இலைகளுக்குள் இருக்கும் அந்த வெள்ளைப் பூக்கள் அவனைப் பார்த்துக் கண் சிமிட்டி அழைத்தன. அவன் வீட்டை நெருங்கிக் கொண்டிருந்தான்.

***கலங்கரை* – மார்ச் 1978**

சின்னஞ்சிறு சிறகுகள்

இன்ன இன்னதான் பேசுவார்கள் என முன் கணிப்பிட்டு அந்த விழாவுக்கு வந்திருந்தான் பத்ம நாதன். விழாவை ஏற்பாடு செய்தவர்கள் பற்றியும், அதிலே பேசப்போகிறவர்கள் குறித்தும் இவன் நன்கறிவான்.

செம்பறவைகள் என்ற அந்த இலக்கிய அமைப்பு தங்கள் சஞ்சிகையின் வெளியீட்டு நிகழ்வுக்கான அழைப்பிதழைத் தந்தபோது இவர்கள் செட்டையடித்துப் பறக்கும் தூரம் எவ்வளவு உயரம் வரைக்குமானது என்றே பத்மநாதன் சிந்தித்தான்.

ஒருவகைச் சடங்குகளே நடந்தேறுவதாக முடிவில் பட்டாலும் கூட இலக்கியக் கூட்டங்களுக்குப் போவதை ஒரு சந்தோஷமாக, வழக்கமாகக் கொண்டிருந்தான் அவன். அதிலும் கூட்டங்கள் பழைய மெதடிஸ்த மண்டபத்தில் நடைபெறுகிறதென்றால் அது பத்மநாதனுக்கு வெகு உற்சாகத்தைத் தருகின்ற விடயம்.

மற்ற இடங்களில் கூட்டங்கள் நடைபெறுவதை விட இந்த மண்டபம் மேல் என இவனுக்குத் தோன்றக் காரணம் எதிரே அசுத்தங்கள் குறைந்த ஒரு குளிர்பான விற்பனை நிலையம் இருந்தது ஆகும். கூட்டம் தொடங்க நேரம் எடுக்கும் என அறியும் போதெல்லாம் பத்மநாதன் இந்தக் குளிர்பான விற்பனை நிலையத்துக்குள் நெருக்கமான நண்பர்களுடன் நுழைந்து விடுவான். அப்படி நெருக்கமான நண்பர்கள் எவரும் பார்வையில் தட்டுப்படாத காரணத்தால் தனியாக இன்று குளிர்பான நிலையத்துக்குள் வந்தமர்ந்தான்.

காலதாமதம் குறித்து விழா அமைப்பாளர்கள் அடிக்கொரு தரம் ஒலிபெருக்கியில் மன்னிப்புக் கேட்டுக் கொண்டிருந்தார்கள். அவர்கள் கேட்ட

'சொற்ப நேர அவகாச' வேண்டுதல்களை பஸ்களும், லொறிகளும் இடையிடையே குறுக்கிட்டு, வாரி எடுத்துக் கொண்டு போயின.

இத்தகைய கூட்டங்களை ஒழுங்கு பண்ணி ஒப்பேற்று வதில் தான் பட்ட அனுபவங்களை, சந்தித்த சிரமங்களை, பழைய நாட்களை எண்ணிக் கொண்டான்.

இனிப் போகலாம் என்று தோன்றியபோது கோல்ட் லீஃப் கையோடு எழுந்து, வெளியே நின்ற இரண்டு லொறி களுக்கும் நடுவால் புகுந்து டீசல் மணம் முகர்ந்து, கருந் தெருவைக் கடந்து மண்டபப் பக்கமாய் அவன் போய்ச் சேர்ந்தான்.

இவனை வரவேற்கின்ற மாதிரி வாசல்பக்க மதிலில் ஒற்றையாக, சோகமாக ஒரு காகம் உட்கார்ந்திருந்தது. 'விதவைக் காகம்' என இவன் மனதிற்குள் ஒரு தடவை சொல்லிப் பார்த்தான். அது ஆண் காகமோ, பெண் காகமோ என்றே தெரியாத நிலையில் விதவைக் காகமாக அதைக் கற்பனை பண்ணுவதிலும், அதற்காக அனுதாபப் படுவதிலும் ஒருவித சுகம் வந்தது இவனுக்கு.

அரிவாளோடு ஒரு மனிதனை வரைந்து முகப்பில் விழா ஏற்பாட்டாளர்கள் நிறுத்தி வைத்திருந்தார்கள். களை கொல்லிக்கோ, கிருமிநாசினிக்கோ விளம்பரம் போல இருந்தது அது.

சப்பாத்து ஆணிகள் சப்தமெழுப்பி எவர் கவனத்தையும் திருப்பிவிடாமல் பூனைபோல் மெல்லக் காலடிவைத்து மண்டபத்துள் நுழைந்தான் பத்மநாதன். மேடைக்கு ஏழெட்டு வரிசைகள் தள்ளி உட்கார்ந்து, பின்னர் முகத்தால் முக்கால் வட்டம் போட்டான்.

இத்தகைய சந்தர்ப்பங்களில் வழக்கமாக இவன் கண்டு கொள்கின்ற முகங்கள் ஒன்றிரண்டைத் தவிர மற்றவை யெல்லாம் வந்திருந்தன. எழுத்துகளில் எல்லாம் சூரத்தனங் களைக் காட்டி நேரில் கோமாளித்தனத்துடன், பாமரப்பேச்சு கள் பேசுகின்ற, இவன் தவிர்க்க நினைக்கின்ற முகங்கள்.

தலைவரின் மூக்கையும் வாயையும் மறைத்தபடி பூச் செண்டு ஒன்று மேசையில் இருந்தது. மண்டபத்தின் மத்தி யில் இருந்த கூரை மின்விசிறி அத்தனை பேருக்கும் காற்று வழங்க இயலாமல் மூச்சுத் திணறிற்று. அதன் மூன்று கைகளும் ஒன்றையொன்று வெகு சோர்வுடன் துரத்தி வட்டம் போட்டன.

தேங்காய் எண்ணெய் விளக்கின் பிரகாசத்தில் அங்கி ருந்த மின் குமிழ்கள் ஒளிர்ந்தன. அவை பேந்தப் பேந்த

முழித்துக்கொண்டிருப்பவைபோல் இருந்தன. 1889ஆம் ஆண்டு கல்லொன்றில் பெயர் பதித்திருந்த ஒரு வெள்ளைக் காரன் பக்கத்திலிருந்த தூணிலிருந்து 'நான் ஒன்றும் அழிந்து போகவில்லை' என்று பத்மநாதனிடம் திமிராகச் சொல்லிக் கொண்டிருந்தான்.

உள்ளூரில் பிரபலமாகி இங்கே தலைமை தாங்க வந்த இளம் வக்கீல், இப்போது பேச ஆரம்பித்தான். இவன் எப்படியும் எம்.பி. ஆகிவிடுவான் எனத் தோன்றிற்று பத்மநாதனுக்கு. அழகாய் இருந்த அந்த இளைஞன் தன்னைப் போலவே அழகு மிகுந்த சொற்களை உதிர்க்கவும் தெரிந்திருந்தான்.

கூட்டத்தை நடத்தப் பழைய மெதடிஸ்த மண்டபம் கிடைத்ததற்கும் திரு. தெய்வசுந்தரம் அவர்கள் பேசப் போவதற்கும் ஏதோ சம்பந்தம் இருப்பதாகப் பட்டது பத்மநாதனுக்கு. ஊரில் கிறிஸ்தவமதத்தைத் தழுவிய முதல் நூறு பேர்களில் அவரும் ஒருவர்.

பேச்சின் ஆரம்பத்திலேயே திரு. தெய்வசுந்தரம் 'உலகத்தின் முதல் சோஷலிஸ்ட் இயேசு கிறிஸ்துதான்' என்றார். அவருடைய பேச்சு காதில் விழாத பாவனை கொண்டு மண்டபம் முழுவதுக்குமாகப் பறந்து அலைந்தன 'செம் பறவைகள்.

தெய்வசுந்தரம் பேசிமுடியும் தறுவாயில் ஆசை ஒன்றை வெளிப்படுத்தத் தவறவில்லை. 'என்னிடம் படித்த மாணவர்களில் சிலர் டொக்டராக இருக்கிறார்கள், பலர் என்ஜினியராக இருக்கிறார்கள், பலர் உபாத்தியாயர் வேலை பார்க்கிறார்கள், இன்னும் சிலர் வெளிநாடுகளில் பணிபுரிகிறார்கள். எனக்கொரு ஆசை உள்ளது. நான் படிப்பித்த மாணவன் ஒருவன் இந்தத் தொகுதிக்கு எம்.பி. ஆக வரவேண்டும். அதன் மூலம் இந்தத் தொகுதிக்கான அபிவிருத்தி வேலைகளை நான் கவனிக்க வேண்டும்' எனக்கூறி அந்த இளம் வக்கீலை அவர் குறும்பாகப் பார்த்த காட்சி வரலாற்றுப் பெருமை வாய்ந்தது.

எதிர்காலத்தில் நிகழப்போகும் அந்த நிமிஷங்களைக் கைதட்டல்களுக்கு மத்தியில் இப்போதே பத்மநாதன் தன் மானசீகத் திரையில் பெருப்பித்துப் போட்டுப்பார்த்து ரசித்தான். எம்.பி.க்கு இவரை, மெதடிஸ்த மண்டபத்தை ஞாபகமிருக்கிறது.

"என்ன சேர், ஹோல் ஏதாவது கட்ட வேணுமா? லைப்ரரியில் மேலும் ஏதாவது வசதிகள் தேவையா?"

"அதொண்டுமில்ல தம்பி, வந்து . . . என்னுடைய மகனும் படிச்சுப் பாஸ் பண்ணிப்போட்டு வீட்டில சும்மா

இருக்கிறான்... அவனுக்குப் பார்த்து ஏதாவது...” விவஸ்தை கெட்ட பேன் ஒன்று அந்தவேளை பார்த்து முன்னாள் ஆசிரியர் தெய்வசுந்தரத்தின் தலையில் கடித்து வைக்க, அவர் சொறிந்து கொள்கிறார்.

இரத்தினசிங்கம் யன்னல் ஓரத்தில் கதிரை போட்டுச் சோகமாக உட்கார்ந்திருந்தான். அவனைப் பீடித்திருந்த ‘மைக்மேனியா’குணமாகி விட்டது போலும். மைக் கிடைக்கும் சமயங்களை இவன் ஒருபோதும் தவறவிடுவ தில்லை. மைக்கைக் கைப்பற்றிக் கல்யாண வீடுகளிலும், சா வீடுகளிலும் அவன் பாடும் தேவாரங்கள் (அவனை மட்டும்) உருக வைப்பவை.

பேச்சாளர்கள் மற்றவர்களுக்குப் புலப்படாத தங்கள் வயலின்களோடு மேடையைக் காலி பண்ணுகின்ற அதே சமயத்தில் மேடையை நோக்கி அசுர வேகத்தில் கவிய ரங்கத்தினர் வந்தார்கள். கைகளில் கற்றை கற்றையாகத் தாள்களை அவர்கள் வைத்திருந்தார்கள். சற்று முன்புதான் எல்லோரும் முகச்சவரம் செய்து, வந்திருக்க வேண்டும். முகத்தில் ஈரம் காயுமுன்னரே அவர்கள் பூசிக் கொண் டிருந்த பௌடர் சிமெண்ட் பூசாத சுவருக்கு வெள்ளைச் சுண்ணாம்பு பூசியதை ஞாபகப்படுத்தியது. கிறிஸ்தவப் பாதிரியார்களை நினைவுபடுத்தும் ஆடைகளை அவர்கள் அணிந்திருந்தார்கள். இவர்கள் ஒவ்வொருவரையும் பார்க்கும் போது எவ்வெவ் வகையில் இவர்களுடைய கவிதைகள் அமையும் என்பதை ஊகிப்பது பத்மநாதனுக்குக் கஷ்டமான காரியமாக இருக்கவில்லை.

இந்த மெதடிஸ்த மண்டபத்துக்கும், பார்லிமெண்டுக் கும் பாலம் அமைப்பார்கள். அப்புஹாமி, அபூசாலி, அண்ணாமலை ஆகிய உழைக்கும் சகோதரர்கள் ஒன்று திரண்டுவிட்டார்கள் என்றும் சில்வா, சித்தீக், சின்னத்துரை போன்ற சுரண்டும் வர்க்கத்திற்கு ஆப்படிக்கும் நாள் தொலை விலில்லையென்றும் கர்ஜிப்பார்கள். பிறகு சிவப்புக் கட்டடம் கட்டக் கற்கள், சீமெந்து, மணல் பரப்பி ரத்த அக்கினி புஷ்பங்கள் சொரிந்து, ‘நீங்கள் பேஜோவில் போக நாங்கள் ஹம்பரும் இல்லாமல் திண்டாட... எவ்வளவு சவால்கள்... எவ்வளவு அறைகூவல்கள்... எவ்வளவு பிரகடனங்கள்...

‘அட போங்கடா..!

அவ்வப்போது சோடா குடித்துக் கவிதை வாசித்து, அல்லது அவ்வப்போது கவிதை வாசித்து சோடா குடித்துக் கவியரங்கு இனிதாக நிறைவேறும்.

தலைமை தாங்கிய தெய்வசுந்தரத்திற்கு அடுப்பங்கரை ஞாபகம் வந்துகொண்டேயிருந்தது. அடிக்கடி 'மைக்'கில் ஊதிக்கொண்டார். அவருடைய அறிவிப்பைத் தொடர்ந்து சஞ்சிகை விற்பனை ஆரம்பமாயிற்று.

வழமைபோலவே சுங்கான் புகைத்தபடி டொக்டர் வந்து முதற் பிரதியையும் தொடர்ந்து இரண்டொரு பிரமுகர்கள் 'சிறப்புப் பிரதிகளை'யும் வாங்கிக்கொண்டு சென்றார்கள்.

விசேஷ பிரதியைப் பெறுமாறு நகரசுத்தித் தொழிலாளி ஒருவரைத் தலைவர் அழைத்தார். கண்ணாடி அணிந்த நகரசுத்தித் தொழிலாளி பவ்யமாக 'ஏதோ' அளித்துப் பிரதியைப் பெறும்போது கந்தசாமியின் 'கெமரா' திடீர் ஒளியைக் கக்கியது.

பத்மநாதனுக்கு உடம்பெல்லாம் அரூயை பரவிற்று. இதென்ன கோமாளித்தனம் என எண்ணியவனுக்குச் சிரிப்பும், எரிச்சலும் வந்தன. இந்தக் கூட்டத்தினரின் மன மலங்களை ஏந்துவதற்கும் இவன்தான் அகப்பட்டானா என ஆச்சரியப்பட்டான் பத்மநாதன்.

அந்த நகரசுத்தித் தொழிலாளிக்கு முத்திரை குத்தி, காட்சிப் பொருளாக்கி, மேடைக்கு ஏற்றிப் பிரதிவாங்கச் செய்த செம்பறவைகளின் உள்நோக்கம் எதுவாக இருக்கும் என நேற்றுக் கிடைத்த விழா அழைப்பிதழைப் படித்த போதே பத்மநாதன் தீர்மானம் செய்துகொண்டான். 'இது வெறும் விளம்பர உத்தி'.

அந்தத் தொழிலாளியின் பெயரை மாத்திரம் அழைப்பிதழில் போடாமல் பெயருக்குப் பக்கத்தில் அடைப்புக்குறிக்குள் நகரசுத்தித் தொழிலாளி எனக் குறிப்பிட்டுக் காட்டியிருப்பது ஓர் அநாகரிகத்தின் வெளிப்பாடு என்றே இவனுக்குப் பட்டது.

நல்லவேளையாகப் பாலியல் தொழிலாளி ஒருத்தியை விட்டுச் சஞ்சிகைப் பிரதியை வாங்குவிக்கும் எண்ணம் இவர்களுக்கு வராமல் போனதையிட்டுச் சந்தோசமடைந்தான். பாலியல் தொழிலாளி ஒருத்தி மேடையில் தோன்றினால் 'செம்பறவைகளில்' பல மேடையிலேயே பாய் விரித்திருக்கும்.

மண்டபம் முழுவதற்குமான விற்பனை அடுத்து ஆரம்பமாயிற்று.

இவனது பக்கமாக ஒரு பையன் பிரதிகளை ஏந்திக் கொண்டு வந்தான். ரூபாவை நீட்டிப் பிரதியை வாங்கும்

போதே பையனிடம் "உன் கவிதை ஏதும் இதில் வந்திருக் கிறதா?" என்று இவன் கேட்டான். பையன் நாணிக்கோணிச் சிரித்து "ஆம்" என்றான்.

அவன் முதலாளித்துவத்திற்கு நிறையவரிகளில் சாவு மணி அடித்து, சமாதி கட்டியிருப்பான் என்று புரிந்து கொண்டான்.

பூமாரி பொழிந்து, புகழ்மாலை சூடுபவர்களை ஆய் வுரைக்குத் தயார்படுத்தி அழைத்திருந்தார்கள் செம் பறவைகள்.

'சமூகப் பிரக்ஞை அற்ற ஒருவனால் நல்ல படைப்பைத் தரமுடியாது' என்றான் ஓர் ஆய்வாளன். 'அட்வான்ஸ் லெவல்' படிப்பிக்க வந்த 'அரிச்சுவடி' வாத்தி மாதிரி.

பத்மநாதன் அலுப்பு மிகுந்தவனாக எழுந்தான். மெது வாக வெளியே நடந்தான். சுற்றுப் புறத்தில் தலைகளே இல்லை.

ஒரு காலத்தில் கிளைகளை விரித்து, நிழல் தந்து இப்போது சாய்ந்து போன மரங்களில் ஒன்று இவன் இருக்க உதவிற்று. வசதியாய்ப் பத்மநாதன் உட்கார்ந்துகொண்டான்.

ரொம்பநேரம் பிரிந்திருந்த இயற்கைக் காற்று இவனைத் தழுவிக் கொண்டது. இவன் வருகை காரணமாகக் கத்து வதை இடைநிறுத்திய சில்லூறுகள் மறுபடியும் தொடர்ந் தன. மேடைக் கூச்சல்களை விட இந்தக் கீச்சிடல்களில் இயற்கையும், உண்மையும் இருப்பதாகப் பட்டது.

சூட்கேஸ் பாரம் கையைக் கீழே இழுக்க ஒரு பெட்டை மண்டபத்தைக் கடந்து நடந்துகொண்டிருந்தாள். இன்று ஞாயிற்றுக்கிழமை. ஊரைவிட்டு வரும் விருப்பமின்மையை, கிறிஸ்தவ ஹொஸ்டலுக்குப் போய்ச் சேரும் நேர அவகாசத் தைச் சற்றுப் பின்தள்ளும் ஓர் அற்ப ஆசையை அவளுடைய நடை காட்டிற்று. பிரதான வீதியை விட்டு விலகி, வலது புறமாகத் தனியே பிரிந்து ஹொஸ்டல், வித்தியாலயம் என்ப வற்றை நோக்கிப் போன பாதையில் அவள் போய்க்கொண் டிருந்தாள். சூட்கேஸின் பாரமா அல்லது மனசின் பாரமா அவள் முகத்தில் தென்படுவது எனப் புரிந்துகொள்ள முடியாமல் பத்மநாதன் துக்கப்பட்டான்.

ஊரைவிட்டு வர விருப்பமில்லாத இவளைப் பலவந்த மாக வற்புறுத்தி பஸ் ஏற்றி அனுப்பியிருக்கக் கூடும் இவளு டைய வீட்டார். இவள் கவலைக்குக் காரணம் என்னவாக இருக்கும்? எதிர்காலத்தைப் பற்றிய பயமா? வீட்டின் உட் பிரச்சினைகளா? காதல்வயப்பாடா? ஹொஸ்டல் வாழ்க்கை

யின் இயந்திரத்தன்மையா? ஹொஸ்டல் கட்டணம் நிலுவையில் இருக்கிறதா? அல்லது நாளை திங்கட்கிழமை காட்ட வேண்டிய, தான் செய்யத் தவறிய வீட்டுக்கணக்கும், வாத்தியாரின் பிரம்பும் அவள் ஞாபகத்துக்கு வந்திருக்கலாம்.

அவளுடைய தளர்வான நடைக்கும், சோகத்துக்கும் காரணம் என்னவாக இருக்கும் என்று அறிய அவளுடைய உலகத்துக்குள் நுழைவதுகூட ஒரு சிறப்பான படைப்பைத் தந்து விடக்கூடும். ‘அதை விட்டுப்போட்டு இந்த முண்டங்கள்; மேடையில் நின்று என்னென்னவோ பண்றானுகள். கவிதை என்றால் இதுவா? ஃபாதரின் தேவாலயப் பிரசங்கம் கூட இதைவிட மேலாயிருக்கும் பைத்தியக்காரப் பயல்களே!” சலிப்புடன் அண்ணாந்து வெறித்துப் பார்த்தான் பத்மநாதன்.

வெயிலின் சாய்வில் விரைவு தெரிந்தது. அடிவானத்தில் வண்ணக் குழம்புகளின் பஞ்சொற்றல்கள் தென்பட்டன.

இருட்டில் இருந்த இவனைத் தேடிக்கொண்டு நண்பர்கள் இருவர் வந்தார்கள். “நீ என்ன இஞ்ச இருக்கிறாய்?” என்றான் தேவராசு.

“ஓம் . . . இந்த இடம் வசதியாய் இருக்குது.”

“எதுக்கு?” என்று கண் சிமிட்டினான் நந்தகோபால்.

இவர்களுடைய துறை வேறு. தேவராசும் நந்தகோபாலும் இந்தக் கூட்டத்திற்கு வந்ததற்கும் காரணம் இருக்கிறது. கவியரங்கு முடிந்ததும் நடைபெறப் போகும் இசை நிகழ்ச்சிக்குக் கைகள் தட்ட, விசில் அடிக்க . . . once more சொல்ல . . . மேடையிலிருந்தபடி அறுக்கும் பேர்வழியைக் ‘கூய்’போட்டுக் கீழே இறக்க . . . முன்வரிசையில் பெட்டைகள் இருந்தால் வர்ணனைகளும், புள்ளிகளும் வழங்க . . .

“என்ன நடக்குது?”

“வயலின் கச்சேரி” என்றான் எரிச்சலுடன் பத்மநாதன்.

“அவனுகள் எதையாவது அறுத்து விட்டுப் போகட்டுமே” என்றான் தேவராசு.

“ம் . . . இதைச் சொன்னால் இவனுகளுக்குக் கோபம் வருது இதய சுத்தி இல்லாத உண்மைக்கு வெகு தூரத்தில் நின்று இவனுகள் எழுதுறதைக் கண்டிச்சால் இவனுகளுக்குக் கோபம் வருது மூக்கணாம் கயிற்றுக்குள் நின்று இயங்குகிற மாடுகளுக்கும், இவனுகளுக்கும் என்ன வித்தியாசம்? என்றான் மனவருத்தத்துடன் பத்மநாதன் தேவராசுவிடம். தேவராசு இதை விளங்கிக் கொண்டானா என்பது தெரியவில்லை.

“பீடாக்கடை வரைக்கும் போயிற்று வருவோம் வா” என்று கூப்பிட்டான் தேவராசு.

இவர்கள் வெளியேறிப் பீடாக்கடை வரை நடக்கத் தொடங்கினார்கள். மௌனமாகத் தேவராசுவும், நந்தகோபாலும் வந்தார்கள்.

மாட்டுச்சாணம் படுகிற தகுதியை இதுவரை எட்டாத சினிமாக்காரன் ஒருவன் நடித்த திரைப்பட விளம்பரத் தட்டி மூன்றுவார, வெற்றிகரத்துடன் பத்திரமாகத் தொங்கிற்று. நாயகி பல்வரிசையைக் காட்டிக்கொண்டிருந்தாள்.

இதுதான் அந்த நகரத்தின் நாற்சந்தி என அடையாளம் காட்டியபடி எதிரே மாடுகள் படுத்திருந்தன.

அந்த நாற்சந்தியில் இருந்த கட்டிடம் புராதன காலத்து வெள்ளை மாளிகைபோல் ஒளியில் தெரிந்தது.

மினேர்வாவில் இருந்த ஒலிபெருக்கிப் பெட்டிகள் தடபுட ட்ரம் தட்டல்களுடன் No women, No cry . . . என்று பாடிக்கொண்டிருந்தது.

இந்தப் பக்கம் பொலிஸ் ஸ்டேஷன் வெகு பிரகாச மின்னொளியில், கண்பார்வை எல்லையைத் தடுக்கும் தூரத்தில் இருந்தது. பெரிய சிவப்பு எழுத்துக்களில் ‘சிங்கர்’ விளம்பரப் பலகை தொங்கிக் கொண்டிருந்தது.

இரவு ஒன்பது வரைக்குமான, மேனா மினுக்கித்தனங்களுக்கு அந்த நீள வீதியின் கடைகள் தயாராகி இருந்தன. அதன்பின் அனாதைகள் போல் வீதி விளக்குகள் மாத்திரம் ஒளியைச் சிந்தியவாறும், அதில் பூச்சிகளைக் குளிக்க விட்டுக் கொண்டும் நிற்கும். மாலை நேரத்துக் காகங்கள் போல நிலையம் நோக்கிப் பறந்துகொண்டிருந்தன பஸ் வண்டிகள்.

பீடாவை மூவருமாகக் கொதுப்பிக் கொண்டு மறுபடியும் மண்டபப் பக்கமாக நடக்கத் தொடங்கினார்கள். தேவராசு இசை நிகழ்ச்சியைப் பாராமல் இன்று போக மாட்டான். தன்னை விடுவிக்கவும் மாட்டான் என்பது பத்மநாதனுக்குப் புரிந்தது.

மண்டபத்துக்குள் இப்போது நல்ல கூட்டம் கூடியிருந்தது. பல மட்டத்தினரும் இசைநிகழ்ச்சியைப் பார்க்கக் கூடியிருந்தார்கள். உதைபந்தாட்டமும், இசை நிகழ்ச்சியும் இப்பட்டினத்தாரின் ‘ரசனைத்தராசின்’ இரு தட்டுகள்.

தேவராசு குறிவைத்து மேடைக்குச் சமீபமாகப் போனான். மூன்றாவது வரிசையில் மூவருக்கும் இடம் பிடித்தான்.

முதல் இரு வரிசைகளிலும் பெண்கள் வந்து அமர்ந்திருந்தனர். அவர்களில் ஒருத்தியைச் சுட்டிக்காட்டித்

தேவராசு ரகசியமாக 'இப்போது பாடப் போகின்ற ஒரு சிறுமியின் தாய் இவள்' என்றான். சொன்னதோடு நிற்காமல் வசதியாக ஒரு குறளையும் பகிர்ந்துகொண்டான்.

"ஈன்றபொழுதில் பெரிதுவக்கும் தன்மகனைச் சான்றோன் எனக்கேட்ட தாய் . . ."

"அது மகனுக்குச் சொன்னதப்பா . . . நீ வேறு என்னை அறுக்காதே" என்றான் அலுப்புடன் பத்மநாதன். அவனுக்கு லேசாகத் தலையை வலித்தது. இனிக் கூட்டங்களுக்கு வருவது பற்றிச் சற்று யோசித்தே தீர்மானம் எடுக்க வேண்டும் என நினைத்தான் அவன்.

சரியாக எப்போது இசை நிகழ்ச்சி ஆரம்பமானது என்று பத்மநாதனுக்குப் புரியவில்லை. வேறு சிந்தனைகளில் வயப்பட்டிருந்த பத்மநாதன் தன்னை உலுப்பிக்கொண்டு விழித்த போது ஒருவன் பாடியவாறிருந்தான்.

ஹார்மோனியம் ஒரே அலறலாக மாறி பஸ் நிலைய உணர்வை இவனுக்கு ஏற்படுத்தியது. மற்ற அத்தனை வாக்கியங்களையும், பாடல்களையும் அமுக்கி, விழுங்கி அது ஏப்பம் விட்டது. மேடையின் வலதுபுறமிருந்து 'டோல்கீ'யைக் கையாண்டவன் அங்கசேஷ்டை கூடிய ஒரு ஹாஸ்ய நடிகன் போல் இருந்தான்.

இப்போது அந்தச் சிறுமி பாடத் தொடங்கினாள்.

"... ஏழுமலை வாசா
எனை ஆளும் ஸ்ரீநிவாசா
எந்நாளும் நீயே
துணை வெங்கடேசா ..."

இன்றைய மாலை நேரம் ஏன் இப்படி விரயமாய்ப் போனது என்று எரிச்சலுற்றான் பத்மநாதன்.

விழாவை ஒழுங்கு செய்தவர்கள் மீது, அங்கு கூடியிருப்பவர்கள் மீது, இந்தத் தேவராசு மீது மாறி மாறிப் படர்வு கொண்ட பத்மநாதனின் சினம் இறுதியில் தன்மீதே குத்திட்டு நிலைத்து நின்றது.

தேவராசைத் தவிர்த்துவிட்டு எழும்பி வெளியேறிப் போகவும் இவனால் முடியவில்லை. இன்னொரு நேரம் பார்த்துத் தேவராசு பழிவாங்குவான்.

வேறு வழியில்லாமல் முன்வரிசையில் இருந்த மனுஷி ஒருத்தியின் ரவிக்கையின் பின்புறம் இருந்த பூக்களை எண்ணிக்கையிடத் தொடங்கினான் பத்மநாதன்.

கணையாழி **– ஐப்பசி 1980**

மாலை சூட்டிகள்

செங்காவின் வீட்டுக்கு முன்னால் நின்ற அலரி மரங்கள் நிறையப் பூக்களை இழந்திருந்தன. உச்சிக் கிளைகளில் மாத்திரம் கொஞ்சப் பூக்கள் அங்குமிங்கு மாகக் காணப்பட்டன. அவை கூடப் பின்னேரத்துக் குள் இல்லாமல் போய் விடலாம்.

செங்காவுக்குக் காலையிலிருந்து ஆரம்பித்த நெஞ்சின் குறுகுறுப்பு இன்னமும் அடங்கிய பாடாய் இல்லை. பதினாறாம் இலக்கந்தான் உலகிலேயே சோதனைக்குரிய இலக்கமாக அவனுக்கு இப்போதைய நிலையில் பட்டது. பதினைந்தாந் திகதிக்குப் பிறகு பதினேழாம் திகதி வந்திருந்தால் செங்காவுக்கு எவ் வளவு சந்தோஷமாயும், நிம்மதியாயும் இருந்திருக்கும்.

அப்படி நிகழும் பட்சத்தில் ஒவ்வொரு நாளையும் போல இந்த நாளின் காலைப் பொழுதையும் வெகு சந்தோஷத்துடன் அவன் ஆரம்பித்திருப்பான். வானொ லியில் மோட்சம் தேடி உருகுகிற சீர்காழி கோவிந்த ராஜன் அவனை ஓர் அரவமுமில்லாமல் தட்டி எழுப்பியிருப்பார். ஒரு கோப்பைக் கோப்பியுடன் அவனுடைய இன்றையநாள் ஆரம்பமாகியிருக்கும்.

ஆனால் இன்றைக்கு ஒன்றுமே சாத்தியமில்லா மல் போய்விட்டது. பதினாறாம் திகதியைப் பார்த்தே தீரவேண்டுமென்று கிழக்கில் கறுத்த திரையைக் கழற்று கிறான் சூரியன்.

இன்று அவனால் வழக்கம்போல எழுந்திருக்க முடியவில்லை. எழுந்த பிறகும் சுறுசுறுப்புடன் இயங்க முடியவில்லை. இன்று காலையில் செங்கா எந்தப்

பூச்செடிக்கும் தண்ணீர் ஊற்றவில்லை. மலர்ந்திருக்கும் மணிறோசாப் பூக்களில் லயித்துப் போகவில்லை. இன்றைக்கு வாசிகசாலைக்கும் போகமுடியாது. நாற்பதாவதோ, நாற்பத்தெட்டாவதோ பக்கத்தில் அடையாளத்திற்காகச் சொருவி வைத்த கடதாசித் துண்டுடன் விட்டல்ராவின் 'போக்கிடம்' செங்காவின் தலை மாட்டில் கிடக்கிறது. அதை இன்றைக்குத் தொடவோ, தொடரவோ முடியாது. மத்தியானம் சாப்பிட்ட பிறகு நிம்மதியான தூக்கம் போடுவான். அதுவும் இன்றைக்கு இயலாது. இதோ இரைந்து கொண்டிருக்கின்ற ஒலிபெருக்கி மாத்திரமல்ல, அவன் மன உணர்வுகளும் அவனை இன்றைக்குத் தூங்க விடா.

அவனால் இன்று இப்பொழுதுவரை செய்ய முடிந்தது, தெருவுக்கும் வீட்டுக்குமாகக் காலையிலிருந்து நிலைகொள்ளாமல் நடைபயில்வது ஒன்றைத்தான். கால்களோடு சேர்ந்து அவன் மனதின் உணர்வுகளும் நிலைகொள்ள மறுத்தன. மனசை மடக்கிப் போட்டுவிட்டு வீட்டுக்குள் அடைந்து கிடப்பதும் அவனுக்குச் சிரமமாய் இருந்தது. அதேவேளை தெருவில் நடப்பவை குறித்துத் தொடர்ச்சியாக நின்று அவதானிப்பதும் அக்கறை கொள்வதும் கூட அவன் மனதுக்குச் சங்கடத்தைத் தந்தன.

இந்த ஊரின் எல்லை செங்காவின் வீட்டுக்கு மிக அண்மையிலிருந்து ஆரம்பிக்கிறது. இங்கிருந்துதான் எம்.பி. யின் வரவேற்பு ஊர்வலம் இன்று பின்னேரம் ஆரம்பிக்கும். செங்காவின் வீட்டைக் கடந்துதான் விழா நடைபெறும் இடத்துக்கு அவர் போகவேண்டும். இதோ இந்த அலரிமரங்களையும் அவர் கடந்து போவார். இந்த மரங்களைப் போன்றே இன்னும் பல மரங்கள் அளித்த மலர்களின் மாலைகளை அவர் கழுத்து ஏற்றிருக்கும். அவருக்கு இன்றைய மாலைப் பொழுது சந்தோஷம் மிக்கதாய் அமையலாம். அவரோடு கூட வருபவர்கள் மனப்பூர்வமாக இல்லாவிட்டாலும்கூட முகங்களில் நிச்சயம் சந்தோஷங்காட்டி இந்த வழியாய்ப் போவார்கள்.

செங்காவுக்குத்தான் இன்றைய நாள் மிகவும் சோதனை மிக்கதாய்ப் போய்விட்டது.

அந்த வழியாக சென்ற பஸ் ஒன்றிலிருந்த சிலர் ஒலிபெருக்கிச் சத்தத்தால் கவன ஈர்ப்புற்று, பொந்துப் பாம்புகளாய்த் தலையை நீட்டிப்பார்த்தனர். வீதியோரமாக இருந்த அந்தத் தற்காலிகப் பந்தலுக்கு மேலே பறந்து கொண்டிருந்த குறிப்பிட்ட வர்ணக் கொடி அவர்கள் எல்லோருக்கும் விஷயத்தை விளங்கப்படுத்தியிருக்கும். இல்லாவிட்டா

லும் அந்த ஒலி பெருக்கிகளில் அடிக்கொருதரம் செய்கிற விளம்பர அறிவிப்புகள் மூலமாகவாவது விளங்கியிருக்கும்.

இதோ இந்தச் சிறுமிகள் இன்னமும் பூக்கள் தேடி முடியவில்லை.

"என்னடி, இன்னும் பூ எடுத்து முடியவில்லையா?" என்று செங்கா கேட்டான்.

"கொஞ்சந்தான் எடுத்தனான். காணாது ..." என்று சஸி புடலங்காய் உடம்போடு ஆயிரம் விதங்களில் நெளிந்தாள். அவளுடைய கையிலிருந்த கடகத்துக்குள் அவளையே அடக்கம் பண்ணிவிடலாம் போலிருந்தது.

பின்னேரம் தாங்கள் அணிவிக்கப்போகும் மாலைகளுக் காகப் பூக்களைத் தேடி வீட்டின் பெரியவர்கள் சிறுசுகளை ஏவி விட்டிருந்தார்கள். மாலைகள் அணிவிப்பதில் பெரிய வர்களுக்கு ஆர்வம் இருந்தாலும் வீடு வீடாகப் போய்ப் பூப் பறிப்பதை அவர்கள் கௌரவக் குறைச்சலாக எண்ணி னார்கள்.

சஸியைப் பூக்கள் தேட அனுப்பிவிட்டு வீட்டிலிருப்பாள் ஓர் அக்கா. அவள் பூக்களுக்காக மட்டுமல்ல, ஒரு வேலைக் காக, ஒரு கல்யாணத்திற்காக ... இன்னும் எத்தனையோ விஷயங்களுக்காகக் காத்திருக்கிறாள். சஸியோடு சேர்த்து வீட்டில் மொத்தம் ஐந்து பெட்டைகள். மூத்தவள் எப்படி யும் ஒரு வேலையில் சேர்ந்துவிட்டால் தன் தலைப்பாரம் சற்றுக் குறைந்துவிடும் என்பது அவளுடைய அப்பாவின் நம்பிக்கை. ஆசிரியை நியமனம் கிடைத்து, அவள் தன்கூடப் படிப்பிக்கும் எவனையாவது காதலித்தாலும் அதை ஆதரித்து விட வேண்டியதுதான் என்று செங்காவிடமே ஒரு நாள் பேச்சுவாக்கில் அவர் கூறியிருந்தார். எல்லாவற்றையும் யோசித்துத்தான் சஸியைப் பூக்கள் தேடியெடுத்து வரும்படி அவர் விரட்டியிருக்க வேண்டும்.

சஸி செங்காவின் வீட்டுக்குத்தான் முதலில் வந்தாள். இன்றைக்குக் காலையிலிருந்து செங்காவின் வீட்டுக் கேற்றை அடிக்கொரு தரம் சிறுவர்கள் வந்து தட்டிக்கொண்டே யிருந்தார்கள். இந்தப்பகுதியில் பூக்கள் பூத்துக் குலுங்கும் வீடுகளில் செங்காவினுடையதும் ஒன்று.

செங்காவும் சஸியைத் தொடர்ந்து உள்ளே போய்ப் பார்த்த போது துணுக்குற்றான். முள்ளால் குத்துவேன் என்பது போல றோசா மரம் விசனத்துடன் நின்றது. மருந்துக்கும் செடியில் ஒரு பூ இல்லாமல் இருந்தது. சின்ன சந்தோஷம்

ஒன்றும் வந்தது. "பூவெல்லாம் முடிஞ்சு போச்சுதே" என்று அம்மாவுக்கு ஒரு சாட்டுச் சொல்லி விடலாம்.

"இல்லல்ல ... நான் கொஞ்சப் பூவை ஆய்ஞ்சு உள்ளுக்குள்ள எடுத்து வெச்சிருக்கிறன் ... நம்மட மாலைக்கு அவ்வளவும் காணும் ..." என்று அம்மா ரகசியமாச் சொன்னதும் அங்கே மேலும் நிற்பது சின்ன தகராறொன்றுக்கு வழி வகுக்கும் என எண்ணிச் செங்கா மறுபடியும் தெருவை நோக்கிப் போனான்.

முதுகுக்குப் பின்னாலேயே முணுமுணுக்கும் அம்மா இன்று காலையில் முகத்துக்கு நேராகவே சற்றுக் காரமாகக் கேட்டு விட்டாள். "அவள் சொன்னது போலவே தான் பொறுப்பில்லாதவன்தானா?"

இன்றைய இந்த வரவேற்பு விழாவுக்குச் செயற்குழு பணம் அறவிட்டுத் திரிந்தபோது செங்காவின் குடும்பத்திடம் எதுவுமே வாங்கிக் கொள்ளவில்லை. (செங்காவின் குடும்பம் மிகச் சிறியது அம்மாவும் மூன்று பிள்ளைகளையும் கொண்ட குடும்பம். எந்த எம்.பியும் மூன்று நான்கு ஓட்டுகளால் வென்றுவிடுவதில்லை என்பதனால் விசேடக் கவனிப்புகள் எவையும் இருப்பதில்லை) அது அம்மாவுக்கு மிகவும் சங்கடமாகவும் சஞ்சலமாகவும் இருந்தது. கோயில்களுக்கு நேர்த்திக் கடன்கள் வைத்து வைத்து அம்மாவுக்கு அலுத்துப்போய் விட்டது. இனி நேர்த்திக்கடன் வைப்பதற்குக் கோயில் எதுவும் பாக்கியில்லை. மகனுக்கு வேலை வேண்டுமென்றால் தான் நேர்த்திக்கடன் வைக்க வேண்டிய இடம் கோயிலல்ல, வேறொன்று என்ற உண்மை அம்மாவுக்குக் கொஞ்ச நாட்களாகத்தான் புரிய ஆரம்பித்திருக்கிறது. செங்கா 'ஒரு பொறுப்பில்லாதவன்' ஆனது இப்படித்தான்.

விழாச் செயற்குழுவைத் தேடிப்போய் 'ஏன் என்னிடம் பணம் கேட்டு வாங்கவில்லை?' என்று விசாரித்திருக்க வேண்டுமாம். அட, அதுதான் போகட்டும். இன்றைக்குப் பின்னேரம் வரவேற்பு ஊர்வலம் நிகழும் போது எம்.பிக்குச் செங்கா ஒரு மாலை சூட்டவேண்டுமாம். இப்படியெல்லாம் செய்துவிடும் பட்சத்தில் செங்கா ஒரு நல்ல பையன் என அங்கீகரிக்கப்பட்டுவிடுவான்.

நேற்றிரவு இருந்து யோசித்ததில் அம்மா சொல்கிற நியாயங்களிலும் அர்த்தம் இருப்பதாகப்பட்டது. 'விழாச் செயற்குழு யார் யாரிடம் காசு வசூல் பண்ணியிருக்கக் கூடாது? வசூலித்திருக்க மாட்டார்கள்? எதிர்க் கட்சி ஆட்களிடந்தான் காசு கேட்டுப் போயிருக்க மாட்டார்கள். எப்போது இருந்து செங்காவும், செங்காவின் குடும்பத்தாரும் எதிர்க்கட்சி

ஆதரவாளர்களாகப் போனார்கள்? எவன் இதைப் பிரக டனப்படுத்தினது?' இவைதான் அம்மாவின் மிரட்சியும் கவலையும்.

நினைத்துப் பார்க்கும்போது செங்காவுக்கு வியப்பாக இருந்தது. பிறகு சினமாக வந்தது. அவனவன் தொழில் தேடும் போட்டியில் மற்றவனைப் பின்னே தள்ளிவிட்டு எம்.பி.ஐ நெருங்கும் பந்தயத்தில் முண்டியடிக்கிறார்கள். அதிலும் செங்காவைப்போல ஆட்கள் என்றால் இன்னமும் வெகு சுலபம். இவன் திருநாவுக்கரசர் பரம்பரை. கல்லோடு கட்டிக் கடலில் போடினும் தேவாரம் பாடக் காத்திருக் கும் ஜாதி.

பக்கத்து வீட்டில் இருக்கிறானே பத்மநாதன், அவன் இவனுக்கு சுபாவத்தில் நேர் எதிர். நேற்றிரவு சின்ன யுத்தம் ஒன்று பத்மநாதன் என்ற நவீனக் காசியப்பனுக்கும், அவனு டைய அப்பாவுக்குமிடையில் நடந்தது. சமையலறையிலிருந்த சில சாமான்களை அப்பாவை நோக்கிப் பத்மநாதன் வீசி யிருக்க வேண்டும். அப்படித்தான் சத்தங்கள் கேட்டன. அவனுடைய அப்பா இருமலுக்கிடையிலும் இப்படிப் புலம் பினார். "என்னால என்ன செய்ய ஏலும்டா மக்காள்... நான் அந்தாளிட்ட ஒரே போறன்தான். அந்த ஆள் வேல தாற நேரந்தானே நாம எடுக்கோணும்... சாகக்குக் குள்ளையும் என்னை நிம்மதியாகச் சாக விடமாட்டயளா மக்காள்..."

பத்மநாதனுடைய வீட்டார் இன்று காலையில் ஓர் எவர் ஸில்வர் குடம் துலக்கி, தேங்காய்க்கு முடி சீவி வைத்திருந் தார்கள். இன்று பின்னேர வரவேற்பு ஊர்வலத்தின் போது அவர்கள் மாலை போடுவதோடு நிறைகுடமும் விளக்கும் வைக்கப்போகிறார்கள். எந்தக் கோயில் ஊர்வலங்களுக்கும் அவர்கள் நிறைகுடம், விளக்கு வைத்துச் செங்கா இதுவரை பார்த்ததில்லை, அவர்கள் சென்ற தேர்தலின் போது நிறை குடம் வைத்து ஆதரித்த வேட்பாளன் தோற்றுப்போய் இப் போது மறுபடியும் கோர்ட்டுக்கும், வீட்டுக்குமாகப் படிகள் ஏறிக் கொண்டிருக்கிறான்.

'பக்கத்து வீட்டார் நிறைகுடம், விளக்குடன் மாலை போட்டும் ஆதரிக்கிறார்கள். நீ மட்டும் ஏன் அப்படிச் செய்யவில்லை...' என்று வீரபாண்டிய கட்டபொம்மனிடம் ஜாக்ஸன்துரை கேட்பது மாதிரி வசனங்கள் வரும் அபாயம் இருக்கத்தான் செய்கிறது. காரணமேயில்லாமல் இப்போது ஏற்பட்டுப்போன இடைவெளியை இன்னமும் அதிகரிக்கச் செய்கிற காரியமாகத்தான் இது போய்முடியும் என அம்மா அஞ்சுவதில் நியாயமிருக்கிறது. அத்தோடு அவளுக்குப்

பொறுப்புணர்ச்சி இருக்கிறது. செங்கா எக்கேடு கெட்டும் போகட்டும். அவனுக்குப் பின்னால் இன்னமும் இரண்டு தம்பிகள் இருக்கிறார்கள். அவர்களுடைய எதிர்கால நன்மைகளுக்காகவாவது எதையாவது செய்ய வேண்டுமென ஓர் அம்மா துடிப்பது இயற்கை. ஆனால் செங்காவைப் பொறுத்தவரையில் இதெல்லாம் மனதுக்கு மிகவும் சங்கடமான காரியங்களாகத்தான் இருக்கின்றன. இன்று மாத்திரமல்ல அன்றுந்தான்.

பத்துப்பதினொரு வருஷங்களுக்கு முன் அப்பா இருக்கும்போது அது நடந்தது. அமைச்சராகப் பதவி ஏற்ற ஒரு தமிழருக்கு வரவேற்பூர்வலம் இதே வீதியில் ஏற்பாடாகியிருந்தது. செங்காவுக்கும் புதுச்சட்டை அணிவிக்கப்பட்டு, மாலை கையில் கொடுக்கப்பட்டது. யாரோ தூக்கி, உயர்த்தி விட அப்பாவைப் பார்த்துப் பயந்தபடி அந்த அமைச்சருக்குச் செங்கா மாலை அணிவித்தான். அந்த சம்பவத்தைப் புகைப்பட வடிவத்தில் ரெண்டு வாரங்கள் கழித்து அப்பா கொண்டு வந்தார்.

“ஏண்டா மடையா, இப்படித் திருதிருன்னு ஆடு கள வெடுத்தவன் மாதிரி முழிக்கிறே?” என்று புகைப்படத்தைக் காட்டி அப்பா கேட்டார்.

அந்த அமைச்சர், ‘முன்னாள்’ பெருமையுடன் சமீபத்தில் செத்துப்போனபோது ‘நான் மாலை போட்ட மனிதனல்லவா?’ என்று அந்த ஒரேயொரு விஷயத்துக்காக மனதிற்குள் ரெண்டு நிமிஷங்கள் துக்கப்பட்டான் செங்கா.

பத்துப்பதினொரு வருஷங்களுக்குப் பிறகு இன்றைக்குத்தான் மாலைச் சங்கடம் மறுபடியும் வந்திருக்கிறது. முன்கூட்டியே யோசித்து எங்காவது வெளியூர் போய்விட்டுத் திரும்பியிருக்கலாம் எனச் செங்காவுக்குத் தோன்றிற்று. அவன் வெளியூர் தான் போனான் என எம்.பியை எப்படி நம்ப வைப்பது? அதிலும் சங்கடம் இருக்கிறது அல்லவா?

இந்த வீட்டைக் கடக்கும்போது தனக்கு மாலை மரியாதை நடக்கவில்லை என்று கவனித்து வைக்கக்கூடியவரா இந்த எம்.பி.? அவர் இதைப்பற்றியெல்லாம் கவனிக்காவிட்டாலும் சிவராசா என்று ஒரு பேர்வழி இருக்கிறான். அவன் போட்டுக் கொடுப்பான். மாலை மட்டுமல்ல வரவேற்பு விழாவுக்கும் பணம்கூட அவன் தரவில்லை என்று சொன்னாலும் சொல்வான். யார், எவர் என்று தெரியாத விதமாக இருட்டில் ஒரு நாளைக்குச் சிவராசாவைப் பிடித்து வைத்து உதைக்க வேண்டும் எனச் செங்கா நினைப்ப

துண்டு. 'ஹூம், எத்தனை பேருக்கு இப்படி இருட்டில் அடித்துக் கிழித்துவிட்டேன் ...' என்று பிறகு நினைத்துச் சோர் வுற்றான் செங்கா. மனதிற்குள்ளாக அவன் ஒரு முகமதலி.

செங்காவுக்கு சௌந்தரத்தின் ஞாபகம் திடீரென இப்போது வந்தது. சௌந்தரம் இப்போது என்ன செய்து கொண்டிருப்பான்? பூக்கோர்த்துக் கொண்டிருப்பானோ? இல்லாவிட்டால் வாழ்த்துப்பா ஏதாவது பாட ஆயத்தம் பண்ணியவாறிருப்பானோ?

செங்காவைச் சந்திக்கும் போதெல்லாம் சௌந்தரம் மிகவும் நொந்துபோய்த்தான் பேசுவான். தேர்தல் காலத்து இரவொன்றில் எதிர்க்கட்சிக்காரன் தந்த சாராயத்தை வாங்கிக் குடித்ததுதான் இன்றைக்கும் வேலையில்லாமல் தான் அலைவதற்கு முக்கியக் காரணம் என்று சொல்வான். அதற்குச் செங்கா பதில் சொல்லியிருந்தான். "நண்பனே, சாராயம் குடிப்பது தப்பில்லை. ஆனால் வெல்கிற அபேட்சக னாகப் பார்த்து வாங்கிக் குடிப்பதுதான் முக்கியம்."

சௌந்தரம் கொஞ்ச நாட்களுக்கு முன்புவரை வெகு வாகக் குழம்பிக் கொண்டிருந்தான். மத்திய கிழக்கு நாடு களுக்குத் தான் போய்விடப்போவதாக ஒருநாள் சொன் னான். பிறகு இன்னொரு நாள், தான் கொழும்புக்குக் கடை யொன்றில் வேலை பார்க்கச் செல்ல எண்ணியிருப்பதாகத் தெரிவித்தான்.

தம்பிக்குச் சாப்பாட்டை எடுத்துக் கொண்டு ஒரு நாள் மத்தியான வெயிலில் சைக்கிளின் 'கிறீச், கிறீச்' ஓலங்களைச் சகித்தவாறு தாழவட்டான் ஏற்றத்தால் மேல் மூச்சுக் கீழ் மூச்சு வாங்க உயர்ந்து கொண்டிருந்தபோது சௌந்தரம் எதிரே தோன்றி 'ஹென்டிலைப்' பிடித்துச் சைக்கிளை நிறுத்தினான்.

"செங்கா நான் ஒரு முடிவுக்கு வந்திற்றன் மச்சான். இந்த எம்.பிக்குத்தான் இனிமேல் என்ர ஸப்போட்" என்றான். செங்கா தன் சிரிப்பை வெளியில் காட்டிக்கொள் ளாமல் "நல்லது" என்றான்.

"நாம மடையன் மாதிரி இனியும் திரியலாமா? எவ்வளவு பேர் எலக்ஷன் ரைம்ல வேற கட்சிக்கெல்லாம் நிண்டு போட்டு இப்போ ஓரேயடியா மாறிற்று வேஷம் போடுறானுகள். நாம செய்தா என்ன குறைஞ்சா போவம்? எம்.பிக்கு ஆதரவா நானும் இஞ்ச ஒரு கிளை தொடங்கப் போறன்" என்றான் சௌந்தரம்.

வெயில் தலையை மிகவும் சுட்டது. காலையில் பூசிய நல்லெண்ணெய் முழுவதும் இதுவரை ஆவியாகிப் போயிருக்கும் என்று செங்கா கவலைப்பட்டான். அந்த வெயிலில் பேச்சை முறித்துக் கொள்வதே புத்திசாலித்தனம் எனச் செங்காவுக்குத் தோன்றியுங்கூடப் பேச்சின் போக்கு அவ்வளவு லேசாக முடித்துவிடும்போல் படவில்லை. அலுப்புடன் "இங்க ஏற்கனவே ஒரு கிளை இருக்குதே சௌந்தரம்" என்றான்.

சௌந்தரம் "அதுக்கென்ன, ரெண்டாக இருந்திற்றுப் போகட்டுமே" என்று சொன்னான். அத்தோடு நில்லாமல் "நீயும் வந்து சேர்ந்து கொள்வாயா!" என்றும் கேட்டான்.

செங்காவுக்குச் சிரிப்பாய் வந்தது. சௌந்தரத்தைப் பற்றி யோசிக்கும் போது பரிதாபமாயும் இருந்தது. சௌந்தரம் மிகவும் பிந்திவிட்டான் என்றே தோன்றியது. இப்போது குந்திக் கொண்டிருக்கும் காகங்கள் அவனுக்கு இனி இடம் கொடுக்கப்போவதில்லை. சௌந்தரத்தின் கிளை அமைக்கும் முயற்சி பிறகு என்னவாயிற்று என்று செங்காவால் அறிய முடியவில்லை.

சௌந்தரத்தின் சிந்தனைப் போக்குக்கூட முற்றுமுழுதும் பிழையானது என்று செங்கா சொல்லமாட்டான். ஒரு வேலையில்லாமல் வீட்டுக்குப் பாரமாக உட்கார்ந்து சாப்பிடுவது சௌந்தரத்தை எந்தளவுக்கு உறுத்தியிருக்கின்றதோ அந்த அளவுக்குச் செங்காவையும் உறுத்தியிருக்கிறது. உறுத்துகின்றது.

உண்மையைச் சொல்லப்போனால் சௌந்தரத்துக்குச் சில அசாத்தியமான துணிவுகள் இருக்கின்றன. பள்ளிக்கூடப் பருவத்தில் ஓடுகின்ற பாம்பைக் கையால் பிடித்து, உலுக்கி, தரையில் போட்டு அவன் அடிப்பான். 'வெலிகமகபே'யில் சின்னையா வாத்தியாரின் எதிரில் பயமில்லாமல் சிகரெட் புகைத்து அவருக்கும் ஒன்று வாங்கிக் கொடுப்பான். விஜயதசமிகளில் கடலில் கும்பம் சொரிகின்ற வேளையின் போது அத்தனை பெட்டைகளுக்கும், பெடியன்களுக்கும் முன்னால் 'ஜட்டியுடன்' தோன்றிக், கடலில் விழுந்து நீந்தத் தொடங்குவான். இதையெல்லாம் செங்காவால் நினைத்தும் பார்க்கமுடியாது. ஓரமாக ஒதுங்கி நின்று ரகசியக் கணிப்பெடுப்பதும், மனசுக்குள் குறிப்புகள் பதிவதும், குறுகுறுப்பதும், புழுங்குவதுந்தான் செங்காவால் முடிந்த காரியங்கள்.

நிச்சயமாக சௌந்தரம் இன்றைக்குப் பின்னேரம் மாலை போடக்கூடியவன். இல்லாவிட்டால் வாழ்த்துப் பாவாவது பாடிவிட்டுத்தான் மறுவேலை பார்ப்பான்.

மோட்டார் சைக்கிள் ஒன்று படபடத்தபோது, செங்கா வின் நினைவில் இருந்து சௌந்தரம் மறைந்து போனான். அந்த மோட்டார் சைக்கிள் அலங்காரப் பந்தலருகே போய் நின்றது. மோட்டார் சைக்கிளில் இருந்த சிவராசா இறங்க வில்லை. சிலர் வந்து கூடிக் கொண்டார்கள். சிவராசாவின் பாவனைகள் மோட்டார் சைக்கிளைவிடத் தான் மிகவும் களைத்துப் போய்விட்டவன் என்று கூறிற்று.

செங்காவுக்கு இந்தச் சமயங்களில்தான் மிகவும் கூச்சம் வருகின்றது. மற்றவர்களுடைய வெட்கங்கெட்ட தனங்களுக் காக ஏன் தான் கூசவேண்டும் என்று இத்தனை வருஷங்க ளாகியும் அவனுக்குத் தெரியவில்லை.

சிவராசா மீண்டும் மோட்டார் சைக்கிளை உதைத்துக் கிளப்பிய போது எழுந்த ஓசை அரிசி ஆலை ஒன்றின் இயந் திரத்தின் சத்தம்போல் இருந்தது. சிவராசா மிகவும் குஷி யாக இருந்தான்.

அவன் இன்றைக்குப் பின்னேரம் ஊர்வலத்தில் எப்படி யும் எம்.பிக்குப் பக்கத்தில் இடம்பிடித்துவிடுவான். அப்படி யென்றால்தான் கொஞ்சப் பேரைப் பயமுறுத்தி வைக்க அவனுக்கு வசதியாக இருக்கும்.

சிவராசா உள்ளூர்ப் பள்ளியொன்றில் வாத்தியாராக இருக்கின்றான். பள்ளிக் கூடத்தில் சக வாத்தி எவனுடனா வது சண்டை மூண்டால் 'எம்.பியிடம் சொல்லி உன்னை ட்ரான்ஸ்ஃபர் பண்ணுவேன்' என்ற அஸ்திரத்தை அவன் தயாராக வைத்திருந்தான். சமீபத்தில் அவன் வீட்டுக்குள் ளேயே சின்ன சச்சரவு ஒன்று மூண்டதாம். தாயும் மகனும் தடித்த வார்த்தைகளை ஆளுக்காள் வீசினார்கள். சிவராசா தான் சண்டைபிடிப்பது தாயுடன் என்பதை மறந்து கத்தினா னாம். 'அடியேய் உன்னை எம்.பி.யிடம் சொல்லி ட்ரான்ஸ்பர் பண்ணாட்டி என்னை ஆரெண்டு கேள்!' தப்பான இடத் தில் அஸ்திரத்தைப் பிரயோகம் பண்ணிவிட்டதைப் பிறகே தான் புரிந்து நாக்கைக் கடித்துக் கொண்டானாம்.

இதோ தியாகராஜசர்மாவும் அலங்காரப் பந்தலடியில் நிற்கிறார். அவரைப் பார்க்கும் போதெல்லாம் ஏனோ செங்காவுக்குப் பசுமாட்டின் ஞாபகம் தான் வருகின்றது. தியாகராஜசர்மாவின் தோற்றந்தான் பசுமாடு. மற்ற விஷயங் கள் அவ்வளவு திருப்திகரமானவையில்லை என்பது இவ் வட்டாரத்தில் பிரசித்தம்.

இன்றைக்கு வரவேற்கப்படப் போகிற எம்.பியானவர் தேர்தலில் போட்டியிட்ட போது, இவ்வூரில் நடைபெற்ற பிரச்சாரக் கூட்டத்திற்குத் தியாகராஜசர்மா அவர்கள்

தான் தலைமை தாங்கினார். அப்பா எச்சரிக்கை செய்தது போல் ஓர் ஓரமாக நின்று செங்கா 'கூட்டம்' பார்த்தான். தியாக ராஜசர்மாவுக்கு வேட்பாளரின் பெயர் அப்போது தெரியவே தெரியாது. தலைமை வகித்துப் பேசும் அபேட்சக ரிடமே அவரது பெயரைக் கேட்டுத் தெரிந்து கொண்ட துணிவு யாருக்கும் வராது. பின்னர் அபேட்சகரை வான ளாவப் புகழ்ந்து பேசியது மிக சுவாரஸ்யமான விஷயம்.

இன்றைக்குத் தியாகராஜசர்மா ஊரில் முக்கிய அரசியல் புள்ளியாக விளங்குகிறார்.

எவ்வளவுதான் தடபுடல்கள் காணப்பட்டாலும் பூரணத் துவம் இல்லாத மாதிரி ஒரு தோற்றப்பாட்டைச் செங்கா இப்போது உணர்ந்தான். இதற்குக் காரணம் இரா. சங்கரன் இங்கே இல்லாமல் போனதுதான் எனச் செங்கா எண்ணிக் கொண்டான்.

இரா. சங்கரன் தன் பெயரைப் போலவே ஓரிடத்தில் நிலையாக இருக்கமாட்டான். இரா. சங்கரனை இப்போது சி.ஐ.டி. பொலிஸார் தேடிக் கொண்டிருக்கின்றனர். மூன்று, நான்கு இளைஞர்களுக்குப் போக்குவரத்துச் சேவையில் வேலை வாங்கித்தருகிறேன் என்று ஏமாற்றியிருந்தான் அவன். அந்த இலாகாவுக்குரிய மந்திரியைத் தொந்தரவு பண்ணாமல் அவருடைய கையெழுத்தைத் தானே அவன் வைத்துக் கொடுத்திருந்தான். அந்த இளைஞர்கள் விசாரணை யில் மாட்டிக்கொண்டதும் இரா. சங்கரன் வீட்டில் இராமல் எங்கோ ஓடி ஒளித்திருந்தான். ஆறேழு மாதங்களாக அவனைப் பற்றிய தகவல்களே இல்லை.

எம்.பியின் தேர்தல் பிரச்சாரக் கூட்டங்களில் இரா. சங்கரன் ஒரு முக்கியப் பேச்சாளனாக அப்போதெல் லாம் இருந்தான். அவன் அப்படி ஒரு தடவை பேசிக்கொண் டிருந்த போது கடதாசித் துண்டு ஒன்று யாரோ ஒரு சிறுவன் மூலம் கொடுக்கப்பட்டது. பிரித்து இரா. சங்கரன் மனசுக்குள் ளாக வாசித்தான். 'சைக்கிளைக் களவெடுத்து ஆறு மாத காலம் மறியலிலிருந்த நீ எப்படி அரசியல் பேசலாம்?' என்று பெயர் குறிப்பிடாமல் ஒருவன் கேள்வி கேட்டிருந்தான். சைக்கிள் களவுச் சமாச்சாரத்தை மாத்திரம் மெதுவாக மறைத்துவிட்டு அவன் மறுபடியும் ஆக்ரோஷமாகப் பேசத் தொடங்கினான். "... ... எனக்கு அரசியல் பேச என்ன தகுதி என்று சிலர் கேட்கிறார்கள். நான் கோடீஸ்வரன் இல்லை, இலட்சாதிபதியும் இல்லை... ஆனால் இந்த நாட்டு ஏழை மக்களில் நானும் ஒருவன். உழைக்கும் சகோதரர் களின் குறைகளைக் கற்றறிந்த அனுபவசாலி. பாட்டாளி களின் கூட்டாளி... முந்தைய அரசின் கொடுமைகளை

அனுபவித்தவன். என்ற வகையில்...” இப்படி அவன் பேசிக் கொண்டே போனபோது இந்த ஊர் மக்கள் கைதட்டி னார்கள்.

இரா. சங்கரன் இன்றைக்கு இங்கே இருந்திருக்க வேண்டும். அட்டகாசம் இதை விட நிரம்பி வழியும். எதிர்த்து வாக்களித்தவர்களை எல்லாம் இப்போது பந்தலடியில் நின்றபடி சண்டைக்குக் கூப்பிட்டிருப்பான். சி.ஐ.டி. பொலி சாருக்குப் பயந்து தலைமறைவாகாத பட்சத்தில் சங்கரன் தான் இன்றைக்குப் பின்னேரம் எம்.பியை ஒலிபெருக்கி யில் கட்டியம் கூறி வரவேற்றிருப்பான், மாலை சூட்டி மகிழ்ந் திருப்பான்.

செங்காவுக்கு ஒரே வெறுப்பாக இருந்தது. இந்த ஆயிரங்களில் ஒன்றாகவா நானும் மாறி, பின்னேரம் மாலை சூட்டப் போகிறன்? கட்டாயம் சூட்டித்தான் ஆக வேண்டுமா? இந்த விஷயத்துக்காகத் தான் இவ்வளவு தூரம் குழம்புவதும்கூட ஓர் அர்த்தமற்ற செயலாக அவனுக்கு இப்போது பட்டது.

சாப்பிடும் போது அம்மாவிடம் மெதுவாகச் சொன் னான் செங்கா: “நான் மாலை போடல்ல அம்மா.”

கரண்டியால் அம்மா பாத்திரங்களோடு கடகடத்தாள். “அப்ப என்ன செய்யப் போகிறாய்?”

“தம்பி ராசு போடட்டுமே” என்றான் செங்கா.

“அந்தச் சின்ன பொடியனா?” என்று அம்மா எரிச்ச லோடு கேட்டாள்.

“யார் போட்டால் என்ன? நம்மட வீட்டாலையும் ஒரு மாலை போட்டாச்சு என்றதுக்கு அடையாளந்தானே?”

“ஓம், அதெல்லாம் சொல்லுவையள்” என்று அம்மா வின் வார்த்தைகள் மாத்திரந்தான் கேட்டன. மற்ற முணு முணுப்புகள் செங்காவுக்கு விளங்கவில்லை. விளங்காமல் போவதே நல்லது என்று செங்கா நினைத்துக் கொண்டான்.

செங்காவின் மனம் மறுபடியும் தெருவுக்குத் தாவியது. இந்த ஊரின் எல்லை செங்காவின் வீட்டுக்கு மிகச் சமீபமாக ஆரம்பிக்கிறது. அங்கிருந்துதான் எம்.பியின் வரவேற்பு ஊர் வலம் இன்று ஆரம்பிக்கிறது. செங்காவின் வீட்டிலும் அவருக் காக ஒரு மாலை காத்திருக்கிறது.

¼ – **ஐப்பசி, 1981**

பெரிய வெள்ளியும் புனித ஞாயிறும்

எல்லோரும் தன்னை வழமைக்கு மாறாக உற்றுப் பார்த்து விட்டுப் போவதுபோல் ஸ்வாமிக்குத் தென் பட்டது. களவெடுத்தவனென்றா, களவு கொடுத்தவனென்றா? தன்னை இப்படி இவர்கள் எல்லோரும் பார்க்கிறார்கள் என ஸ்வாமிக்குப் புரியவில்லை.

காலையில் இவன் பொலிஸ் ஸ்டேஷனுக்கு விரைந்து போனபோது இவனது சங்கதியை விடச் சற்று 'முக்கியத்துவம்' வாய்ந்தவை ஸ்டேஷனை மொய்த்திருந்தன. ஒரு பேர்வழி பக்கத்து வீட்டுக்காரனுடைய கழுத்தை வெட்டித் துண்டாக்கிவிட்டுத் தானும் நஞ்சைக் குடித்துச் செத்திருந்தான். பொலிஸும் வழக்கறிஞர்களும் இந்த வருஷத்தின் நஷ்டக் கணக்கில் எழுதவேண்டிய முக்கியமான சம்பவம் இது.

இன்ஸ்பெக்டரும், மாவட்டச் சபை உறுப்பினர் ஒருவரும் அறையுள் பேசிக் கொண்டிருந்தார்கள். ஸ்வாமியைக் கண்டதும் உள்ளே வரும்படி சைகை செய்தார் இன்ஸ்பெக்டர். களவு போன விஷயத்தைச் சொன்னபோது ஸ்வாமியைச் சற்று உற்றுப் பார்த்தார் இன்ஸ்பெக்டர். தங்கப் பதக்கம் என்ற சிவாஜியின் படத்தை அதிகத் தடவைகள் பார்த்த பொலிஸ் அதிகாரிகளில் இவரும் ஒருவராக இருப்பார்.

"நீர் ரிஸைன் பண்ணப் போவதாக ஒரு கதை அடிபட்டதே அது உண்மையா?"

"உண்மைதான்."

"ஓஹோ..? அதெப்படிக் களவுபோகும்... அதுவும் பஸாரில்? எதுக்கும் ஒரு ஸ்டேற்மென்ற் எழுதிக்

குடுத்திட்டுப் போம்..! நாங்க வந்து களவு நடந்த இடத்தைப் பார்க்க வேணும்... கடையைப் பூட்டி வையும். மோர்டர் கேஸ் ஒன்றுக்கு அவசரமாய் இப்ப போகிறம் அதை முடிச்சிட்டு அப்பிடியே அங்கே வருவம் சரியா?"

இன்ஸ்பெக்டர் என்ன சொல்ல வருகிறார்?

பஸாரில் களவெடுப்பதில்லை என்று எல்லாத் திருடர்களும் இந்தப் பொலிஸ் ஸ்டேஷனுக்கு வந்து ஒப்பந்தமும், சத்தியப்பிரமாணமும் செய்துவிட்டுப்போன அதிசயம் எதையும் ஸ்வாமி கேள்விப்பட்டிருக்கவில்லை. "சரி" என்று சொல்லிவிட்டு வெளியே வந்தான். பின் புகாரை ஸ்வாமி எழுதத் தொடங்கினான்.

மாணிக்கம் ஸ்வாமிநாதன். வயது: இருபத்தைந்து வருடங்கள். ஸ்ரீலங்காத் தமிழன். 29 – 06 – 1982 மு.ப. 8.25. நானும் என்னைச் சந்திக்க வந்த ஸ்ரீதரன் என்பவரும் இன்று காலை வழக்கம்போல எட்டு மணியளவில் கடையைத் திறந்துகொண்டு உள்ளே நுழைந்தோம். சற்று வித்தியாசமாகக் கடையின் பின் பகுதியிலிருந்து வெளிச்சம் வருவது எனக்குத் தென்பட்டது. இப்பகுதியை நோக்கி விரைந்ததும் பின்பக்கக் கதவின் தாள்ப்பாள் நீக்கப்பட்டு, திறந்திருப்பதைக் கண்டேன். பதட்டத்துடன் நான் மீண்டும் கடையின் உட்பகுதிக்கு வந்தேன். விற்பனைக்காகக் கடையில் மாட்டப்பட்டிருந்த மணிக்கூடுகள் காணாமல் போயிருந்தன. குளிர்சாதனப் பெட்டியின் மேல் வைத்திருந்த ரேடியோ காணாமல் போயிருப்பதை ஸ்ரீதரன் கண்டுபிடித்தார். அங்குள்ள பொருட்கள் எவற்றிலும் விரல்கள் படாமல் களவுபோன பொருட்கள் இவையே என ஓர் உத்தேசத்தில் பட்டியல் ஒன்றைத் தயார் செய்தேன். காணாமற்போன பொருட்களும், அவற்றின் பெறுமதி பற்றிய விபரங்களும். ஸீடில் வானொலிப் பெட்டி இல. 2486 (675 ரூபா). மொடல் 8004. (550 ரூபா), மொடல் 8002. (810 ரூபா), 10 அங்குலக் கத்தரிக்கோல் (175 ரூபா). இதன்படி மொத்தப் பெறுமதி 3210 ரூபா...

இப்படி எழுதிக்கொண்டிருக்கும் போது சார்ஜன்ட் ஒருவர் குறுக்கிட்டு 'ரூபாய்கள்' எனப் பன்மையில் குறிப்பிட வேண்டும் எனவும், தமது பள்ளிப் பருவத்தில் இந்த இலக்கணப் பிழைக்காக ஆசிரியர் தன் தலையில் குட்டிய இடத்தையும் சுட்டிக்காட்டினார்.

ஒரு காலைப் பொழுது பொலிஸ் ஸ்டேஷனில் இப்படிக் கழிகிறதே என ஸ்வாமி துக்கமடைந்தான். ஞாயிற்றுக்கிழமைகளில் இவன் தினகரன், வீரகேசரி, சிந்தாமணி ஆகிய மூன்று

பத்திரிகைகளையும் வாங்குவதுண்டு. ஆனால் வாரப்பலன் எழுதும் மூன்று சோதிடசிகாமணிகளும் ‘களவை, பொலிஸ் ஸ்டேஷனை, இடபராசிக்காரர்கள் எதிர்கொள்ள வேண்டி வரும்’ என்பதைச் சொல்ல மறந்திருந்தார்கள்.

மலையொன்றின் விளிம்புக்குத் தான் வந்துவிட்டதாயும், வீழ்ச்சியின் வாய் தன்னை விழுங்கத் தயாராகி நிற்கின்றதென வும் கொஞ்சநாட்களாய் ஸ்வாமி தன் நண்பர்கள் எல்லோ ரிடமும் புலம்பிக்கொண்டிருந்தான்.

“ஏணிப்படிகள் வழியாய் மளமளவென ஏறுவேன் ... பாம்புகளின் விழுங்கலிலே சறுக்கிக் கீழே வருவேன் ... இது ஒரு விளையாட்டுப் போல, மறுபடியும் உயரலாம் என்ற நம்பிக்கை அப்போதெல்லாம் இருந்தது. இப்போது ஏனோ தெரியாது ஒரு ராட்சஸப் பாம்பு கடைசி விழுங்கல் விழுங்க என்னைக் காத்துக் கொண்டிருப்பதுபோல் உணர்கின்றேன்.”

வேலையை ராஜினாமாச் செய்வதற்காக கொம்பனிக்கு ஒரு மாத அறிவித்தல் கொடுத்துவிட்டு ஒரு ஞாயிற்றுக்கிழமை இரவு கடற்கரையில் லேசான போதையில் சுபைரிடம் மேற் கண்டவாறு ஸ்வாமி சொன்னான். சீஸ் பிஸ்கட் சாப்பிடு வதில் மும்முரமாக இருந்த சுபைர் இதைக் காதில் ஏற்றி யிருப்பானா என்பது சந்தேகம்.

‘ஒரு பெரிய பாம்பின் விழுங்கலா இந்தக் களவு? அல்லது இன்னும் பாம்புகள் காத்திருக்கின்றனவோ?’

கொஞ்சக் காலமாக நிர்ப்பந்தங்களுக்கிடையில் ஸ்வாமி சிக்கித் திணறிக்கொண்டிருந்தான். அதைப் பலரும் நம்ப மாட்டார்கள். அவனது சுபாவம் அப்படி. அவன் மனதின் சுவர்கள் மகா கனம் மிக்கதாய் இருந்தன. அடுத்தவரை எட்டிப்பார்க்க அவன் அனுமதித்ததில்லை. ஆனால் அவன் 17.05.1982 எனத் தேதியிட்டு எழுதி அஜாக்கிரதையாக மேசையில் விட்ட கவிதையொன்றைச் சினேகிதன் ஒருவன் படித்துப் பார்த்துவிட்டான்.

என் வாட்களை எல்லாம்
பறித்தவர் யார்?
ஓர் ஆயுதமும் இல்லாமல்
அணைப்புக் கிடையாமல்
அநாதை போல நான்.

கரிப்புடவை கட்டிய காட்டில்
ஓர் உயிர்ப்பாம்பின் வீண் மிச்சம்.
அண்ணாந்த என் இரவுகளில்

கீழே விழுந்தவை
எத்தனை எரிநட்சத்திரங்கள்

நீ ஏன்
வீணாக வேலையும், வாளையும்
எனை நோக்கி வீச?
உன் மௌனம்,
இகழ் புன்னகை... இவை போதும்
எனை விழுங்காத
பூமியின் வாயை எண்ணி
நாணச் செய்ய...

நிராயுதபாணிகளின் வாழ்க்கையை
வெறும் மரணம் என்பேன்.

இந்தக் கவிதையைப் படித்துவிட்டு, அந்தச் சிநேகிதன் மன வருத்தத்துடன் ஸ்வாமியிடம் கேட்டான். "ஸ்வாமி, உனக்கென்ன நேர்ந்தது? நான் இருக்கிறேன். உனக்கு என்ன உதவி வேண்டுமோ கேள்!" அதற்கு ஸ்வாமி சிரித்தபடி சொன்ன சுருக்கமான பதில்.

"என்னை மறக்காமல் இரு!"

காலையிலிருந்து பலரும் வந்து வேடிக்கை பார்த்துச் செல்கின்றனர். பஸ் ஏற வரும் வழியில் ஒருவேளை மனோஹரியும் இவனிடம் வரக்கூடும். காலையில் இந்த வழியால்தான் அவள் போனாள்.

ஸ்வாமி மனோஹரியை முதன் முதல் சந்தித்தது அவளுடைய சொந்தக் கிராமத்தில் வைத்து. ஓடைக்குப் பக்கத்தில் இருந்த பள்ளியொன்றில் ஒரு கிறிஸ்துவ அமைப்பு ஒழுங்கு செய்த 'மலிவு விற்பனை' நிகழ்ச்சியொன்றில். அந்த மாலை நேரம் இனித் திரும்ப வராதது. தன்னைவிட வயது குறைந்த, உயரம் கூடிய சிநேகிதிகளுடன், மனோஹரி இவனிடம் ஏதோ கேட்டுவிட்டுக் கடந்து போனது இன்னும் ஞாபகத்தில் உண்டு. என்ன கேட்டாள் என்பதை மறந்து போயாயிற்று. கடற்கரையில் முந்தின நாள் கைவிரலின் கீறலைக் காலையில் காற்றோ, காலடிகளோ அழித்துப் போன மாதிரி.

ஸ்வாமி அப்போது கல்லூரியில் படித்துக்கொண்டிருந்தான். அம்மாவுக்கு அதிகம் செலவு வைக்காமல் நூறு தாள் கொப்பி ஒன்றை நாலு பகுதிகளாகப் பிரித்துப் பொருளியல், தர்க்கவியல், குடியியல், தமிழ் ஆகிய நான்கு பாடங்களுக்குமாகப் பயன்படுத்தினான்.

மூன்று பாடங்களுக்குமென ஒரு வாத்தியாரே வந்து 'அறுத்துக்' கொண்டிருந்தார். மூன்று பாட நேரத்துக்கும் அவர் முகத்தைச் சகிக்க வேண்டியிருந்தது முதலாவது கஷ்டம். இரண்டாவது கஷ்டம் ஜோக் என்ற பெயரில் எதையாவது உளறிவிட்டு ஆட்டுக் கனைப்புடன் அதை அவரே ரசித்துச் சிரிப்பது. ஏனோ தெரியவில்லை, இவனுடைய வகுப்பிலிருந்த மாணவிகளில் அநேகமானவர்கள் பாடப் புத்தகங்களுட னேயே அவதரித்து விட்டவர்கள். வகுப்பிலிருந்த அவர்க ளெல்லோருக்கும் புஷ்பனும், ஸ்வாமியும் சேர்ந்து பெயர் கள் சூட்டியிருந்தார்கள். சாந்தமான முகம் கொண்ட ஒருத்திக்கு பண்டாரிபாய். சதா உபதேசம் செய்பவள், சற்றுக் கூனல் இவளுடைய பெயர் ஔவையார். கரி நிறம், தமிழிலக்கியப் பாடத்தைக் கரைத்துக் குடித்தவளுக்குக் காக்கை பாடினியார் என்று பெயர். மார்பில் சற்று அதிக அக்கறை எடுத்துக்கொண்டு உள்ளாடை அணிந்து வரும் ஒருத்திக்கு 'குண்டன் மால்ஸ்' என்று பெயர். (குண்டன் மால்ஸ், தலைநகரில் பிரசித்திபெற்ற ஒரு புடவைக்கடை. நெஞ்சை நிமிர்த்திக்கொண்டு அங்கே ஒரு ஷோகேஸ் பொம்மை நிற்கும்.)

1977 இன் பெப்ரவரி மாதத்தில் ஒரு நாள் சலூன் கதவை ஞாபகப்படுத்தும் வாசலைக் கொண்ட இவனது வகுப்பறையின் முன் வரிசையில் மனோஹரி உட்கார்ந்தி ருந்தாள். இவள் தன்னுடன் படிக்கப் போகிறாள் என்பதில் ஒருவகைக் குதூகலம் ஸ்வாமியைச் சூழ்ந்துகொண்டது. எல்லாம் இரண்டே இரண்டு நாட்கள்தான் பின்னர் அவள் இருந்த இடத்தில் இன்னொருத்தி வந்து அமர்ந்தாள். மனோஹரி அந்தக் கல்லூரியை விட்டு விலகிப் போனதாக அவன் அறிந்தான். காற்றைப்போலவே அவளும் வந்து சென்றதற்கான எந்தத் தடங்களும் வகுப்பறையில் இருக்க வில்லை. ஆனால் அவனுடைய மனதில் தன்னுடைய நறு மணத்தைப் பரவவிட்டுச் சென்றிருந்தாள்.

முயல் வேகத்தில் சென்ற அவளின் பின்னால் இவன் மனதின் தவளைப் பாய்ச்சல் எவ்வளவு தூரத்துக்கு?

அதற்குப் பின்பு, ஒரு தடவை தேவாலயத்திலிருந்து மனோஹரி வெளியேறும் சந்தர்ப்பத்தில் இவன் கண்டான். இன்னொரு நாள் புடவைக் கடையொன்றில் தன் குடும்பத் தாருடன் அவள் நின்றுகொண்டிருந்தான். கடைசியாகச் சந்தித்தது இரண்டு வருடங்களுக்கு முன்பு. இரண்டு, மூன்று கொப்பிகளுடன் பஸ் நிலையத்தில் அவள் காணப் பட்டாள். (ஜெயித்துக்கொண்டே இருப்பேன் என முகம்மதலி

சொன்னதுபோல நான் படித்துக்கொண்டே இருப்பேன், என மனோஹரி ஏதும் திடசங்கற்பம் பூண்டிருக்கிறாளோ? என சுவாமி யோசிக்கையில் மனோஹரிக்கு வேலை கிடைத்துவிட்ட சங்கதியை சமீபத்தில் அறிந்தான்).

ஆடி மாத வெயில் கண்களை நன்றாக விரித்துப் பார்க்கத் தடை விதிக்கிறது. எனினும் பெரும்பாலான பெண்கள் வெயிலோ மழையோ குடை பிடிப்பதை ஒரு பழக்கமாகக் கொண்டிருக்கிறார்கள். மனோஹரியும் ஒரு குடையுடன் ஆஸ்பத்திரி ரோட் வழியாக வந்து கொண் டிருந்தாள்.

கண்ணன் கஃபேயில் இருந்து வெளியே வந்து மனோ ஹரியை நோக்கிச் செலுத்தப்பட்டவன் போலப் போனான் ஸ்வாமி. என்ன பேசுவது என்று சற்றுத் தடுமாறினான் ஸ்வாமி.

"ஸெமினார் ஒன்றுக்கு வந்தேன்" என்றாள் அவளாகவே.

"விஷயம் தெரியுமா? நான் ரிஸைன் பண்ணிற்றன். இரவு கடையில் களவு போயிற்று . . . பொலிஸ் வாறதுக்காகத்தான் காத்திருக்கிறேன்." ஸ்வாமி ஒப்புவிப்பதுபோல் சொல்லிக் கொண்டே போனான். ஒரு மெலிந்த பொலிஸ்காரன் காலை யில் உயிரோட்டம் எதுவுமில்லாமல் இப்படித்தான் வார்த்தை களை வயர்லஸ் வழியாக அனுப்பிக் கொண்டிருந்தான்.

திடீரெனத் தோன்றியவளிடம் அணைக்கட்டுப் பொத்தல் வழியாகப் பீறிடும் தண்ணியென எதையெதிர் பார்த்து இவற்றையெல்லாம் சொல்கிறேன் என ஸ்வாமிக்குப் புரியவில்லை. சற்று நிதானமாகவே இதை அவளிடம் சொல்லியிருக்கலாமோ? வேலை விட்டு மாலையில் வீட்டுக்குத் திரும்பும் அப்பாவை வாசலில் மறித்துக் குழந்தை யொன்று புகாரிடுவதைப்போல இதென்ன குழறல்.

மனோஹரி குடையை மடக்கிக் கொண்டு பூட்டிக் கிடந்த கடையைப் பார்த்தாள். கறுத்த, பெரிய பூட்டொன்று கதவில் தொங்கியது. துரதிருஷ்டம் மிகுந்த ஒரு சந்தர்ப் பத்தில் இவளைச் சந்திக்க நேர்ந்ததே என ஸ்வாமி துக்கப் பட்டான்.

"கடைக்குள் இப்போது போக முடியாது. பொலிஸ் பூட்டி வைக்கச் சொல்லி இருக்கிறது. அந்த எதிர்க்கடைக்குப் போவமா?" என ஸ்வாமி கேட்டான். மனோஹரி மௌன மாகத் தெருவைக் கடந்து அவனைப் பின் தொடர்ந்தாள்.

இவர்கள் உள்ளே புகும் சமயத்தில் பக்கத்துக் கடைக் கௌண்டரில் இருந்த முதலாளி "பொலிஸ் இன்னும் வரல்லையா?" எனக் கேட்டார்.

'வரவில்லை' என்பது அவருக்குக் கட்டாயம் தெரிந் திருக்க வேண்டும். காலையில் எட்டு மணியிலிருந்து மாலை ஐந்து மணி வரையிலும் எத்தனை பேர் ஸ்வாமியின் கடைக்கு வந்து போகிறார்கள் என்பது ஸ்வாமியை விட அவருக்கு அத்துப்படி.

'ஹைவேய்ஸ்' ஊழியர்கள், ஆஸ்பத்திரிக்கு வந்தவர்கள் ... இப்படிச் சிலர் உள்ளே வந்தது, இருவரையும் உற்றுப் பார்த்தது சற்றுச் சங்கடத்தைத் தந்தது. இருந்தும் இருவராலும் உடனே எழுந்துவிட முடியவில்லை.

"வேலையெல்லாம் எப்படிப் போகிறது?" எனக் கேட்டான் ஸ்வாமி.

"ஒரு மாதிரியாகப் போகிறது ... இதை ஏன் நீங்கள் ரிஸைன் பண்ண வேணும்?" என்றாள் மனோஹரி. இதற்குச் சரியான பதிலளிக்க ஸ்வாமி விரும்பவில்லை. 'மகாபார தத்தைச் சுருக்கி ஒரு சிறுகதையாக்கலாமா?'

"பிடிக்கவில்லை. இந்தக் கொம்பனியை நம்பியா நான் பிறந்தேன்? எனக்குத் துக்கம் என்னவென்றால் கொம்பனியை விட்டுப் பிரியும் போது இப்படியொரு சம்பவம் நடந்து விட்டது. அதுதான்."

"இதற்கு என்ன செய்யப் போகிறீர்கள்?"

"வேறு என்ன செய்வது? களவு கொடுத்த பொருட் களின் பெறுமதியைக் கொம்பனிக்குச் செலுத்தப் போகி றேன். வணக்கம் குதிரையே எனச் சொல்லிவிட்டு ஒண்ணரை வருஷச் சவாரியை முடித்துக்கொண்டு இறங்கப் போகிறேன்."

"எதிர்காலம்?"

"28.05.1982 ஆகிய நேற்று நீங்கள் என்னை இன்று சந்திக்கப் போவது பற்றி நினைத்தீர்களா? அப்படித்தான் எல்லாமே"

மனோஹரி பள்ளி நாட்களைப் பற்றிப் பேசத் தொடங்கினாள். பள்ளி நாட்கள் என்றதும் எல்லோருடைய கண்களுக்கும் ஒரு கனவுப் படலம் வந்து கவிந்து கொள்கிறது. எட்டிப்பிடிக்க இயலாமல் போன சந்திரப்பந்தை நோக்கி நீளுகின்ற கைகள் மாதிரி. அவள் பேசப் பேச ... அவன் சந்தோஷமடைந்தான். வியர்வை நீரில் முக்குளித்துப்

புழுங்கிக் கொண்டிருந்தவனுக்கு அந்தப் பேச்சுப் புதுக்காற்றின் சுகத்தைத் தந்தது.

"நீங்கள் தொடர்ந்து படித்திருக்கலாம் ஸ்வாமி."

"கல்வித் துறைக்கு அது ஒரு பெரிய இழப்பு என்று சொல்கிறீர்களா?" ஸ்வாமி சிரித்துவிட்டுப் பின்னர் கேட்டான்.

"நான் ஒன்று கேட்க வேணும் மனோஹரி."

"கேளுங்கள்."

"நீங்கள் அந்த வகுப்பை விட்டு ஏன் போனீர்கள்?"

சற்று முன்புவரை அவளுடைய கண்களில் தென்பட்ட கனவுப் படலம் அறுந்து போனது. அவனை அவள் நன்றாக உற்றுப் பார்க்கத் தொடங்கினாள். நேருக்கு நேர் பார்க்க ஸ்வாமி தைரியமற்றவனானான்.

"தெரியாமலா இதைக் கேட்கிறீர்கள்?"

தேநீர் கிளாஸ்கள் மோதப்படும் சப்தங்கள் கேட்டன. தெருவில் கார் ஒன்றின் 'ஹோர்ன்' சகிக்க முடியாத ஒலி எழுப்பிப் போனது. கடையினுள் இருந்த ஜனங்கள் எல்லாம் ஏதோ கதைத்துக் கொண்டிருந்தார்கள். அவர்களின் பேச்சுகள், சிரிப்புகள் யாவும் அர்த்தமற்ற புலம்பல்கள் மாதிரி அந்த நிமிஷத்தில் ஓசையெழுப்பிக் கொண்டிருந்தன. மீண்டும் மனோஹரி கேட்டாள்.

"உண்மையிலேயே காரணம் தெரியாதா?"

"தெரியாது."

ஒருவித அசாதாரண நிலை தோன்றிக்கொண்டிருந்தது. இருவரும் அழுதுவிடுவார்கள் போலிருந்தது. கண்ணீர் எனப் படுவது மனசின் பாறைகளாக இருந்துவிட்டால் எந்த ஒரு பிரச்சினையுமே இல்லை. அழுகையை நோக்கிச் செல்லுமளவுக்கு இன்று என்ன நேர்ந்தது என ஸ்வாமிக்குப் புரியவில்லை. அவன் நெகிழ்ந்துபோயிருந்தான்.

"தெரியவே தெரியாதா?"

"ஒரு மின்னல் பளிச்சீட்டில் மனதின் முழுப்பரப்பையும் தரிசித்ததாக எப்படிக் கூற முடியும்?"

அவள் குழந்தைபோலத் தலையை ஆட்டினாள்.

"சுசீலா எங்கே?" எனக் கேட்டாள் மனோஹரி. முதன் முதலாக இவனுடைய குடும்பத்தைப் பற்றிக் கேட்கிறாள்.

“தனது அம்மா வீட்டுக்குப் போயிருக்கிறாள்” என்றான் ஸ்வாமி.

“சுசீலா என்ன மாதிரி?”

“விஸ்வாசமானவள்.”

“அது போதுந்தானே.”

“போதும்... முதலில் நான் கேட்டதற்குப் பதில் சொல்லுங்கள். பள்ளியை விட்டு விலகியது ஏன்?”

“சொல்கிறேன். இப்போதில்லை. செத்த பிறகு இது தான் காரணமென ஒருநாள் உங்களிடம் வந்து கனவில் சொல்லுவேன் சரியா?”

பி.ப. 2.00 மணியளவில் அவள் விடைபெற்றுக்கொண்டு போய்விட்டாள். அவள் மட்டுமா? துயரத்தின் நிழலாக இருக்குமே, ஒரு மெல்லிய சந்தோஷம் அதுவுந்தான். அவள் தன்னை இந்நிலையில் விட்டுப் பிரிந்து போவதும் அரைகுறை மனசுடன்தான் என ஸ்வாமிக்குத் தோன்றிற்று. அல்லது அது ஒரு கற்பிதமாகவும் இருக்கலாம். ஸ்வாமி சில ஓவியங்களுக்கு அளவுக்கதிகமான வர்ணங்கள் தீட்டி அழகு பார்க்க முயற்சிக்கிறான் என மதிப்புக்குரிய நண்பர் ஒருவர் அண்மையில் கடிந்து கொண்டது ஞாபகத்திற்கு வந்தது.

சிறிது நேரத்தில் வருகிறோம் என்று காலையில் சொன்ன பொலிஸாரால் மாலை 5.00 மணியளவில்தான் சம்பவம் நடைபெற்ற இடத்துக்கு வரமுடிந்தது. விரலடை யாளங்கருதி இவன் பாதுகாத்து வைத்த இடங்களை எல்லாம் ‘இந்த இடமா, இந்த இடமா?’ என அவர்கள் கேட்டுத் தொட்டுப் பார்த்தார்கள்.

சுமார் அரைமணி நேர ஆராய்ச்சிக்குப் பின்னர் பின் வரும் முடிவுகளுக்கு அவர்கள் வந்தார்கள்.

1. கள்ளன் வருவதானால் கூரையைப் பிரித்துக் கொண்டு தான் வந்திருப்பான், இப்படிப் பின்கதவு வழியாக வரமாட்டான்.

2. வெளித்திருடன் எவனும் இங்கு வரவில்லை. உள் கள்ளன் ஒருவன்தான் இதைச் செய்திருப்பான். (இதைச் சொல்லிவிட்டு இன்ஸ்பெக்டர் சற்று மிடுக்கோடு கேட்டார்.) “உன்னிடமிருந்து விலகிப் போன உன் பழைய அஸிஸ்டென்ட் இப்போது எங்கே இருக்கின் றான்.”

இன்ஸ்பெக்டரின் துப்பறிவுத் திறனுக்கு ஒரு சந்தர்ப்பம் அளிக்க முடியாமல் போன மனப்பாரத்துடன் ஸ்வாமி சொன்னான். "அவன் குவைத்துக்குப் போய் ஒரு மாதமா கிறது. எனக்குக் கூட இருநூறு றியால் அங்கிருந்து அனுப்பி னான்."

"அப்படியானால் இப்போது எங்களது சந்தேகம்..." ஸ்வாமியை உற்றுப் பார்த்தபடி சார்ஜன்ட் சற்று இழுத்தார்.

ஸ்வாமிக்கு இப்போது கோபம் வரத் தொடங்கியிருந்தது. "ஒரு விஷயம் நீங்கள் என்னைச் சந்தேகிக்கத் தேவையில்லை. என்னுடைய பொருட்களை நானே களவெடுத்து இவ்வளவு அமர்க்களப்படுத்த வேண்டிய அவசியமில்லை. இரண்டு நாட்களுக்குள் பெறுமதிப் பணத்தைச் செலுத்தி விடுவதாகக் கொம்பனிக்கு அறிவித்துவிட்டேன். உங்கள் விசாரணைகளை இத்துடன் நிறுத்திக் கொண்டால் கூடப் பாதகமில்லை. வந்த தற்காக நன்றி."

சார்ஜன்ட் சற்று ஏமாற்றத்துடன் "ஆடு அறுக்க முதல் புடுக்கறுக்கப் பார்க்கிறீரே, உம்மைச் சந்தேகிக்கிறோம் என்று நாங்கள் சொன்னதா?" என்றார்.

ஊருக்குப் போனால் பக்கத்துத் தெருவில் இருக்கும் நூர் 'புச்சரை'க் கூப்பிட்டு ஆடு அறுக்க முதல் 'அதை' அறுத்தால் எப்படி இருக்கும் என விசாரிக்க வேண்டும் என்று ஸ்வாமி தீர்மானித்தான்.

யன்னலோரத்தில் கிடந்த சிகரெட் ஃபில்டரைச் சுட்டிக்காட்டி "நீர் புகைப்பதுண்டா?" என ஒரு பொலிஸ் காரன் கேட்டான்.

கள்ளன் புகைத்துவிட்டு எறிந்த சிகரெட் ஃபில்டர் அது என நிரூபிக்க அவன் ஆசைப்படுவது ஸ்வாமிக்குத் தெரிந்தது.

"நான் புகைப்பதுண்டு" என்றான் ஸ்வாமி. ஓர் ஓரத்தில் நின்று விசாரணைகளைக் கவனித்த இவனுடைய தாய்மாமன் இந்தப் பதிலால் முகத்தைத் திருப்பிக் கொண்டார். புகை பிடிப்பவர்களை அவருக்கு அறவே பிடிக்காது.

அன்றைய விசாரணையில் பொலிஸார் "இவன் சிகரெட் பிடிக்கிறவன்" என்பதை மாத்திரம் கண்டுபிடித்து விட்டுச் சென்றனர்.

போகும்போது இன்ஸ்பெக்டர் ஒரு யோசனை சொன் னார். மண்முனையில் ஒரு சோதிடக்காரி இருக்கிறாள். திருட்டுகளைக் கண்டுபிடிப்பதில் திறமைசாலி. அதிகாலை யில் போய் அவளைச் சந்திக்க வேண்டும். நம்பர் எடுப்பது

முக்கியம். தேவையானவை : ஒரு ரூபாவுக்கு வெற்றிலை, ஒரு ரூபாவுக்குப் பாக்கு, தட்சணையாக ஐந்து ரூபா.

இவர்கள் எல்லோரும் போன பிறகுதான் ஸ்வாமிக்கு நிம்மதி வந்தது. வீட்டை நோக்கி ஸ்வாமி கிளம்பினான். ஊரிலிருந்து அம்மா வந்திருந்தாள். 'எல்லாம் பறிகொடுத் தாயா மகனே ... உன் மூப்புக்கு நடந்தாய். அனுபவி! உனக்கு இதுவும் வேணும் ... இன்னும் வேணும் ...' என ஆரம்பித் தாள். இன்னும் கொஞ்ச நேரத்துக்குத்தான் இது. இராப் படும் வரைக்கும் அவள் பேசிக்கொண்டிருக்கமாட்டாள். பஸ் எடுப்பதில் உள்ள சிரமம் அவளுக்குத் தெரியும்.

இனி அடுத்த கட்டம் புத்தி சொல்லல் என ஸ்வாமிக்குத் தெரியும். அம்மா ஔவையார் முகமூடி அணிந்துகொண் டாள். 'சிகரெட் குடியாத!... ஒரே படம் பாக்காத!... கூட்டாளிகளோட கூடித் திரியாத!... இந்தச் சாமிப் போக்கை விடு!... எல்லோரோடையும் கலகலப்பாய்ப் பழகு!... பெரிய ஆட்களை மதி!... எம்.பி.யைப் போய்ச் சந்தி!... வெள்ளிக் கிழமை உனக்கு விஷேச நாள்!... காளி கோயிலுக்கு வெள்ளிக்கிழமைகளில் ...' அம்மா முடிப்பதற் குள் அவன் எழுந்து 'ஒன்றுக்குப்' போய்விட்டு வருவதாகச் சொல்லிச் சென்றான்.

அம்மா பஸ் ஏறிப் போனதும் படுக்கையில் வந்து விழுந் தான். 'நஸியா ஹுஸைனை' மெல்லிய சத்தத்தில் பாட வைத்தான். பாடலில் ஆழ்ந்தவாறே அவன் ஒரு கட்டத்தில் தூங்கிப் போனான். எப்போது என்று தெரியாது, எப்படி என்றும் தெரியாது. காதோரமாக ஒரு வாசகம் கேட்ட மாதிரி உணர்வு. 'செத்த பிறகு சொல்கிறேன்'.

ஆறு வருஷங்களுக்கு முன்னால் கொடுத்த களவில் இன்றைய இந்தக் களவு அப்படியே அமுங்கிப் போனது, அர்த்தமற்றதாகிப் போனது.

***கீற்று* – ஆனி 1982**

முகங்கள்

மாதம் முடிய இன்னும் எட்டு நாட்கள் இருக்கின்றன.

ஒரு தாளை எடுத்துத் தான் இன்று போக வேண்டிய பகுதிகளை அதில் அவன் குறித்தான். சைக்கிளோட்டத்துக்கு வசதியான விதத்தில் ஒரு படமும் வரைந்து கொண்டான். இன்று போக வேண்டிய பதினாலு வீடுகளும் ஒவ்வொரு திக்கில் இருந்தன. அத்தனை வீடுகளுக்குமாகப் பதினைந்து பதினாறு மைல்கள் வரை இன்று ஓடவேண்டியிருக்கும்.

ஒவ்வொரு நாளும் போல இன்றைக்கும் கடையிலேயே உட்கார்ந்து கோல்ட்லீஃப் சிகரெட்டுகளை அடிக்கொரு தரம் புகைத்துக் கொண்டிருக்கலாம். எதிரே தேநீர்க்கடையில் சுசீலாவின் சோகப்பாட்டுகள் போடுவார்கள். கேட்கலாம். ஒண்ணரை மணிக்கு மஹாவித்தியாலயம் கலைவதில் பதினைந்து நிமிஷங்கள் போகும். ஆனால் இரண்டாயிரம் ரூபாய்கள் வரையில் இந்த மாதமும் இவன் இழக்கத் தயாராக இருக்க வேண்டும். இவன் வேலை பார்க்கும் கொம்பெனி அவனுக்கோ அல்லது பதினான்கு வீடுகளுக்கோ தயவு தாட்சண்யம் காட்டப்போவதில்லை. இந்தப் பகுதி வாடிக்கையாளர்களிடமிருந்து மாதாந்தப் பணத்தை இவன் நூறு வீதம் அறவிட்டு விட வேண்டும். அல்லது அந்தத் தொகையை மாத முடிவில் இவன் கொம்பனிக்குக் கட்டத் தயாராக வேண்டும்.

4” x 8” சைஸ் அட்டைகள் பதினான்கைத் தெரிந்தெடுத்து நகுலன், வரிசைப்படி அடுக்கிக் கொண்டான்.

இந்த அட்டைகளில் வாடிக்கையாளர் பெயர், விலாசம், கொம்பனியில் பெற்றுக் கொண்ட பொருள், பொருள்களின் இலக்கம், செலுத்திய தொகைகள், பாக்கி... இப்படிப் பல முக்கிய விபரங்கள் இருக்கும். எதிர்த் தேநீர்க்கடையில் இருந்துவரும் தேநீர்கிளாஸ்களின் மேசையில் சீனிப்பிசு பிசுப்பு ஒட்டிக் கொள்வதைத் தவிர்க்கவும் அந்த அட்டைகள் சில வேளைகளில் உதவுவதுண்டு.

யன்னலை முதலில் நகுலன் மூடினான். பிறகு கடைக் கதவுக்கான பலகையை இழுத்துச் சாத்தத் தொடங்கினான். இப்படிப் பூட்டுவதைக் கொம்பனி ஒருபோதும் அனுமதிக் காது. ஒருவேளை இரண்டு நாட்களின் பின்னர் மாவட்ட முகாமையாளரிடமிருந்து இவ்வாறு ஓர் அறிவித்தல் கடிதம் வரக்கூடும்! '... உங்கள் வியாபார நிலையம் சூழ்நிலையைப் பொறுத்து மூடப்பட முடியாதது. உமது நடவடிக்கைகள் என்னை மிகவும் தொந்தரவு செய்வதுடன், உமது மன்னிப்புக் கோரலும் என்னால் ஏற்றுக் கொள்ள முடியாமல் உள்ளது... உமது உதவியாளர் விடுமுறையில் சென்றிருக்கும் பட்சத்தில் நீர் மாற்று ஒழுங்கை செய்திருத்தல் வேண்டும்...'

முன்பொருதரம் மாவட்ட முகாமையாளரிடமிருந்து இப்படி ஒரு கடிதம் வந்தது. அந்தக் கடிதத்தை இவனுடைய உதவியாளன் மனோகரனும் பார்த்திருக்கின்றான். எனினும் ஒவ்வொரு வாரமும் வெள்ளிக்கிழமைகளில் ஊருக்குக் கிளம்பிச் செவ்வாயிலோ அல்லது புதனிலோ அவன் வரு வதில் எவ்வித மாற்றமும் இல்லை.

இங்கே இவன் கதவைச்சாத்திச் சைக்கிளைத் தள்ளத் தொடங்கிய நேரத்தில் மனோகரன் மட்டக்களப்புச் சிங்கள வாடிச் சந்தியில் தன் சினேகிதர்களுடன் கூடி நின்று யாரா வது நடிகர் நடிகைகளின் கிசுகிசுக்கள் பற்றிய சுவையான விவாதத்தில் இறங்கியிருக்கக்கூடும்.

இப்போதுள்ள வெயிலே அவனுக்குப் பயத்தைத் தருமள வுக்கு இருந்தது. நேரம் ஆக ஆக இன்னமும் கடுமையாக இருக்கும் என உணர்த்திற்று.

றலி சைக்கிள் ஓடத்தொடங்கிற்று. நகுலனுக்குச் சந்தோ ஷம் தரும் நேர்ப்பாதை இந்த வளைவைக் கடந்ததும் வரும். அவன் வாடகைக்கு இருக்கும் வீடு. இந்த ஊரின் நீர்ப்பாசன அலுவலகம், பொலிஸ் நிலையம்... தெருவிலிருந்து கொஞ்சம் தள்ளி, வயலொன்றின் நடுவில் இருக்கும் ரோஹினியின் வீடு. ரோஹினியை இனி நகுலனால் காணமுடியாது. ரோஹினி யின் பிரின்ஸிப்பால் நகுலனைக் கூப்பிட்டுச் சொன்னார். "தம்பி! சிலப்பதிகாரக் காலத்திலிருந்து நடந்துவரும்

கொடுமை இது.” பிரின்ஸிப்பால் பேசிய தோரணையில் அவருக்கும் இந்தக் ‘கொடுமை’ நேர்ந்திருக்கக்கூடும் என நகுலனுக்குப் பட்டது. அந்தக் கோடை விடுமுறைக்கு முதல் நாளுடன் அவனையும், பள்ளிப் படிப்பையும் ரோஹினி பிரிந்தாயிற்று.

கொஞ்சம் தள்ளி நகுலன் வீடு வந்தது. நகுலன் தன் வீட்டுக்குப் போகவில்லை. போகவேண்டிய அவசியம் இருக்கவில்லை. சஸி காலைச் சாப்பாடு சாப்பிட்டுக் கொண்டிருப்பாள். காலையில் குடிக்க மறந்துவிட்டு வந்த பாலைத் திரும்பவும் ஊற்றித்தரப் பார்ப்பாள். நேரந் தவறிவிட்டால் பாலைக் குடிப்பதில் ஆர்வம் குறைந்து விடுகிறது. வயிற்றுக்கும் அது கஷ்டத்தைக் கொண்டுவந்து சேர்த்துவிடும்.

பால் குடிப்பது சௌக்கியத்துக்காக என்ற நிலமை மாறி ஒரு நிர்ப்பந்தத்திற்காக என்கிற மாதிரி இப்போதெல்லாம் ஆகிக் கொண்டு வருகிறது. வாழ்க்கையில் பால் குடிப்பது மாத்திரமல்ல, ஒவ்வொரு செய்கையுமே நிர்ப்பந்தத்தின் பேரில் தன்மேல் விதிக்கப்படுவதாகத் தோன்றியது.

பொலிஸ் ஸ்டேஷன் பக்கம் சைக்கிளைத் திருப்பி, அலரி மரம் ஒன்றில் சைக்கிளைச் சாத்திவிட்டு முதலாவதாக இருந்த ‘குவாட்டர்ஸை நோக்கி நகுலன் போனான்.

வழக்கம் போல மிஸிஸ் ஜயசேகரா வீட்டில் இருந்தாள். பொலிஸ் நிலையத்திலிருக்கும் ஜயசேகராவுக்கு இனிமேல் தான் தகவல் போய் அவர் இங்கு வரவேண்டும்.

மலர்ந்த முகத்துடன் ‘வாடிவெண்ட’ என்றாள் மிஸிஸ் ஜயசேகரா. இவன் ஒரு நாற்காலியில் உட்கார்ந்து ஜயசேகராவுக்குரிய அட்டையை எடுத்து, பாக்கியாக அவர் செலுத்த வேண்டிய தொகை எவ்வளவு எனப் பார்த்தான். ரூபா இரு நூற்று எழுபத்தைந்து.

மிஸிஸ் ஜயசேகரா சிரிப்பை அடிக்கடி நுழைத்துச் சிங்களத்தில் ஏதோ கூறிக்கொண்டிருந்தாள். அவள் என்ன சொல்ல முயல்கின்றாள் என்பது நகுலனுக்குப் புரியவில்லை. ‘தையல் மெசினில் ஏதோ பிழை இருக்கிறது மெஷின் மேசை பளிச்சென்று இல்லை, தாய்லாந்தின் பளபளப்பான மேசை ஒன்றை இதற்குப் பதிலாக மாற்றித்தர முடியுமா?” இவற்றைத் தவிர வேறெதையும் பெரிதாக அவள் கேட்டுவிடப் போவதில்லை. ஜயசேகராவிடம் இந்தச் சங்கடம் இல்லை. உச்சரிக்கும் விதத்தைத்தவிர ஜயசேகராவுக்கு நகுலனை விடத் தமிழில் நாலு வார்த்தைகள் கூடுதலாகத் தெரியும்.

குற்றவாளிகளை விசாரிக்க அவர் தமிழின் அனைத்துத் தூஷண வார்த்தைகளையும் பயன்படுத்துவது உண்டு.

நகுலன் புன்னகை மன்னனானான். முகத்தில் ஏறி அமர்ந்த புன்னகையை இறக்கிவிட இயலாமல் அவள் கூறும் அனைத்தையும் கேட்டுக் கொண்டிருந்தான். சுவரோடு பேசிக் கொண்டிருக்கும் உணர்வு மிஸிஸ் ஜயசேகரவுக்கு ஏற்பட்டிருக்க வேண்டும். சற்று எரிச்சலுடன் அவள் சமயலறைப் பக்கம் நகர்ந்துவிட்டாள்.

சார்ஜென்ட் ஜயசேகர வேகமாக அப்போது உள்ளே நுழைந்து, அதேவேகத்துடன் 'குட்மோனிங்' என்று சொல்லிவிட்டு நகுலனின் எதிரில் உட்கார்ந்தார். 'குட்மோனிங்' என்றான் நகுலன். சற்றுச் சந்தேகப்பட்டுத் தான் சொன்னது ஜயசேகராவுக்குக் கேட்டிருக்குமோ என்ற சந்தேகத்துடன் இரண்டாம் தடவையும் 'குட்மோனிங்' சொன்னான்.

ஜயசேகராவிடம் கறாராகக் காசு கேட்க முடியாது. நகுலனின் தொழிலுக்கு, ஜயசேகர போன்றவர்களின் உதவி அடிக்கடி தேவைப்படலாம். தவணை முறையில் பணங்கட்டுவதாகச் சைக்கிளை எடுத்துச் சென்ற ஒருவன் ஐந்தாறு மாதங்களுக்குத் தலைகாட்டாமல் ஒளித்துத் திரிந்த போது குறிப்பிடத்தக்க உதவி செய்தவர் ஜயசேகர. கோழிக்கூட்டுக்குள் ஒளித்திருந்த அவனைப் பிடித்து ஜீப்பில் ஏற்றி வந்து, பிடரியில் இரண்டு அறைகள் போட்டார்.

'தினமின'வில் இன்று வெளியாகியுள்ள முக்கியச் செய்திகள் பற்றி ஜயசேகர நகுலனுக்குச் சொன்னார். டாக்டர் நெவில் பெர்னான்டோவைப் பாராளுமன்றத்திலிருந்து வெளியேற்றுவது சரியான முடிவு எனக் கூறி, நகுலனுடைய அபிப்பிராயத்தைக் கேட்டார் ஜயசேகர. நகுலனுக்கு இதுவா பிரச்சினை? இம்மாத முடிவுக்குள் இரண்டாயிரம் ரூபா இவனுக்குத் தேவை.

"சரிதான்" என்றான் நகுலன்.

புலிகள் இயக்கத்தைப் பற்றி அவனுடைய அபிப்பிராயத்தைக் கேட்டார் ஜயசேகர. புன்னகைதான் அதற்கும் புத்திசாலித்தனமான பதில் என நகுலனுக்குத் தெரியும். ஜயசேகர ஒரு பொலீஸ்காரர்தான் என்பதையும் மீறிச் சில விசேட குணாம்சங்கள் இருந்தன.

அவர் கடைக்கு வரும் சந்தர்ப்பங்களில் நகுலன் தேநீர் வாங்கித்தர முயற்சித்தால்கூட ஜயசேகர தடுத்துவிடுவதுண்டு. தேநீர் வாங்கித் தருவதைக்கூட ஒரு வகையான லஞ்சம் என அவர் எண்ணியிருக்கலாம். எனினும்

அவர் நெடுநாட்களாக நகுலனிடம் கோரிக்கை விடுத்துக் கொண்டே இருக்கும் ஒரு விஷயம், தனது தையல்மெஷின் மேசையை மாற்றித்தர வேண்டும் என்பதாகும். 'செய்ய லாம்' என நகுலனும் சொல்லியிருக்கிறான். எப்படிச் செய் வது என்பதுதான் இவனுக்குப் புரியவில்லை. கொம்பனி சட்டத்திட்டங்களில் இப்படியெல்லாம் மாற்றித்தர இட மில்லை.

மிஸிஸ் ஜயசேகர தந்த கோப்பியைக் குடித்துக்கொண்டே பாக்கித் தொகை பற்றிய பேச்சை நகுலன் எடுத்தான்.

"ஓம் . . . ஓம் . . ." என்றார் திரு. ஜயசேகர. முகத்தில் சற்றுப் பிரகாசம் குறைந்திருந்தது, "இருபத்தைஞ்சாந்தேதி நாங் கட்றேன். ப்ரொப்ளம் இல்லத்தானே?"

"இல்லை" என்பதுதான் பொருத்தமான பதில் என நகுலனுக்குத் தெரியும். "மிகவும் நன்றி! போயிற்று வாறன்."

சைக்கிளை எடுக்க அலரிமரப்பக்கம் போன நகுலன் தன்னைக் கடந்து அவசரம் அவசரமாகப் பொலிஸ்டேஷனை நோக்கிப் போகும் ஒருவனைப் பார்த்தான். முன் தலையில் இருந்து வடியும் இரத்தம் சட்டையை நனைத்திருந்தது. இன்னுங் கொஞ்ச நேரம் இங்கேயே தாமதித்தால் இன்னொரு வன் தலையொன்றை வெட்டிக் கையிலெடுத்துக்கொண்டு வந்தாலும் வருவான் என நகுலனுக்குத் தோன்றிற்று.

இனி ஓந்தாச்சிமடம் போக வேண்டும். அங்கே இவன் சந்திக்க வேண்டிய வீட்டுக்காரன் அநேகமாக இருக்கமாட் டான். ஒவ்வொரு முறையும் இவன் சலிப்புடன் சைக்கிள் பெல்லைத் தொடர்ச்சியாக ஒலிக்க விடும்போது அவனது மனைவியின் தலை கதவிடுக்கு வழியாய் வெளியே எட்டிப் பார்க்கும். கொஞ்சம் ஒளியுடன் போராடி அணையத் துடிக் கும் மின்விளக்கைப் போலக் கதவிடுக்கு வழியாய் ஒவ்வொரு முறையும் அவளது முகம். பிறகு தலையை இழுத்துக் கொண்டு அவள் உள்ளே போனால் அவ்வளவுதான். சிறிது நேரத் தின் பின் அவள் சொல்லி அனுப்பிய அடுத்த வீட்டுக்காரர் அசைந்தசைந்து அவனை நோக்கி வருவார். அவர் மிகவும் சாதாரணமாகச் சொல்வார். 'வீட்டில் ஆம்பிளைகள் இல்லையாம்.'

கொஞ்சம் வேகமாக பெடல் பண்ணியதில் சீக்கிரமாக ஓந்தாச்சிமடத்துக்கு வந்து விட்டான். ஓர் ஐயத்துடன் தான் அந்த வீட்டருகே நின்று பெல் அடிக்கவேண்டியிருந்தது.

உள்ளே கெசட் பிளேயரில் சிவாஜியும், மஞ்சுளாவும் காதல் புரிந்து கொண்டிருந்தார்கள். 'அந்த ஆபத்தான

நெலமையில என்ன செய்யிறதுன்னே எனக்குப் புரியல்ல ராதா... அதான் அப்படி நடந்துக்கிட்டன்... என்னை மன்னிப்பியா ராதா?

அப்படி என்ன நடந்திருக்கும் என்றும், மஞ்சுளா அதற்கு என்ன பதில் சொல்லக்கூடும் என்றும் வெயிலில் நின்ற நகுலனுக்குத் தெரியும். “கேற்” தகரத்தில் நகுலன் தொடர்ந்து ஓங்கித் தட்ட, உள்ளே சிவாஜியினதும் மஞ்சுளா வினதும் தொண்டைகளை யாரோ அமுக்கியிருக்கக் கூடும். வீட்டுக்கதவைத் திறந்தவன் அவன் தேடிவந்த ஜெயராமன் தான். ‘அட, கதவைத்திறக்காமலே விட்டிருக்கலாம்’ என ஜெயராமன் இப்போது மனதுக்குள் நொந்துகொள்வான்.

“ஹலோ மானேஜர் என்ன இந்தப் பக்கம்?”

“பதினைந்தாம் திகதி செலுத்தவேண்டிய பணத்தைச் செலுத்தாமல் விட்டு ஏழு நாட்களாகின்றன. என்ன இந்தப் பக்கம் எனக் கேட்கின்றான் இந்தத் தடிப்பயல்.”

“ஒன்றுமில்லை... வெற்றிலை போட்டுக் கனநாளாச்சி அதுதான் வந்தன்” என்றான் கிண்டலாக நகுலன்.

“உள்ளுக்குள்ள வாங்க. ஏன் வெயிலில நிக்கிறீங்க?” சைக்கிளை வேலியில் சாத்திவிட்டு உள்ளே போனான் நகுலன்.

“ஜெயராமன்! கொம்பனி வேன் பின்னால வருது... மெஷினை எடுத்து ரெடியாய் வையுங்கள். இல்லையெண் டால் வீணாகப் பொலீஸுக்கு எல்லாம் போகவேண்டி வரும்...” என்றான் நகுலன். அவன் இவ்வாறு சொல்வது ஜெயராமனுக்கு அதிர்ச்சியளிக்கவில்லை. இப்படி எத்தனை தரம் கொம்பனி வேன் பின்னால் வந்துபோய்விட்டதென்று ஜெயராமன் நன்றாகப் படித்து வைத்திருக்கிறான்.

“பொறுத்ததோடு இன்னும் கொஞ்சம் பொறுங்க மனேஜர்... அடுத்த மாசம் முழுக்காசையும் எப்பிடியும் கட்டிப்போடுவன்... சில சிக்கல்கள்ள போனமாசம் மாட்டிற்றன்.”

இப்போது நகுலனுக்குக் கோபம் கூடிற்று. “நீர் என்ன கதைக்கிறீர். காசு கட்டுவதைத் தீர்மானிப்பது நீரா? நானா? சாமானை வந்து எடுக்கிற நேரம் மிகவும் பயபக்தியோடு வாறீங்கள். இப்ப நாங்கள் உங்கட வீடு தேடி அலையவேணும். என்ன நினைச்சுக்கொண்டீர்? நாங்க உங்கட வீட்டு நாயென்றா?

ஜெயராமன் சற்றுப் பயப்பட ஆரம்பித்திருந்தான். “சத்தம் அண்ணன்... காசு இருந்தால் கட்டாமல் இருக்க மாட்டன்.”

“இதெல்லாம் தேவையில்லாத கதை” என்று குறுக்கிட்ட நகுலன் பிறகு குரலைத் தாழ்த்திக் கொண்டு “இஞ்சபாரும் எங்களுக்குள்ள சிக்கல் பற்றி உங்களுக்கெல்லாம் விளங்குற தில்ல. நீங்கள் காசு கட்டினாலும் சரி கட்டாட்டியும் சரி மாசக் கடைசியில் அந்தக் காசை நாங்கள் கட்டியே ஆக வேணும். உம்மைப் போல இன்னும் பத்துப் பேர் இப்பிடிச் செய்தால் மாதக் கடைசியில் எவ்வளவு காசு என்ர கையால போடவேண்டிவரும் என்று யோசிச்சுப் பாரும்... அந்தக் காசுக்கு நான் எங்க போறது? என்ர வீட்டில காசு மரம் ஏதாவது இருக்குது என்று நினைச்சீங்களா?”

“இன்னும் ரெண்டு நாள் தவணை குடுங்க. நான் கடைக்கு வந்தே கட்டிருவன்.”

கொஞ்ச நேரம் மௌனமாக இருந்தான் நகுலன்.

“நம்பலாமா?”

இந்த நிமிஷ இக்கட்டிலிருந்து தப்புவதற்காக அவன் கற்பூரம் கொளுத்திச் சத்தியம் பண்ணுவான் போலிருந்தது. நகுலன் எழுந்து கொண்டான்.

“இதுதான் என்ர கடைசி எச்சரிக்கை. இனி நான் வரப் போறதில்லை சாமானைக் கொம்பனி கொண்டு போச்சுது எண்டால் பிறகு கட்டின காசும் கிடைக்காது. சொல்லிப் போட்டன்.”

சைக்கிள் ஓடத் தொடங்கியது. எதிர்த்திசையில் போகும் செம்மண் தெரு நேரே ஒரு பள்ளிக்கூடத்தருகே கொண்டுபோய் விடும். அந்தப் பள்ளிக்கூடக் கட்டிடம் கட்டி முடிந்து விட்டதோ அல்லது ஓலைக் கொட்டிலில் தான் இன்னமும் இயங்குகின்றதோ தெரியாது.

இரண்டு வருடங்களுக்கு முன்னர் கட்டிட நிர்மாண நிறுவனம் ஒன்றில் கண்காணிப்பாளராக நியமனம் கிடைத்து, இவன் இன்னும் பத்துச் சகாக்களோடு கட்டிடங்கள் எழுப்பும் பொருட்டு இந்தப் பள்ளிக் கூடத்துக்குப் போயிருக் கின்றான். அந்த நிறுவனத்தில் எட்டு மணித்தியாலங்கள் மாத்திரம் வேலையில் நீடித்த பெருமை நகுலனுக்குண்டு. அன்று பின்னேரம் வேலைத்தலத்துக்கு வந்த அதிகாரியை நகுலனால் சகித்துக் கொள்ளவே முடியவில்லை. அவன் கதிரையில் ஒற்றைக் காலைத் தூக்கி வைத்துக் கொண்டு நின்ற தோரணையும், ‘தான் வெள்ளைக்காரனிடம் அடி பட்டு வேலை படித்தவன், நீங்களும் அடிவாங்கத் தயாராக இருக்க வேண்டும்’ என்று பிரசங்கம் பண்ணியதும், இவ னுடைய சகபாடிகள் அவனுடைய ஓட்டை மோட்டார்

சைக்கிளைப் போட்டிபோட்டு ஸ்டார்ட் பண்ணிக் கொடுத்ததும் நகுலனால் சகிக்க முடியாமல் போயிற்று. 'போங்கடா மடையன்களே' என்று சொல்லிவிட்டு அன்று மாலை ஐந்து மணிக்கு பஸ் ஏறியவன் தான்.

எவன் மடையன் என்பதை இப்போது காலம் சொல்கிறது. இன்ஸ்பெக்டர் இப்போது யமஹா 100 மோட்டார் சைக்கிள் ஒன்று வாங்கியிருக்கிறான். புதுவீடு ஒன்றுக்கும் அத்திபாரம் போட்டிருக்கிறான். இவனுடன் இருந்த சக உத்தியோகத்தர்களின் நிலைமையும் அவ்வளவு மோசமானதாக இல்லை.

தெரு இறக்கத்தில் ஒரு கோயில் இருந்தது. தெரு இறக்கத்தைக் கண்டுவிட்டால் சைக்கிளுக்கு வெகு உற்சாகம் பிறந்துவிடும். பாதை முழுவதும் இப்படியே இறக்கமாகப் போய்க் கொண்டிருந்தால் எவ்வளவு நல்லது. மதியத்துக்குள் அத்தனை கணக்குகளையும் பார்த்து முடித்து விடலாம்.

கோயிலின் வலப்புறத்தில் ஆற்றோரமாகப் போய்க் கொண்டிருக்கும் பாதையில் இவன் இனிப் போகவேண்டும். நிழலுக்கும், இந்தப் பாதைக்கும் நெடுங்காலக் காதல். ஆண்டாண்டு காலமாகச் சூரியன் இந்தப் பாதையை எட்டிப் பார்க்க முயன்று தோற்றுப் போவதற்கு எத்தனையோ மரங்கள் சாட்சி சொல்லி வழி நெடுக நிற்கின்றன. குளிர்மையையும் சுகத்தையும் வாரி வழங்கும் பாதை அது.

பாதையோர மரங்களுக்கும் ஆற்றுக்கும் இடையில் ஆள் உயரப்புற்களும், பிரம்புப் பற்றைகளும் இருந்தன. வீசும் காற்றில் புற்கள் அசைந்து தலைசாயும் போது அவ்வப்போது ஆற்றில் தோணிகள் தெரியும். நீண்ட நாட்களுக்கு முன் ஒரு பின்னேரம் யஸீக்கா எலக்ரோ – 35 கெமராவை எடுத்துக் கொண்டு, இந்த இடத்துக்கு வந்து புற்களுக்கு நடுவில் தெரியும் தோணியை இவன் வண்ணப்படம் எடுத்திருக்கின்றான். படம் கழுவப்பட்டு வந்தபோது நன்றாகத்தான் இருந்தது. ஆனால் தோணியைத்தான் காணவில்லை.

ஒரு மைல் சென்ற பிறகு பாதையின் மரங்கள் குறையத் தொடங்கின. ஒரு மரத்திலிருந்து இன்னொரு மரத்திற்கான இடைவெளி அதிகரித்துக் கொண்டே போய்க் கடைசியில் மரங்கள் பாதையில் இல்லாமலேயே போயின. இவன் ஒரு கொலனியை வந்தடைந்திருந்தான்.

எத்தனை முறை வந்தாலும் தங்கேஸ்வரியின் வீட்டைச் சட்டென அடையாளம் கண்டுபிடிப்பது கஷ்டமாகத் தான்

இருக்கிறது. இந்தப் பக்கத்தில் இருப்பவை எல்லாம் தோற்றத்தில் ஒரே மாதிரிக் குடிசைகள். ஏதாவதொன்றில் தையல் மெஷின் சத்தம் ஓயாது கேட்டுக் கொண்டிருந்தால் அது தான் தங்கேஸ்வரியின் வீடு.

தென்னங்குற்றியொன்றில் சைக்கிளைச் சாத்திவிட்டு உள்ளே போனான் நகுலன். கூனிக் கருவாடு மணம் மூக்கைச் சுற்றிச் சுற்றி வந்தது. தங்கேஸ்வரி மீனை வெட்டித் துண்டுகளாக்கி, கழுவிக் கொண்டிருந்தாள். இவனைக் கண்டதும் சற்று வெட்கமாக இருந்திருக்க வேண்டும். பதட்டப்பட்டாள்.

“உள்ளுக்குள் இருங்கள்! இந்தா வாறன்” என்று விரைவாகக் கிணற்றடிக்குப் போனாள் அவள். நகுலன் உள்ளே போகாமல் தென்னைமரமொன்றில் சாய்ந்தபடி நின்றான்.

இவனது கடைக்குப் பக்கத்திலுள்ள நகைக் கடையொன்றின் கணக்குப்பிள்ளை இங்கு இரவில் வந்து விட்டுப் போவதாக நகுலன் கேள்விப் பட்டிருக்கிறான். கணக்குப்பிள்ளை இரவில் பணங்கொண்டு வராவிட்டாலும் கட்டாயம் ‘பார் சோப்’ கொண்டுவர வேண்டியிருந்திருக்கும்.

இவன் கடைக்கு வரும்போதெல்லாம் இவனுடைய உதவியாளன் மனோகரனும், இவளும் நகுலனை ஒரு விபரமறியாத பேர்வழியாக எண்ணிக் கொண்டு கச்சேரி செய்வதுண்டு.

“மெஷின் வேலை செய்யுதில்ல. கட்டாயம் ஒரு தரம் வந்து பாக்கவேணும்” – இது அவள்.

“மெஷின்ட கீழேயா? மேலேயா? கீழே எண்டால் ஓயில் போடவேணும் . . .” – இது மனோகரன். இந்த ரகமாய்ப் பேசிக்கொண்டிருப்பார்கள்.

உள்ளேயிருந்து காசை எண்ணியபடி தங்கேஸ்வரி வந்தாள்.

நூற்று இருபத்தைந்து ரூபாவுக்கு றசீது எழுதிக் கொடுத்து, காசைப் பத்திரப்படுத்திக் கொண்டான் நகுலன்.

“எங்கட காசைப்பத்திக் கவலைப்பட வேண்டாம் நம்பிக்கையான காசு. நீங்க வரத்தேவையில்லை. நாங்களே தேடிவந்து கட்டுவம் . . .”

நகுலன் போகத் தயாரானபோது திடீரென ஞாபகம் வந்தவள் போலத் தங்கேஸ்வரி சொன்னாள் ‘இந்த மெஷினைக் கொஞ்சம் பார்க்கவேணும் ஒரே சிக்கியடிக்குது’.

நகுலனுக்குப் பகீர் என்றது. தொழில் சார் வாழ்க்கையில் இதைப்போலச் சங்கடமான கட்டம் வேறொன்றுமில்லை.

நகுலன் சமாளித்தான். "கொஞ்சம் யோசிச்சுப் பாருங்க! இன்னும் இருபத்தைஞ்சு எக்கௌண்ட்ஸ் இண்டைக்குப் பார்க்கவேணும். இங்கு சுணங்கினால் இண்டைக்கு ஒண்டும் நடக்காது. நாளைக்கு நான் வாறன்... இல்லாட்டி அஸிஸ் டென்ட் பொடியனை அனுப்பி வைக்கிறன்..."

நகுலன் இதைச் சொல்லியபடி வாசலுக்கு வந்து விட்டான். மெஷினில் சரியாக நூல் கோர்க்கக்கூட இவனுக்கு இன்னும் தெரியாமல் ஒன்பது மாதங்களை எப்படியோ இந்தக் கொம்பனியில் கடத்திவிட்டான். சட்டப் பிரச்சினைகள் எழாமல் இருந்தால் ஒரு டிஸ்பென்சரியைத் திறந்து வெறும், டிஸ்பிரினுடனும், விக்ஸ் தைலத்துடனும் நகுலன் காலத்தை ஓட்டிவிடுவதில் ஒரு சிரமமும் இருந் திருக்காது.

ஈவிரக்கமற்ற வெயில் தன்னோடு சேர்த்து சைக்கிளை யும் வாட்டி வதைப்பதுபோல் நகுலனுக்குத் தோன்றியது. இருள், வெயில், நிலவு, மழை... இவற்றின் போதெல்லாம் இந்தச் சைக்கிளும் உயிர்த்து அவனுடன் பேசிக்கொண்டே வரும்.

எதிர்பார்த்ததற்கும் முன்பாகக் கிருஷ்ணஸ்வாமியின் வீட்டை அவன் அடைந்துவிட்டான். கிருஷ்ணஸ்வாமி வயலுக்குப் போய் அப்போது தான் திரும்பி வந்திருந்தான். தான் வீட்டில் இல்லாத நேரங்களில் நகுலன் வருவதைக் கிருஷ்ணஸ்வாமி அவ்வளவாக விரும்புவதில்லை. கிருஷ்ண ஸ்வாமி மோட்டார் சைக்கிளில் ஒவ்வொரு முறையும் கடை யைக் கடந்து போகும் போது நிறுத்தி "அண்ணன்! நீங்கள் அலையத் தேவையில்லை. நான் இங்கே வந்து காசைக் கட்டுவேன்" என்று சொல்லிவிட்டுப் போவான். அவன் அந்த வாக்குறுதியை நிறைவேற்றும் காலம் இந்த நூற்றாண் டில் வரப்போவதில்லை.

தேதியிட்ட ஒரு காசோலையில் ஐந்நூறு ரூபாய்த் தொகையை எழுதிக் கிருஷ்ணஸ்வாமி இவனிடம் நீட்டி னான்.

"போன முறையும் உங்கட செக் திரும்பிப் போச்சுது. இந்த முறை கொம்பனி பாரமெடுக்குதோ தெரியல்ல" என்றான் நகுலன்.

"இல்லை இல்லை இந்த முறை பேங்கில் காசு இருக்குது. (சற்று யோசித்து) போனமுறையும் காசு இருந்தது தான். கையொப்பம் வெச்சதில் பிழை எண்டு வங்கி அதிகாரி சொன்னவர் அண்ணன்."

('உண்மைதான் அது கையொப்பம் மாதிரியா இருக்கும்? தட்டில் இடியப்பத்துக்கு மா பிழிந்தது போல் இருக்கும்.')

றசீதைக் கொடுத்து விட்டு நகுலன் வெளியே வந்தான். இரண்டு வீடுகள் கழித்து அடுத்த வாடிக்கையாளரான குண ரெத்தினம் இருந்தார். பொங்கல், சித்திரைப் புத்தாண்டு, தீபாவளி, இந்த ஊர்ப்பத்திரகாளியம்மன் திருவிழா ... இப்படிச் சில விஷேசமான நேரங்களில்தான் அவரை வீட்டில் சந்திக்க முடியும். குணரெத்தினம் மட்டுமல்ல இந்த ஊரின் பெரும்பாலான ஆண்கள் தொழில் நிமித்தம் வாழ்கை யின் பெரும்பகுதியை யாழ்ப்பாணம் கன்னாதிட்டியிலும், கொழும்பு செட்டியார் தெருவிலும் நகைவேலை செய்து கழித்துக் கொண்டிருந்தார்கள்.

குணரெத்தினத்தின் வீட்டுக்குப் போய்விட்டுத் திரும்பும் ஒவ்வொரு தடவையும் 'இவர்களுக்கு மெஷின் தேவை யில்லை' என நகுலன் எண்ணிக் கொள்வான். தையல் வேலை நடப்பதற்கான எவ்விதத் தடயங்களையும் அங்கே காணமுடியாது. இவனே இரண்டுதரம் மெஷினில் தூசி துடைத்து ஒட்டடை தட்டிக் கொடுத்திருக்கிறான்.

குணரெத்தினத்தின் மனைவி மூக்கால் பேசினாள் ...

"அண்ணன், அவர் இன்னும் மணி ஓடர் அனுப்பல ... அனுப்பினவுடனேயே கொண்டுவருவன் ..." பாசமலரின் வேண்டுகோளைக் கேட்டு நகுலன் பேசாமல் அப்படியே நின்றான்.

"மறக்காமல் அனுப்புவீர்களா?"

"அவ்வளவுக்கு நம்பிக்கையில்லையா அண்ணன்?" என அவள் அழுத்தமாக உச்சரித்த விதத்தில் 'பாசத்தின் நீரூற்றுப் பொங்கிப் பெருகுவதை' அவன் உணர்ந்தான்.

"சரி ... சரி ..." என்று அலுப்புடன் சொல்லிவிட்டுச் சைக்கிளைத் திருப்பினான்.

இனி அடுத்த கணக்கைப் பார்க்க ஐந்து மைல்கள் போக வேண்டியிருக்கும். கொஞ்சம் களைப்பாய் இருந்தது நகுல னுக்கு. கால்கள் வலித்தன.

எந்தத் தொழிலிலுமே சுதந்திரம் இல்லையா? எனச் சைக்கிள் ஓடும் போது நகுலன் எண்ணிக் கொண்டான். இஷ்டமான தொழில் எவனுக்குமே கிடைத்துவிடுவதில்லை போலிருக்கிறது. ஓர் அதிகாரியைச் சகிக்க முடியாமல் வேலையை உதறிவிட்டு வந்தவன் இப்போது இன்னொரு

கூண்டுக்குள். உலகம் முழுவதும் இப்படிக் கூண்டுகள் தானா? நியூயோர்க்கில் இருந்து இலங்கை வரை உள்ள முகங்கள் தெரியாத எஜமானர்களுக்காக இப்போது வெல்லாவெளி என்ற கிராமத்தை நோக்கி ஓடிக் கொண் டிருப்பது நகுலனுக்கு வெட்கத்தை அளித்தது. அவனுக்கான கடிவாளம் இப்போது எவனோ ஒருவனுடைய கையில்.

இந்த வேலையையும் உதறிவிடலாம். உதறிவிட்டு என்ன செய்வது என்பது தான் நகுலனுக்குக் கவலையைத் தந்தது. இருள் வாய்கள் விழுங்கக் காத்துக் கொண்டிருந்தன. பழைய படி சீனியின் ஹாட்வெயார் ஸ்டோர்ஸிற்குப் போய் 'பில்' எழுதிக் கொடுத்து நேரத்தைப் போக்குவதா? அல்லது சாந்தி ஒலிப்பதிவு நிலையத்திற்குப் போய்த் தலையில் ஹெட் போனை மாட்டிக் கொண்டு பாடல்களின் உலகத்துள் மூழ்கி விடுவதா?

என்ன செய்யலாம்?

என்ன செய்வது?

அடுத்து என்ன?

சைக்கிளில் போய்க் கொண்டிருக்கின்றோம் என்பது கூட நகுலனுக்கு மறந்து போயிற்று. நெல்வயல்களை இரண்டு பக்கமும் கொண்ட பாதையில் அவன் அந்தரத்தில் மிதந்து கொண்டிருந்தான்.

மாதம் முடிய இன்னும் எட்டு நாட்கள் இருக்கின்றன. ஐந்து மைல்கள் ஒரு தூரமாய்த் தெரியக் கூடாது எனக் கூறி நகுலன் ஆளரவமற்ற அந்தப் பெருவெளியில் தன்னைத் தானே தேற்றிக் கொண்டான்.

கீற்று, அலை – தை 1983

அசோகவனங்கள்

நீதானே அது?
அது நீயாய் இருக்கும் என
ஏன், எனக்கித்தனை சந்தோஷம்?
கிழக்கெனவும்
மேற்கெனவும்
கிளம்பிச் சென்ற நாம்
உலகம் உருண்டை என்பதாலோ
மறுபடியும் சந்தித்தோம்?
கிழக்கு நோக்கிக்
கிளம்பிச் சென்றும்
மேற்கு வானில்
எத்தனை வட்டங்கள்
என் மன ஆலாவே!
தெரு வளைவைக்
கடக்கும் போது,
தூரத்தே
பாலகர்க்குப் பாடம் சொல்லிக் கொடுக்கும்
ஒரு பாலகியாய்
ஜன்னலின் பின்னால்
உதித்த முகம்
நீதானே அது?
அது நீயாய் இருந்தால்
எனக்கெத்தனை சந்தோஷம்
எனதன்பே, அசோகவனங்கள் எங்கே அழிந்தன?

இந்தக் கவிதையை எழுதிய மகாகவிஞன் *வழக்கம் போல் 7.50க்கு பஸ்ஸில் இந்த இடத்தைக் கடந்து போய்விட்டான். வடக்குப் புறமிருந்து பஸ் ஒன்று வரும் இரைச்சல் கேட்டதும் ஆரம்பித்த படபடப்பு பஸ்ஸில் அவன் கடந்து போனதும் அடங்கிப் போயிற்று. அவனைப் பலவந்தமாக அந்த பஸ் என்னிடமிருந்து பிடுங்கிச் செல்வது போன்ற அசட்டுக் கோபம், சோகம்.*

அவன் ஒட்டகச்சிவிங்கியைப் போல் தலையை வெளியே நீட்டியபடிதான் இன்றும் போனான். தினமும் பதினாறு மைல்கள் பயணம் செய்வது இந்தப் பத்து வினாடிச் சந்திப்புச் சுகத்துக்காகத்தான் என்று ஒரு தடவை அவன் என்னிடம் சொன்னான்.

என்னைப் போல் அவனும் கனவுகளுடன் வாழ்ந்து, மல்லுக்கட்டி, கனவுகளாய்க் கழிப்பான் என நான் நம்பத் தயாரில்லை. அவனுடைய காலடியில் முகம் புதைத்துக் காலமெல்லாம் கண்ணீர் அபிஷேகம் செய்யும் தொனிபடச் சற்று உணர்ச்சிவசப்பட்டு ஒரு தடவை நான் எழுதிய கடித மொன்றுக்குப் பதில் எழுதுகையில் அவன் எவ்வாறு தொடங்கியிருந்தான் தெரியுமா? 'அன்புள்ள ஆண்டாளுக்கு அல்லது மீராபாய்க்கு . . .'

கடந்த திங்கட்கிழமைகூட அவனுக்கு ஒரு கடிதம் எழுதினேன் வேகமாக. அது விடுதியில் இருக்கும் ஒரு சிறு பிள்ளை தன் சாப்பாடு, குளிப்பு, படுக்கை, படிப்பு . . . இவை பற்றியெல்லாம் கோள் மூட்டித் தன்னுடைய பெற்றோருக்கு எழுதுவது போல் இருந்தது. வாசித்துப் பார்த்ததில் எனக்கே பெரிய வெட்கமாகிவிட்டது. அவனுக்கு இந்தக் கடிதம் எப்படி இருந்திருக்கும்? எனவே கிழித்துவிட்டேன்.

ஃபைல்கள் நிறைந்த மேசையொன்றை நடுவில் வைத்து எதிரும் புதிருமாக உட்கார்ந்தபடி ஒரு சாயங்காலத்தில் நானும் அவனும் பேசிக்கொண்டிருந்தபோது அவனுடைய கைகளைப் பற்றி 'நம் துன்பங்களுக்கு எப்போது விடிவு கிடைக்கப் போகிறது?' என்றேன். சற்று நேரம் சும்மா இருந்து விட்டுப் பின்னர் என்னைப் பார்த்தபடி சொன்னான். "நேற்று இரவு ரூபவாஹினியில் போன ஒரு தமிழ்ப்படத்தில் இதே வசனம் வந்ததாக ஞாபகம். படுக்கையிலிருந்த என் காதில் அது விழுந்தது."

அவன் கனவுகளுக்கும், தமிழ்ப்பட வசனங்களுக்கும் எதிரி என்றால் பதினாறு மைல்கள் பயணம் செய்து பத்து வினாடி 'தரிசனமும்' திருப்தியும் பெறுகின்ற சமாச்சாரம் எதில் சேர்த்தி? மூளைக்கும், மனதுக்கும் நடைபெறும் கயி றிழுப்புப் போட்டியில் இவன் கழுத்துச் சிக்கிக் கொண்டதோ? அவன் கட்டவிழ்த்துவிட்ட நாய் எம்பிக் குதித்து அவன் குரல்வளையைக் குறி வைக்கிறதோ?

நான் செய்த பெரிய பாவம் அவனைக் கேட்காமலேயே விரும்பத் தொடங்கியதும், ஆசைகளை வளர்க்க ஆரம்பித்ததுந் தான். இருள் நிறைந்த நடுக்காட்டில் தனித்து இருப்பது போல் உணர்கிறேன். அவனில்லை, அவனது சத்தத்தை மட்டுந்தான்

என்னால் கேட்க முடிகிறது. "... கண்மணி, பயப்படாதே ... நான் இருக்கிறேன்" என்கிறான். ஆனால் அவன் எங்கே இருக்கிறான். நான் இருக்குமிடத்தை அவன் கண்டுகொள்ளல் சாத்தியமா? ஒவ்வொரு நிமிஷங்களையும் முட்களாகப் பயங்கரமாகக் கழிக்கிறேன் ... அவன் குடிப்பது, தாடிவளர்ப்பது இன்னொரு பக்கம் என் குரல்வளையை இறுக்குகிறது. உலகத்துச் சோகங்கள் அனைத்தையும் அவனுடைய இதயத்தில் ஒன்றன் மேல் ஒன்றாக அடுக்கி அழகு பார்க்க முயல்கிறேனோ?

அடுத்து வரப்போகும் 'பஸ்'ஸை எதிர்பார்த்துக்கொண்டு இன்னும் கொஞ்சப் பேர் பஸ் தரிக்குமிடத்திற்குள் நின்றார்கள். அவர்கள் போனதும் சிறிது நேரத்தில் சில பையன்கள் வந்து சேர்வார்கள். ஒவ்வொரு ஊரிலும் வேலையில்லாத, வேலைக்குப் போக விருப்பமில்லாத பையன்கள் இருக்கிறார்கள். அவர்கள் எந்த பஸ்ஸிலும் ஏறப்போவதில்லை. ஒருவரது மரண ஞாபகமாகக் கட்டப்பட்ட இந்த பஸ் நிறுத்துமிடத்துக்குள் இன்னும் சிலரை உயிருடன் புதைத்துக்கொண்டிருப்பார்கள் இவர்கள்.

இவர்கள் எனக்கு எத்தனையோ காந்தர்வக் கல்யாணங்கள் செய்துவைத்தாயிற்று. ஒவ்வொரு கல்யாணத்தின் போதும் தேவர்கள் வானத்தில் நின்று மலர்கள் தூவியிருப்பார்கள். இதன் மூலம் பிறக்கப்போகும் என் குழந்தையைப் பாலர் பாடசாலைக்குக் கூட்டிச் சென்று வரும் பொறுப்பை வேலை வெட்டியற்ற இவர்களில் எவனாவது ஒருத்தனுக்குக் கொடுத்துவிட எண்ணியுள்ளேன்.

கடந்த சனிக்கிழமை வகுப்பறை ஒன்றின் கரும்பலகையில் எனக்கும் 'ஹீரோ'க்கும் கல்யாணம் செய்து வைத்துவிட்டார்கள். (ஹீரோ என் பள்ளிக்கூடத்தில் கற்பிக்கும் இளம் ஆசிரியர்.) இதை யார் எழுதினார்கள், பின்னர்க் கண்டு இதை யார் அழித்தார்கள் ... போன்ற தேவையற்ற ஆராய்ச்சிகளை நான் செய்யப்போவதில்லை. என் துகிலுரிபடுவதில் இந்தத் துரியோதனன் சபையில் யாருக்கு ஆட்சேபணை இருக்கும். கிருஷ்ண பரமாத்மாதான் பஸ்ஸில் 7.50க்குப் போய்விட்டானே.

வகுப்பறையை நோக்கி நடக்க ஆரம்பித்தேன். 'குட் மோர்னிங் ரீச்சர்' என்றார்கள் குழந்தைகள். (இனிய காலைகள் எனக்கானவையல்ல குழந்தைகளே) என்னோடு சேர்த்து இவர்களையும் அலைக்கழிப்பது எவ்வளவு துரோகம்.

என்னுடைய இந்த நாட்களில் நான் தூக்கமின்றி, உணவின்றி, தலையணையை நனைத்து, வெளிச்சமுள்ள பரந்த

வெளி எதுவென்று வெள்ளை மணல் நிறைந்த மனித நடமாட்டமில்லாத (அவன் மட்டும் அங்கே இருக்கட்டும்) பகுதியொன்றைக் கண்டுபிடிக்க அலைகின்ற அலைச்சலில் இந்தச் சம்பவந்தான் ஏனோ கண் முன்னால் வந்து வந்து நிலையிட்டு நின்றது.

சிறு பிராயத்தில் எனது வீட்டுச் சுற்றாடலில் சில சக்கிலியர்கள் வாழ்ந்து வந்தார்கள். எனது வீட்டு ஜன்னலில் ஏறி அவர்களை நான் மிகவும் பயத்துடன் கவனித்துக் கொண்டிருப்பேன். அவர்களுடைய பெரும்பாலான நேரங்கள் குடியிலும், கும்மாளத்திலும், ஏச்சிலும், பேச்சிலும் கழியும். ஒருநாள் அவர்கள் ஒரு கிடங்கு நிறைய நெருப்பு மூட்டி அதன்மேல் ஓர் உயிர்க் கோழியைக் கம்பில் கட்டி, வாட்டியெடுத்துக் கொண்டிருந்தார்கள். எனது மனதில் மிகவும் உறைந்து போன சம்பவம் இது. அந்தக் கோழி இப்போது நான் அல்லவா? நான் வாடுவது எந்த நெருப்பில், எந்தச் சிறையில் . . ?

பக்கத்து வகுப்பிலிருந்த R.K. என்னை நோக்கி வந்தான்.

"மனோகரி, இன்று பஸ்ஸில் கண்டீர்களா?"

"கண்டுவிட்டேன்" என்றேன்.

அவனை ஒரு சாட்டாக வைத்து என்னிடம் கதைத்துக் கொட்ட வரும் R.K. இன் ஆர்வம் எனக்குத் தெயாததல்ல. R.K. என்னைப்பற்றி என்ன எண்ணுகிறான். 'திருமணமான ஓர் ஆடவனுடன் இப்படிப் பழகும் இவள் எனக்கும் இணங்கிப்போவாள்'.

நேற்றைய கடைசிப் பாட வேளையில் R.K. என்னிடம் வந்து கதைத்துக் கொண்டிருந்த போது கீழ்த்தளப் படிக்கட்டில் நின்று 'காதலிக்க நேரமில்லை' என்று ஒருவன் பாடும் சத்தம் கேட்டது. இந்த வித்தியாலயத்தின் சிறப்பம்சம், குரங்குகள், எருமைகளுக்குக் (குரலில்) கூட இங்கே படிக்க அனுமதி கிடைத்துவிடுகிறது.

என்னிடம் வந்து அளப்பது சம்பந்தமாக என் விருப்பமின்மையை R.K. இடம் நேரடியாகச் சொல்லிவிடுவதில் எனக்கொன்றும் பயமில்லை. எனினும் அவனுடைய கறுத்த இறுகிய முகம் மேலும் கறுத்துப் போகும். அப்படி ஓர் அவலத்தைப் பக்கத்து வகுப்பறையில் வைத்துச் சகிக்கத் தான் வேண்டுமா?

R.K. சற்று நேரம் வளவளத்துவிட்டுப் போய்விட்டான். என் ஸ்வாரஸ்யமற்ற 'ஊம், ஓம், இல்லை'கள் அவனைப் போகச் செய்திருக்கலாம்.

இந்த நேரம் என்னுடைய 'அவன்' என்ன செய்து கொண்டிருப்பான்? அவனுடைய அலுவலகத்திலும் நேரப் பதிவுப் புத்தகம் ஒன்று வைத்திருப்பார்களா? அதில் கையெழுத்திட்டுவிட்டு என்ன செய்வான்? என்னைப் போலவே அவனும் என்னைப் பற்றிய நினைவுகளில் மூழ்கிக் கிடப்பானா? கல்குலேற்றரில் பச்சை இலக்கங்களுடன் போராடிக்கொண்டிருப்பானா? T.Vஇல் போகும் அவனு டைய நிறுவன விளம்பரத்தில் வருபவன்போல் விலை விபரங்கள் சொல்லிக் கொண்டிருப்பானா?

தூக்க நிலையில் மட்டுமல்ல, விழிப்பு நிலையிலும் கூட அவனையும் என்னையும் சேர்த்துத்தான் நிறையக் கலர்க் கனவுகள். நான் இப்படியே கனவுலகின் நிரந்தரப் பிரஜையாகி விடுவேனோ என்ற அங்கலாய்ப்புத்தான் இப்போது அடிக்கடி எனக்குள்.

நேற்றுக்கூட ஒரு கனவு... ஒரு பெரிய ஆலமரம். ஆனால் அசாதாரணமாக அதன் இலைகள் வெள்ளிகள் போல் மின்னுகின்றன. கண்களைக் கூசவைக்கும் வெளிச்சம். ஆனால் அது மேற்பகுதியில் மட்டும். மரத்தின் கீழே, அடிப் பாகத்தில் நிசப்தமும், இருட்டும். மரத்தின் கீழே அவன் இருக்கிறான், என்னைக் காத்துக்கொண்டு. நான் மெது வாக, மிக மெதுவாக நடந்து வருகிறேன். பொறுமையிழந்த அவன் விரைவாக வரும்படி கத்துகிறான். ஆனால் நான் மெதுவாகவே வருகிறேன். அவன் பொறுமையில்லாதவ னாக ஓடிவந்து என்னைக் கட்டியணைத்து... சில நிமிஷங் களுக்குள் நான் களைத்துப் போகிறேன். அதைக்கூட அவன் தான் சொன்னான். என்னை விடவில்லை. அப்படியே அவன் பிடியில் இருக்கிறேன். நான் சொல்லுகிறேன் "மேலே போகப் போகிறேன். மேலே நல்ல வெளிச்சம்... அதுதான் எனக்கு நல்ல விருப்பம்... நீங்களும் உங்கள் இருட்டும்..." அவனுக்கு ஒரே கோபம். என்னைத் தள்ளி விடுகிறான். நான் விழுமுன்பு தாங்கிக்கொள்கிறான். மீண்டும் தொடர்கிறது. வெளிச்சத்தைப் பற்றி மீண்டும் நான் சொல்ல முனைந்தபோது ஒரு மெலிந்த – ஆனால் அவனையே போன்ற அழகான பெண் குழந்தை 'அப்பா... அப்பா...' என்ற சிணுங்கலுடன். நான் அவளைத் தூக்க முற்படும்போது ஒப்பாரி வைக்கிறாள்.

அவனிடம் போகப் பிரியப்பட்டு அடம் பிடிக்கிறாள். அவளை அவனிடம் தூக்கித் தருகிறேன். பிள்ளையுடன் கொஞ்சி விளையாடியவாறு அவன் இருக்கிறான் என்னைக் கவனியாமல். The end.

வகுப்பில் தலைதூக்கிய சத்தத்தில் நான் மறுபடியும் விழிப்புணர்வு பெற்றேன். இன்று என்னால் படிப்பிக்க முடியாது. அவனுக்கு இது தெரிந்தால் நிச்சயம் கோபிப்பான். அவன் ஒரு தடவை சொன்னான். "என்னுடைய மனதில் தங்கியுள்ள என் ஆசிரியர்கள் யார் தெரியுமா? மிக அக்கறையுடன் அன்புடன் படிப்பித்தவர்களும், அழகானவர்களுந்தான்."

வகுப்புக்கு எழுத்து வேலை கொடுத்துவிட்டு மறுபடியும் நாற்காலியில் உட்கார்ந்தேன்.

இன்று காலையில் கல்வி அதிகாரி ஒருவன் வந்திருந்தானாம். இரண்டு மூன்று நாட்களுக்கு முன்பே பாடங்களுக்கான குறிப்புக் காட்டியபடியால் தப்பிவிட்டேன் என்று சிவகாமி ரீச்சரும் இன்னும் இரண்டுபேர்களும் சொன்னார்கள். மொத்தம் ஆறு வெவ்வேறு பாடங்களுக்கு நான் குறிப்புகள் எடுத்தாக வேண்டும். இந்தப் பள்ளியில் என்னைப் போல ஆறு வெவ்வேறு பாடங்கள் எடுப்பவர்கள் யாருமில்லை. (ஒழுங்காக ஒரு பாடத்தை எடுத்து முடிப்பார்கள் என்றால் அதுவே சந்தோஷம்) எவ்வளவு நேர்மையான நிருவாகம்.

அதிபரும், மனைவியும் ஒரே இடத்தில் பணிபுரிவது அவர்களிருவருக்கும் சந்தோஷமும் வசதியும் தரக்கூடிய ஒன்றாக இருக்கலாம். ஆனால் அது மற்றவர்களுக்கல்ல. அமெரிக்காவில் நான்ஸி ரீகன் மாதிரி இங்கே பள்ளிக்குள் திருமதி பிரின்ஸிப்பால்தான் முதற் பெண்மணி. அவளுக்கு நிறையக் கவலைகள். முக்கியமாகக் காலையில் பஸ்ஸில் போகும் அவனை நான் சந்தித்து விட்டேனா என்பதை உறுதிப்படுத்திவிட . . .

அவள் எவ்வளவு குரூரமானவள்! பேச்சிடையே ஒரு நாள் சொன்னாள். "எவ்வளவுதான் மலிவு என்றாலும் எனக்கு 'ஸெக்கண்ட் ஹான்ட்' சாமான்கள் வாங்குவதில் துளிக் கூட இஷ்டமில்லை."

எனக்கு மனதுக்குள் சிரிப்பு வந்தது. 'அம்மணி! அதிபுதிய பொருட்களை வாங்கிவிட்டும் சிலர் காலம் தாழ்த்தித்தான் புரிந்துகொள்கிறார்கள். அந்தப் பொருளால் பயன் ஏதுமில்லை' என்று சொல்ல என் வாய் துடித்தது. எனினும் அதிபர் பாவம். அவரென்ன செய்தார், அவரை இங்கு இழுக்க?

மழை சடசடவெனப் பெய்யத் தொடங்கிற்று. கண்களை மூடிக்கொண்டு மழை பெய்யும், மோதும் சத்தத்தை மாத்திரம் கேட்பது எனக்குப் பிடிக்கும்.

மழை பெய்யத் தொடங்கிவிட்டால் எனக்குப் பிரிய மில்லாத பஸ் பயணங்கள்தான். அப்பாவுடனான சைக்கிள் சவாரியை மாரிகாலத்தில் கைவிடவேண்டி வந்துவிடும்.

பழைய, மழை நாட்களை நினைத்துப் பார்க்கிறேன். அப்போதெல்லாம் மழை நாட்களில் நான் என் படுக்கை அறையை விட்டு வெளியே வருவதில்லை. சாப்பாடு, தேநீர் எல்லாமே தேடி என் அறைக்குள் வந்துவிடும். ஒரு விண்வெளிப் பயணியைப் போல உடுத்திக்கொண்டிருப் பேன். குளிர் பொறுக்க முடியாவிட்டால் ‘ஸொக்ஸ்’உம் கால் களில் ஏறிவிடும். வீட்டில் மற்ற எல்லோரும் என்னைப் பார்த்துப் பொறாமைப்படுவார்கள். ‘கிழட்டுச் செல்லம்’ என்று. உண்மையில் நான்தான் எங்கள் வீட்டின் செல்லப் பிள்ளை. அப்பாவின் அதி பிரியத்துக்குரியவர். அப்பா அடிக்கடி சொல்லுவார். பலவீனமான பிள்ளைகளுடன் தானாம் பெற்றோருக்குக்கூட ஒட்டுதல். இதை நான் வீம்புக்காய் முழுசாக ஏற்றுக் கொள்ளாவிட்டாலும்கூட உண்மை அதுதான். ஆஸ்த்துமா வந்து நான் அவதிப்படும் போதெல்லாம் அப்பாதான் அருகிலிருந்து என் நெற்றியை யும், முதுகையும் தடவிக் கொடுப்பார். அம்மா இப்படியெல் லாம் செய்தது கிடையாது. நான் தூங்கும்வரை அப்பா விழித்திருப்பார். அந்த நேரங்களில் நான் சொல்வதுதான் நடக்கும். படுக்க முடியாது, கதிரை வேண்டும் என்றால் உடனே கதிரை வரும். வேர்க்கிறது என்று சொன்னால் எல்லா ஜன்னல்களும் திறபடும். நான் அழுதால் அப்பா பயந்துபோவார். நிலைமையைப் பார்த்து டொக்டரைக் கூட்டி வருவார். தாங்குவது கஷ்டம் என்றாலும் ‘ஊசி போடுங்கள்’ என நானாகவே வலிந்து டொக்டரிடம் கேட்பேன். டொக்டர் முதலில் மறுத்தாலும் நான் படும் அவஸ்தையைச் சகிக்கமாட்டாமல் ஊசி போடுவதுண்டு. நான் அப்படியே நித்திரை மயக்கத்தில் ஆழ்ந்து விடுவேன்.

சென்ற வருடம் மழை நாள் ஒன்றில் நானும் அவனும் பஸ்ஸில் வந்தோம் . . . மழைப் பயம், என் ஆஸ்த்துமா பற்றிய யோசனை எதுவுமில்லாமல் அவனுடன் அந்த மழை நாளில் பயணம் செய்ய முடிந்தது. நான் இறங்கவேண்டிய இடம் நெருங்கியதும் பிரிவு பற்றிய துயரம் அழுத்தியது.

“நீங்களும் இறங்குங்கள்” என்றேன்.

“இறங்கி ?”

“இறங்குங்கள்.”

தார் ரோட்டின் ஈரத்தில் சிவப்பிழுத்துக்கொண்டு பஸ் எங்களைவிட்டுப் போயிற்று. ஆளுக்கொரு குடையை விரித்துக்கொண்டு பிரதான வீதியில் இருந்து பிரிந்துபோகும் ஒரு தெருவில் என் வீட்டை நோக்கி நடக்கத் தொடங்கி னோம். தெரு வளைவை நெருங்கும் போது நான் சொல் கிறேன். "ஒரு குடையைத் துஷ்பிரயோகம் செய்வதுபோல் இல்லையா?"

அவன் என் குடையின் கீழ் வந்தான். வெட்டிய ஒரு மின்னலில் அவன் என்னை முத்தமிட்டதை நனைந்த பூக்கள், இலைகள், செடிகள், கொடிகள், ஒதுங்கி நின்ற ஒரு மாடு ... இவையெல்லாம் பார்த்திருக்கும்.

அம்மா சென்ற வாரம் விஷயம் தெரிந்து தேம்பி அழத் தொடங்கினாள். "மகளே! இந்த விஷயம் இனி வேண்டாம். ஊர் காறித் துப்பும். கல்யாணம் முடியாதவன்போல் நடித்து அவன் உன்னை ஏமாற்றிவிட்டான் ..." அந்த நேரத்திலும் நான் அழுதேன் என்றால் அதுகூட அவன் சார்பாகத்தான். அவனுக்குத் திருமணமாயிற்று எனத் தெரிந்தும் அவனுடன் நேர்ந்த ஒவ்வொரு சந்திப்புக்களிலும் நான் விலகிப் போக முயன்றிருக்கிறேனா?

நான் எப்போதும் வெளியில் திரிவதில் அவ்வளவாக நாட்டம் கொண்டவளல்ல. தேவாலயம், பள்ளி அல்லது அக்காவுக்காகக் கட்டப்படும் புதுவீடு, ரியூஷன் நாட்களில் நான் வெறுக்கும் பஸ் பயணங்கள். இவற்றுக்கிடையில் எங்கே எப்படி இந்தத் தவறு நேர்ந்தது என வீட்டார் ஆராய்கிறார் கள். இன்னொரு சிறகடியை இவள் எப்படித் தேடினாள் என்பது அவர்களுடைய வியப்பு.

நான் ஒரு நாள் அவனுக்குக் கமலாதாஸின் 'என் கதை'யில் இடம்பெற்ற வரிகளை வாசித்துக் காட்டினேன். '... என்னை அவனுடைய கைகளினால் எடுத்து, என் முகத்தை, கூந்தலை, என் கரங்களை வருட வேண்டுமென வும், காதல் வார்த்தைகளை கிசு கிசுப்புடன் உதிர்க்க வேண்டு மெனவும் எதிர்பார்த்தேன். என் தந்தையைப் போலவும், தாயைப் போலவும் அவன் எல்லாமுமாகிவிட வேண்டும் என எதிர் பார்த்தேன். எனக்குத் தேவைப்பட்டவை உரை யாடல், உறுதுணை, வெதுவெதுப்பான கூடல்; என் எண்ணங் களுக்கு அப்பாற்பட்ட தூரத்தில் ...

என் சகோதரனுடைய நாட்குறிப்பொன்றை சமீபத்தில் பார்க்க நேர்ந்ததில் தடுமாறிப் போனேன். 'கருப்பு ஆடு' என்ற வார்த்தையை என்னைக் குறித்து அவன் பிரயோகித்திருந்

தான். இந்த விவகாரம் குறித்துத் தன் நண்பனான பாலா விடம் பேசி அழுததாக எழுதப்பட்ட வரியை வாசித்ததும் எனக்குள் விசனந்தான் பொங்கிற்று. "அடேய் தம்பி! இந்த பாலா ஒரு நாள் கருக்கல் பொழுதில் வாசலில் நின்ற போது என் மார்பைக் கிள்ளும் நோக்கத்துடன் வந்தவன் என்பது தெரியாமல்... நீயும் உன் நாட்குறிப்பும், சரிதான் போடா!"

எல்லோரும் ஒத்த குரலில் பாட முனைவது இதுதான். "அவன் கல்யாணம் ஆனவன்... அவனுடன் பழகுவதில் என்ன பிரயோசனம்? பிரயோசனம் எதிர்பார்த்ததுதானா அன்பு?" எனக்குப் புரியவில்லை. புரியாமையின் எல்லை யில் மௌனமான அழுகை. இந்த மௌன அழுகைதான் என்னை எங்கோ கொண்டுபோய்விடுகிறது.

நேற்றிரவு கேட்ட ஒரு பாடல்: Chiquitita எனத் தொடங்கிப் பரவிற்று. இதய கீதம் என்பதன் அர்த்தம் இந்த ABBA பாடலைக் கேட்டபோதுதான் மனசுக்குள் மின்னிற்று. எவ்வளவு ஆழமுண்டோ அவ்வளவு தூரமும் அந்தப் பாடகி உள் நுழைந்தாள். எழுதியவன்(ள்) வாழ்க! பாடல் ஒலித்து முடிந்ததும் எங்கோ இருட்டில் தனித்து நான் விடப்பட்டதாய் உணர்ந்தேன்.

ஒருவேளை அவனைப் பிரிந்துவிட நேரிடின், என் அறிவு மனதைக் கட்டுப்படுத்தத் தூண்டலாம். ஆனால் இந்தப் பாடல்களும், அவன் கதைகளும், கவிதைகளும்...

இன்று என்னால் இங்கே நீடிக்க முடியாது. எழுந்தேன், வகுப்பறையிலிருந்தவர்கள் என்னை ஒருமாதிரியாகப் பார்த்தார்கள். அதிபரிடம் வந்து அரைநாள் விடுமுறைக்கு விண்ணப்பித்தேன்.

ஆசிரியர்களின் ஓய்வறையைக் கடக்க நேரிட்டபோது அங்கு பேச்சு அறுபட்டுவிட்டது. அவர்கள் என்னைப் பற்றிப் பேசிக்கொண்டிருக்கலாம். 'அவர்களைக் குழப்பக்கூடாது, கச்சேரியை நடத்துங்கள்.'

தெருவுக்குப் போனதும் பஸ் கிடைத்தால் பத்து மணிக்குள் வீட்டுக்குப் போய்விடலாம். அங்கு போயும் என்ன செய்யப் போகிறேன். அது இன்னொரு அசோகவனம் அல்லவா?

அலை – மார்கழி 1983

உயர

தன்னுடைய முகம் தொலைந்து போனது இடையிடையே ஞாபகத்தில் வந்து இடறிற்று. எல்லோருடனும் சேர்ந்து, பாடியும், ஆடியும் கைதட்டியும் கொண்டிருந்த இவனுக்கு இருளில் மின்மினிப்பூச்சி போல் அந்த உண்மை தோன்றி மறைந்தது.

குளிர் இப்போது இவனுக்கு உறைக்கவில்லை. மேசையில் சிகரெட் பெட்டிகள், கண்ணாடிக் குவளைகள், கறித்தட்டுகள், இவற்றுக்கு மத்தியில் ஆறு கரும் பச்சை நிறப் போத்தல்கள் இருந்தன. ஆறும் காலியாகி இருந்தன. இன்னுமொரு போத்தல் வாங்கி வர ஆள் போயிருந்தான்.

இன்றுதான் இவன் முதன்முதலாக விஸ்கி குடித்துப் பார்த்தான். புழுதி மணம் போலவும் ஏதோவொரு மரப்பட்டையின் வாசம் போலவும் ஒரு மணம் அதிலிருந்து வீசியது. எனினும் அதன் ஆழம் தெரியாமல் முதல் சுற்றிலேயே நிறைய ஊற்றிக் கொண்டான்.

இவனும், அதிசயமும் தங்கியிருந்த இந்த அறையைத்தான் கடந்த இரண்டு நாட்களாக மாலை வேளைகளில் எல்லோரும் கூடுவதற்கெனத் தேர்ந்தெடுத்திருந்தார்கள். இந்த அறை இன்னமும் ஆறு கட்டில்களை ஏற்றுக்கொள்ளக் கூடியளவுக்கு விசாலமாக இருந்தது.

காலையில் இந்த அறையின் யன்னலைத் திறந்தால் பனி வந்து முகத்தில் மோதும். கண்களில் முதலில் படுவன கூரையில் குளிரில் உட்கார்ந்து கொஞ்சிக்

கொண்டிருக்கும் இரு புறாக்கள், பின்னர் சூரிய காந்திப் பூக்கள். பால்காரன் ஒருவன் மழைத் தூறலினிடையே மலைச்சரிவுப் பாதையில் வழுக்கி வந்து பக்கத்து வீட்டுக் கதவைத் தட்டியவாறு நின்றுகொண்டிருப்பான். மழையுடனும் பனிப்பொழிவுடனும் அவன் போராடிக்கொண்டிருப்பவன்போல் இருப்பான். சிவப்பு மழைக்கோட் அணிந்த பாடசாலைப் பெண்கள் இருவர் அம்மாவுக்குக் கைகளை அசைத்து விடைபெற்றுப் புறப்பட்டுச் செல்வார்கள். அவர்கள் பால் குடித்துவிட்டுச் செல்வதில்லையா, அல்லது சாவகாசமாகப் பின்னேரம் வந்து குடிப்பார்களா என அவனுக்குத் தெரியவில்லை. மலைவளைவில் அ்வர்கள் போய் மறையும் வரை அம்மா கதவடியில் பார்த்துக்கொண்டு நிற்பாள். இவர்களின் அப்பா எங்கே? கம்பளிப் போர்வைக் குள்ளா, அல்லது மண்ணுக்குள்ளா?

இவற்றிலிருந்து பார்வையைத் திருப்பிய பின்னர்தான், பக்கத்துக் கட்டிலில் அரைக் கண்கள் விரித்து மலரத் தொடங்கியிருக்கும் அதிசயத்திற்குக் காலை வணக்கம் தெரிவித்துவிட்டுக் குளியலறை நோக்கிச் செல்வான். இவனுடைய அறையில் தங்குவதற்கு அதிசயம் வந்து வாய்த்தது ஒரு தற்செயல் நிகழ்ச்சிதான். எனினும் தன் அறையில் அதிசயம் தங்குவது இவனுக்குச் சந்தோஷத்தைத் தந்தது.

சிங்களப் பையன்களுடன் அறையில் தங்குவதிலும் இவனுக்கு எவ்வித ஆட்சேபணையும் இல்லை. இரண்டு கேள்விகளை அவர்களால் ஒருபோதும் தவிர்க்க முடிவதில்லை. இந்த இரண்டு கேள்விகளுமே இவனுக்கு எரிச்சல் மூட்டுபவை.

1. புலியைப் பார்த்திருக்கிறாயா?

2. நீ ஈழம் ஆதரவாளனா?

முதலாவது கேள்விக்கு ‘தெஹிவல மிருகக்காட்சிச் சாலையில் பார்த்ததுண்டு’ என ஜோக் அடித்துச் சமாளித்து விட முடியும். எனினும் அது ஒரு பத்தாம் பசலி ஜோக்.

இரண்டாவது கேள்விக்கு மனம் விரும்பும் பதிலை வெளிப்படையாகச் சொன்னால் பல சிக்கல்களைக் கொண்டுவந்து சேர்க்கும்.

கடந்த மாதம் சிங்களப் பையன் ஒருவனுடன் 205 மைல்கள் பிரயாணம் செய்யவேண்டி ஏற்பட்டுவிட்டது. இதே கேள்விகளைத்தான் அந்தச் சிங்களப் பையனும் கேட்டான். கேள்வி கேட்காத நேரங்களில் இவனுடைய

தோள்பட்டை எலும்புகள் குத்துவதைக்கூடப் பொருட் படுத்தாமல் விழுந்து விழுந்து தூங்கிக்கொண்டிருந்தான். பஸ் பயணங்களின்போது வீரதீரம் வாய்ந்த பண்டைய மன்னர்கள்போல் பரந்த மார்பையும், விரிந்த தோள்களை யும் பெற்றிருப்பது மிகவும் அவசியம் என அவன் அப் போது எண்ணினான். அப்படி எதுவுமில்லாமல் அதிசயம் தன் அறையில் தங்க வந்துவிட்டதால் இந்தச் சங்கடங்கள் இல்லாமற் போய்விட்டன.

இந்த அறைக்கு மாலை வேளைகளில் வருபவர்கள் புறாக்களையோ அல்லது சூரியகாந்திப் பூக்களையோ ஏறெடுத்தும் பார்க்கக்கூடியவர்கள் அல்ல. பகல் பொழுது களில் அணிந்திருந்த உத்தியோகப்பூர்வமான ஆடைகளைக் களைந்துவிட்டு, தங்க மாலைகள் தெரிய, ரீசேட்டுகளுடன் அவர்கள் வருவார்கள். தொப்பைகளை அடிக்கொருதரம் செல்லமாகத் தடவிக் கொடுப்பார்கள். சற்று நேரம் பேசி விட்டு, கண்ணாடிக் குவளைகளில் விஸ்கியை நிறைத்து 'சியர்ஸ்' சொல்வதிலேயே குறியாக இருந்தார்கள்.

"உலகிலேயே மிகவும் கெட்டித்தனமான வியாபாரி யார்?"

"எஸ்கிமோவருக்குக் குளிர் சாதனப்பெட்டி விற்றவன் தான்."

"ஊருக்கு என்ன வாங்கிப் போகலாம்?"

"உருளைக் கிழங்கும், தேயிலையும், காலிஃபிளவரும் இங்கே நல்ல மலிவு."

"ஓ கட்டாயம் வாங்கிப் போவம்."

ஒவ்வொரு நாள் காலையிலும் அறையைக் கூட்டிப் பெருக்கிச் சுத்தம் செய்ய வரும் பையன் அறையெங்கும் நிறைந்திருக்கும் இந்த வகைக் கேள்வி பதில்களையும், உரை யாடல்களையும் கண்டிருந்தால் குப்பைக்கூடையில்கூட வீசியெறிந்திருக்க மாட்டான்.

நாளை இந்நேரம் இந்த ஹோட்டல் குளிரும், இருளும் படர்ந்து அமைதியாகக் கிடக்கும். ஆனால் அதுகூட நிச்சய மில்லைதான். நாளை இன்னுமொரு குழு இங்கே முகாமிடும் பொருட்டு வந்துவிடலாம்.

இன்று காலை 9.30க்கு இவர்களுடைய பயிற்சி முகாம் ஆரம்பமானது. பயிற்சி அதிகாரி இன்னமும் வரவில்லை என்று சொன்னார்கள். கூடியிருந்த இருபது பேரும் –

இவன் உட்பட – (துக்கமான சம்பவங்கள் நடக்கும்போது தாடி வைப்பதற்குப் பதிலாக இவன் முகச் சவரம் செய்து கொள்கிறான்) உத்தியோகப்பூர்வமான உடைகளுடன் உட்கார்ந்திருந்தார்கள்.

சம்பிரதாயப்பூர்வமாகப் பயிற்சி முகாமை ஆரம்பித்து வைத்து ஆங்கிலத்தில் பேசத் தொடங்கினார் பிராந்தியக் கட்டுப்பாட்டாளர்.

“ . . . சீமான்களே !”

தான் சீமானா என அவனுக்குத் தெரியவில்லை. இந்த விடுதியில் இருக்கும் இரண்டு முள்ளுக் கரண்டிகளையும், ஒரு ‘நப்கின்னை’யும் எப்படியாவது வீட்டுக்குக் கொண்டு போய்ச் சேர்த்துவிட அவன் துடித்துக்கொண்டிருக்கின்றான். சீமான் என்றதும் கைத்தடியும், சுங்கானுந்தான் உடனே ஞாபகத்திற்கு வந்துவிடுகின்றன. பிராந்தியக் கட்டுப்பாட்டாளரின் பேச்சில் அவ்வளவு சுவாரசியம் இருக்கவில்லை. காலையிலே கிடைத்த தேநீர்போல் அல்லாமல் இனி 10.30க்குக் கிடைக்கும் தேநீரிலாவது சீனி சற்று அதிகமாக இருந்தால் நல்லது என்பதே அவன் கவலையாக இருந்தது.

தேநீர் வேளையின்போது இவன் தன்னுடைய அறைக்கு ‘கோல்ட் லீஃப்’ புகைக்க வந்தான். புகைத்துக்கொண்டே யன்னலைத் திறந்தான். அந்த இரண்டு புறாக்களும் கொஞ்சிக் கொண்டிருந்தன. மலையடிவாரத்தில் ஒருவன் காய்கறித் தோட்டத்தில் உரம் வீச, மூன்று நான்கு சிறுமிகள் மண்வெட்டிகள் கொண்டு கொத்திக் கொண்டிருந்தார்கள். சிகரெட்டை முடித்துவிட்டு இவன் போனபோது பயிற்சி முகாம் மறுபடியும் ஆரம்பித்திருந்தது.

பயிற்சி அதிகாரி இப்போது வந்திருந்தார். தொப்பையைக் குறைக்கக் காலிமுகக் கடற்கரையில் ஒவ்வொரு நாளும் ஓட்டப்பயிற்சி செய்பவர்களில் இவரும் ஒருவராக இருப்பார்.

இந்த நாட்டுக்கு அறிமுகப்படுத்தப்படப்போகும் அந்தப் புதிய தையல் இயந்திரம் மண்டபத்தின் மூலையில் வைக்கப் பட்டிருந்தது. ‘முதலில் பொருளைப் பற்றி அறியுங்கள்! பின்னரே விற்க முயலுங்கள்’ என ஆங்கிலத்தில் கரும்பலகையில் பயிற்சி அதிகாரி எழுதினார்.

அவர் உரை நிகழ்த்த எழுந்தபோது அமைதி நிலவியது. சற்று நேரம் அனைவரையும் ஒரு சுற்றுப் பார்த்தார். பின் ஒருபளீர்ப் புன்னகை! முகத்தில் புன்னகை தரித்து நின்ற

நேரத்தைவிட மறைந்த விதம் படுவேகம். "சீமான்களே! நான் வரத் தாமதமானதன் காரணத்தை முதலில் அறியத் தர வேண்டுமல்லவா? வரும்போது வழியில் ரெத்தினபுர வுக்குச் சமீபமாக ஓர் ஏழை விவசாயி என் காரை வழி மறித்தான். தன் தையல் இயந்திரத்தில் ஏதோ பிழை இருப்ப தாகக் கூறினான். அவன் ஏழையாக இருக்கலாம். சாறன் அணிபவனாக இருக்கலாம். ஆனால் விற்பனைக்குப் பிந்திய சேவை என்பது நம் உயிர் நாடி. நம் நிறுவனத்தின் சிறப் பம்சமே அதுதான். எனவே அவனோடு சில நிமிஷங்கள் நான் செலவிட வேண்டி வந்துவிட்டது. தாமதத்திற்கு மன்னிக்க வேண்டும் கனவான்களே!"

ஆஹா! காரில் வருபவர் இந்நிறுவனத்தின் பயிற்சி அதிகாரி என்று அறிந்து காரை நிறுத்தி, அனுக்ரஹம் பெற்ற அந்த ஏழை விவசாயியைச் சந்தித்து அவனுடைய ஞான திருஷ்டியில் ஒரு சிறு பங்கையாவது தான் கடனாகப் பெற வேண்டும் என அவன் நினைத்துக் கொண்டான். அங்கு குழுமியிருந்த எல்லோரும் கரகோஷம் எழுப்பினார்கள்.

"நீங்கள் எல்லோரும் விற்பனைக்குப் பிந்திய சேவை செய்கிறீர்களா?" என ஒவ்வொருவராக எழுப்பிப் பயிற்சி அதிகாரி கேட்டுக்கொண்டே வந்தார்.

"நீங்கள் வீட்டுக்குப் போய் பாடப் புத்தகங்களைப் புரட்டிப் பார்த்ததுண்டா? பள்ளி விட்டவுடன் தூக்கி வீசும் புத்தகத்தை அடுத்த நாள் காலையில்தான் தேடுவீர்கள் அல்லவா?" தாந்தா மலைபோல் ஒரு கொண்டையுடன் மிஸிஸ் பொன்னையா என்ற சூத்தைப் பல் ரீச்சர் கையில் பிரம்புடன் நின்ற ஐந்தாம் வகுப்பு நாட்கள் மறுபடியும் இப்போது வந்து சேர்ந்திருக்கின்றன ... ஹூம்!

ஒவ்வொருவரும் தங்கள் முறை வந்ததும் 'ஆம்' என்று விழுந்தடித்துக் கொண்டு சொன்னார்கள். இல்லையென்று சொன்னால் நாற்காலியில் ஏற்றி நிறுத்தி விடுவாரோ என சிரேஷ்ட முகாமையாளர் சாம்பமூர்த்தி பயப்பட்டமாதிரி யும் தெரிந்தது.

பயிற்சி அதிகாரி கரும்பலகையில் சில புள்ளிவிபரங் களை எழுதிக் காட்டினார். பயிற்சி அதிகாரியின் பெரும் மனக்குறை இதுவாகத்தான் இருந்தது. தாங்கள் சார்ந்துள்ள நிறுவனத்தின் விபரங்களைப் பற்றிய அறிவுத்திறனைப் போதி யளவு இவர்கள் வளர்த்துக் கொள்ளவில்லை, என்றார் அதிகாரி.

"இன்று இப்படிக் கூடியிருக்கிறோமே நம்முடைய நிறுவனத்தின் மையம், தலைமை அலுவலகம் எங்குள்ளது என நீங்கள் அறிவீர்களா?" எனத் திடீரென அவர் கேட்டதும் கூடியிருந்த எல்லோரும் தங்கள் 'அறிவை' வெளிப் படுத்தக் கடுமையாகப் போட்டியிட்டார்கள். ஒத்த குரலில் 'ஜப்பானில்' என்று கத்தினார்கள்.

"மிக நல்லது. எமது சர்வதேச நிறுவனத்தின் தலைவர் பெயரைச் சொல்ல முடியுமா?" என அவர் கம்பீரமான புன்னகையுடன் கேட்டபோது அச்சமூட்டும் விதத்தில் அமைதி குடியேறிவிட்டது.

தன்னுடைய தம்பி எத்தனையாம் வகுப்புப் படிக்கிறான் என்பதையே சரியாக ஞாபகம் வைத்துக் கொள்ள முடியாத இவனுக்குச் சர்வதேச நிறுவனத்தின் தலைவர் பெயர் நினைவுக்கு வராததில் ஒன்றும் ஆச்சரியமில்லை.

"தெரியாது? வெட்கக்கேடு! அவருடைய பெயர் மிஸ்டர் ஸுஸுக்கி டொமாக்கோ."

திருவாளர் ஸுஸுக்கிக்கு எத்தனை மனைவியர்கள், எத்தனை குழந்தைகள் போன்ற விபரங்களைப் பற்றிப் பயிற்சி அதிகாரி இப்போதைக்குக் கூறவில்லை. ஸுஸுக்கியின் அங்கீகாரத்துடன் அடுத்த பயிற்சி முகாமில் அவர் மேற் சொன்ன விபரங்களை வெளிப்படுத்தக் கூடும்.

இந்தப் பயிற்சி முகாமின் முக்கிய நிகழ்வு மதியப் போசனத்தின் பின்புதான் இடம்பெற்றது. புதிதாக அறிமுகப் படுத்தப்போகும் தையல் இயந்திரம் ஒன்றைப் பற்றிய விளக்க உரையைப் பயிற்சி அதிகாரி நிகழ்த்தினார். அவ்வப்போது பிராந்தியக் கட்டுப்பாட்டாளர் இவர்கள் எல்லோருடைய சார்பிலும் கேள்விகள் கேட்டும், பதில்கள் பெற்றும் தலையை ஆட்டித் திருப்திப்பட்டுக் கொண்டார். சின்னப்ப தேவரும், வாரியார் சுவாமிகளும் தோன்றிய 'தெய்வம்' படத்தை அவன் ஏற்கனவே பார்த்திருந்தான்.

சில உருவங்கள் பொறித்த சில்லுகளை இந்தத் தையல் இயந்திரத்தில் பொருத்தித் தைப்பதன் மூலம் அந்த உருவங்கள் துணியிலே பதிவாவது தையல் கலையின் எத்தனை வியத்தகு சாதனை எனப் பயிற்சி அதிகாரி பெருமிதப்பட்டுக் கொண்டார்.

எல்லோரும் தையல் இயந்திரத்தைச் சுற்றிக்கொண்டார்கள். பயிற்சி அதிகாரி அதை இயக்கிக் காண்பித்தார். குதிரைச் சில்லைப் போட்டுத் தைத்ததும் துணியில் குதிரை தோன்றிற்று.

அதிசயம் இவன் காதோரம் வந்து கேட்டான்.

“இலை குழைக்கு அடிபடும் ஆடுகள்போல் ஏன் இப்படி இங்கே முண்டியடிக்கிறார்கள்?”

மலர்வளையம் சாத்தி இறுதிக்கிரியை செய்யச் செல் பவன்போல இவனும் அந்தத் தையல் இயந்திரத்தின் பக்கம் போனான். ‘இயந்திரமே! மறு உலகத்திலாவது உனக்கு அமைதி கிட்டட்டும்.

பின்பு ஒரு திரைப்படம் காண்பித்தார்கள். பருவமும், பணமும் தந்த பூரிப்பில் அலைந்து திரியும் யுவதிகள், காரோட்டும் யுவதிகள், கராத்தே சண்டை போட அழைக்கும் யுவதிகள், ஸ்லோ மோஷனில் கடற்கரையில் பந்தை விரட்டிக் காற்றில் மிதக்கும் குமரிகள், சமையல் அறையில் மும்முரமாக இருக்கும் அம்மாவின் கண்களைப் பின்புற மாகப் பொத்தி, பொக்கை வாய்ச் சிரிப்பை அவிழ்க்கும் குழந்தை. பின்னணியில் அமெரிக்க ஆங்கிலத்தில் ஒரு கட்டைக் குரல் “... இவர்களை உற்றுப் பாருங்கள். இவர்கள் நமது நிறுவனத்தின் தையல் இயந்திரம் தந்த வரத்தினால் மேன்மையுற்றனர் ...”

“எப்படிப் படம்?” என்று நூர்தீன் பின் பக்கம் திரும்பி இவனிடம் கேட்டபோது திரையில் ஒரு பருவக்குமரி நிலைக் கண்ணாடி முன் நின்று தன் சட்டையின் மார்புப் பகுதிப் பொத்தான்களை மாட்டியபடி (ஒரு பொத்தானைப் பூட்ட இன்னமும் பாக்கியிருக்க) இவர்களைப் பார்த்துப் புன்னகை பூத்தவாறு திரும்பி, கடைசிப் பொத்தானையும் பொருத்திக் கொள்ளும் காட்சி போய்க்கொண்டிருந்தது.

இவன் நூர்தீனிடம் ரகசியமாகச் சொன்னான். “நம் நிறுவனத்தின் தையல் இயந்திரத்துக்கு ஏராளமான பாகங் கள் இருந்துவிட்டுப் போகட்டும். ஆனால் இந்தப் பொத்தான் கட்டும் பாகத்தை எதற்காகக் கண்டுபிடித்தார்கள்?”

படக்காட்சி முடிவுற்றதும் கலந்துரையாடல் நிகழ்ந்தது. பயிற்சி அதிகாரி சொன்னார். “நமது விற்பனையை அதி கரிக்கச் செய்வதற்கான வழிவகைகளில் விளம்பரம் ஒன்று. பத்திரிகையில் ஏற்கனவே அதைச் செய்து வருகின்றோம். வேறு வழிகள் எவையேனும் புலப்பட்டால் சொல்லலாம் கனவான்களே!”

நிஹால் என்ற அந்தக் குறுந்தாடி வைத்த இளைஞன் எழுந்து “ஐயா, தொலைக்காட்சியில் நாங்கள் செய்யும் சிறிய விளம்பரங்கள் போதா. தொடர் நாடகம் ஒன்றை

ஒளிபரப்புச் செய்ய நாம் அனுசரணை வழங்க வேண்டும்" எனக்கூறினான். ஒவ்வொரு புதன்கிழமைகளிலும் தமிழ் – சிங்கள ரசிகப் பெருமக்களை 'உணர்ச்சிக் கடலில்' ஆழ்த்தி மூச்சுத் திணற வைத்து வந்த தொலைக்காட்சி நாடகம் ஒன்றின் பெயரைக் குறிப்பிட்டு, அதற்குக் கிடைக்கும் வரவேற்புப் பற்றியும், நாடகத்தை ஏற்பாடு செய்த அந்த நிறுவனத்துக்கு அதன் மூலம் கிடைத்த நற்பெயர் குறித்தும் நீண்ட உரை நிகழ்த்தினான்.

பயிற்சி அதிகாரி மிக அவதானத்துடன் செவிமடுத்துக் கேட்டார். "மிக நல்லது. நாம் அனுசரணை வழங்கும் நாடகம் எப்படியான கதையைக் கொண்டதாக இருக்க வேண்டும்?"

"ஐயா, நாடகம் காட்டியதாகவும் இருக்க வேண்டும். அதேவேளை நமது நிறுவனத்துக்கும் அதனால் ஒரு பெயரும் லாபமும் கிட்டியதாகவும் இருக்க வேண்டும். அப்படித் தானே?"

"மிகச் சரி."

"ஒரு தையல் பயிற்சி நிலையத்தை மையமாக வைத்து நாடகத்தை அமைக்கலாம்."

அப்போது சூர்யப் பெரும என்ற தங்க நரைகள் ஆங் காங்கே தலையில் தென்பட்ட மனிதர் எழுந்து பயிற்சி அதி காரியைப் பார்த்துச் சொன்னார்.

"அப்படி எடுத்தால் அது படு அலுப்பாக இருக்கும். தையல் ஊசிகளையும், மெஷின்களையும், நூலையும் மாறி மாறிக் காட்டினால் மக்கள் சலிப்படைந்து நம்முடைய பொருட்கள் வாங்குவதையே நிறுத்திவிடக் கூடும். ஒரு சின்ன மாற்றம் செய்யலாம். அந்தத் தையல் பயிற்சி நிலையத்தின் ஆசிரியனை அங்கு தையல் பயில வரும் இரு மாணவிகள் காதலிக்கிறார்கள். இதை வைத்து நாடகத்தை நகர்த்தினால் அருமையாக இருக்கும்."

எல்லோரும் கை தட்டினார்கள். பயிற்சி அதிகாரி சிரித்துக்கொண்டே சொன்னார். "மிஸ்டர் சூரியப்பெரும, நீர் ஒரு வியாபாரி மட்டுமல்ல, கெட்டிக்காரக் கலைஞனும் கூட . . !"

இவன் நினைத்துக் கொண்டான். சூரியப்பெரும இன்னும் ஓரிரண்டு ஆண்டுகளுக்குள் ஒரு சிங்களப்படம் எடுத்து அழியப்போவது நிச்சயம்.

எல்லாம் முடிந்த பின் இவன் சற்று நிம்மதியுடன் அறைக்கு வந்தான். இவனுக்கு முன்பாகவே அறைக்கு

வந்துவிட்ட அதிசயம் கட்டில் சட்டத்தில் தலைவைத்துப் படுத்திருந்தான். "என்ன பேசினார்கள்... என்ன கண்டு பிடித்தார்கள்... என்ன முடிவெடுத்தார்கள்?" என்று கேட்டான், அதிசயம்.

இரண்டுபேரும் சிகரெட் பற்ற வைத்துக்கொண்டார்கள்.

"ஒரு பைத்தியக்கார வாழ்க்கைபோல் இல்லை இது?"

"சை!" என்றான், அதிசயம்.

"நாளைக்கு நம்முடைய இடங்களுக்கு நாம் போய்விடு வோம் இல்லையா?" புன்னகையுடன் இவன் கேட்டான். ஞாபகம் வந்தவனாக, யன்னலைத் திறந்து வெளியே பார்த்தான். புறாக்களைக் காணவில்லை. அவற்றுக்கென்ன?

நினைத்தால் வரும், போகும்.

பக்கத்தில் இருந்த மைதானத்தில் இந்த நகரின் உயர் பிரஜைகள் 'கோல்ஃப்' விளையாடிக் கொண்டிருந்தனர். அவர்களுடைய கார்கள் மைதானத்தில் அவர்களைக் காத்துக் கொண்டு நின்றன.

ஏரியில் மாலை வெயில் முகம் பார்த்துக் கொண் டிருந்தது. இந்த வேளையில் யூகலிப்ரஸ் மரங்களினூடாக அந்த ஏரியைப் படம் பிடித்தால் ஓர் அபூர்வமான புகைப் படம் கிடைக்கக்கூடும். ஏன், இந்த ஏரிக்கரையின் தபால் பெட்டியை எடுத்தால் கூட மிக அழகாகத்தான் வரும். மகத் தான, அதி முக்கியமான கடிதம் ஒன்றை அது எதிர்நோக்கி நிற்பதுபோல் இருந்தது.

யன்னலோரம் தொடர்ந்து இவன் இப்படியே நிற்க மூன்று விஷயங்கள் இடமளிக்கவில்லை.

1. குளிர்

2. இருள்

3. போத்தல்களுடன் உள்ளே வந்தவர்கள்

தன்னுடைய முகம் தொலைந்து போனது இடையி டையே ஞாபகத்தில் வந்து இடறிற்று. எல்லோருடனும் சேர்ந்து பாடியும், ஆடியும் கைதட்டிக்கொண்டிருந்த இவனுக்கு அந்த இருளில் மின்மினிப் பூச்சி அவ்வப்போது தென்பட்டும், நழுவியும் போக்குக் காட்டிக்கொண்டிருந்தது.

களம், 1985

விளிம்பு

இனி இன்னொரு வருஷம். மூன்றாவது போத்தல் 'பியரை'யும் குடித்துவிட எண்ணினேன்.

காலையில் வந்த தனா எல்லாம் சொல்லிவிட்டுப் போனாள். ஒரு தமிழ்ப்படக் கதாநாயகனுக்கு இந்தச் சம்பவம் நேர்ந்திருக்குமானால் ஆகக் குறைந்தது ஆறு வயலின்களும், இரண்டு ஷெனாய்களும் பின்னணியில் சோகம் இசைத்திருக்கும். ஆனால் நிஜத்தில் அப்படி எதுவும் நிகழ்வதில்லை. பக்கத்து அச்சகத்தின் வழக்கமான கடக் – கடக், முன்னால் உள்ள சாந்தி ரெக்கோ டிங் பாரிலிருந்து பெரிய சத்தத்தில் 'மானே! தேனே! கட்டிப்புடி.'

என் பின்னங்கையின் தோலைப் போலவே எனது வாழ்க்கையும் வரவரச் சுருங்கிப் போய்க்கொண்டிருப்பதை உணர்ந்தேன். ஆரம்ப ஸ்தானமும், முடிவுறும் இடமும் என்னைப் பொறுத்த வரையில் வெகு அருகாமையிலேயே இருந்தன. ஓடக் காலைத் தூக்கினால் கடற்கரையில் பரவிப் படரும் கொடியின் தடுக்குதல் போல், முடிவு என் காலில் சிக்குப்பட்டது. மூக்கு மண்ணில் முட்ட நான் விழும் ஒரு சந்தர்ப்பத்துக்காகக் கைதட்டக் காத்திருந்தது சூழல். ஓயாத மரங்கொத்திப் பறவையால் விழத் தயாரான பட்ட மரமொன்றின் சித்திரம் என் மனதில் இப்போதெல்லாம் அடிக்கடி தோன்றிற்று.

தனா, அபியிடம் என்னைச் சந்தித்தது, என்னிடம் தெரிவித்தது, எனது முகத்தில் ஏற்பட்ட பிரதிபலிப்பு, இவை பற்றி ஒன்று விடாமல் இந்நேரம் சொல்லியிருப்பாள். ஒருவேளை சொல்லாமலும் விட்டிருப்பாள். அபியின் வீட்டுக் கல்யாணக் கலகலப்பில் என்னுடைய முனகல் அப்படி ஒன்றும் பிரமாதமான விஷயமாக எனக்கே தோன்றவில்லை.

ஆனால் தனா அதைச் சொல்லிவிட்டுச் சென்றதன் பின்னர் எனக்கு முக்கியமாகத் தனிமை தேவைப்பட்டது. ஈரச் சட்டையைக் காற்றில் உதறி, கொடியில் காயப்போட வேணுமென்பது போல் ஒருவித உந்தல். அந்தத் தனிமைக் காக மாலை ஆறு மணிவரையில் நான் காத்துக் கிடக்க வேண்டியிருந்தது. வேறு ஓர் உலகத்தின் பிரஜைகள் என் எதிரே உள்ள ஹோல்டில் பஸ்ஸின் வாயிலிருந்து கொட்டப் படுவதைப் போலவும், என் தலைக்கு மேலிருந்த மின்விசிறி அர்த்தமின்றிச் சுழல்வது மாதிரியும், என் முன்னே வந்தவர் கள் புரிபடாப் பாஷையில் பேசுவதாகவும் தோன்றிய எல்லா வற்றையும் மாலையின் இந்தத் தனிமையைக் கருதி நான் சகித்துக் கொண்டேன்.

ஆறு மணியானதும் கடற்கரைச் சாலையில் நான் சைக்கிளைச் செலுத்தினேன். என் முன்னே வரும் எவனை யும் அல்லது என்னைப் பின்தொடரும் யாரையும் நான் இந்தக் கணத்தில் உள்ளூர வெறுத்தேன். எனக்காகவே அந்தப் பாதை ரெஸ்ட்ஹவுஸ் வரை போடப்பட்டதாக, போவதாகத் தெரிந்தது.

நான் இந்தச் சமயத்தில் மிகவும் நேசித்த, இருகரம் நீட்டி வாரி அணைக்கத் துடித்த தனிமையைத் தங்கள் கைகளி லிருந்த முள்ளுக் கரண்டிகளைக் கொண்டே சிதைத்துவிடப் போகிறவர்கள் போன்று ‘ரெஸ்ட்ஹவுஸ்’ உபசரணையாளர் கள் தோன்றினார்கள். நான் கேட்காமலேயே போத்தல் மூடி யைத் திறந்துவிட்டார்கள். வெண் நுரை மிதக்கும் பொன் நிறத் திரவத்தைக் கண்ணாடிக் குவளையினுள் ஊற்றித் தந்த னர். நான் ஒரு மிடறு உட்கொள்ளத் தாமதித்தால் என்னை மல்லாக்கப் படுக்கவைத்து வாயுள் புனலை வைத்து ஊற்ற வேண்டியதுதான் பாக்கி. ரெஸ்ட்ஹவுஸ் நிருவாகி மிகுந்த நாணத்துடன் அடிக்கடி என்னைச் சுற்றிச் சுற்றி வந்தான். நான் இங்கு வரும்போதெல்லாம் எனது நிறுவனம் சந்தைப் படுத்தும் ஒவ்வொரு பொருளுக்குமான விலை விபரம் அவனுக்குத் தேவைப்பட்டுக்கொண்டேயிருக்கும். விலைப் பட்டியல் அச்சிட்ட பனியன் ஒன்றை ஏன் என் கொம்பனி எனக்கு இதுவரை வழங்கவில்லை என எனக்குத் தெரிய வில்லை.

தனா காலையில் சற்றுத் தயங்கித் தயங்கித்தான் என் னிடம் அதைச் சொன்னாள். ஆனால் அபி இதைத் தயங்கிய வண்ணம் தனாவிடம் தெரிவித்திருக்கப் போவதில்லை. என் அன்பின் பெறுமதியைச் சிதைப்பதில் சிலருக்கு எந்தத் தயக்க மும் இருப்பதில்லை.

“அபிக்குக் கல்யாணம் வரதன்” என்றாள் தனா.

“அப்படியா? சந்தோஷம். ஏன் எனக்கு இது பற்றி எதுவும் அபி சொல்லவில்லை?”

“ . . . ”

“மாப்பிள்ளை யார்?”

“அவளுக்கு முறை மச்சானாம்... ம்... உங்களிடம் இன்னொன்றும் சொல்லச் சொன்னா.”

“சொல்லுங்கள்.”

“அவளையும் உங்களையும் சேர்த்து ஊரில் கதைகள் எழும்பியிருக்குதாம். கல்யாணம் எண்டு ஒன்று வாறதால... இனி...”

எனக்குப் புரிந்துபோனது ஏனென்று கேளாமலேயே. எவனென்று பாராமலேயே கைகோர்த்த சிநேகிதங்களின் அழகான நழுவல்களுக்குப் பெறுமதியான காரணங்கள் இருந்ததில்லை.

எனக்கும் அவளுக்கும் காதல் வர எந்தக் காரணங்களும் இல்லை. நீரூற்றுப் பீறிட்டு மேலெழ நிலக்கண் ஒன்று வேண்டாமோ? சுயம்வர மண்டபம் ஒன்றில் சாண்டில்யனும், நானும் அருகருகே அமர்ந்திருந்தால் அவளுடைய மாலை வயது வித்தியாசம்கூடப் பாராமல் நிச்சயமாகச் சாண்டில்யனுக்குத்தான். கடல்புறாவின் நான்காவது பாகத்தை நூலகத்தில் அவள் தேடிக்கொண்டிருந்த சமயத்தில் தான் எனக்கு அறிமுகமானாள். (கடைசிவரை கடல்புறாவின் நான்காவது பாகம் அவளுக்கு அகப்படவே இல்லை. ஏனென்றால் மூன்று பாகங்களுடன் சாண்டில்யன் நிறுத்திக் கொண்டாராமே.)

தனா, அபி சொன்ன அந்தக் கடைசி வாக்கியத்தைச் சொல்லும்போது ஒரு விஸில் சத்தம், சின்ன மணியடிப்பு. ரயில் புறப்படத் தயாரான கூவலை என் காதினுள்ளேயோ, மனசினுள்ளேயோ நான் உணர்ந்தேன்.

கண்ணாடி யன்னல் வழியே கடல் தெரிகிறது. துடிப்புக் குறைந்த கடல். இப்போதுதான் இருட்டுப்பட்ட மாதிரி இருக்கிறது. இப்போதுதான் விடியத் தொடங்கியது போலவும் தெரிகிறது. ஆயிரம் சிறகுகள் என்னுள் முளைத்துப் பல திசை நோக்கிச் செலுத்தப் பார்க்கின்றன. ஆரம்பத்தில் இருந்த குளிர் இப்போது உறுத்தவில்லை. சட்டையின் மேலிரு பொத்தான்களையும் கழற்றிவிட்டுக் கொள்வதில் தயக்கம் இருக்கவில்லை. இப்போது என்னால் ஜேசுதாஸ்போல் பாட முடியும். முகம்மதலிபோல் எதிரிகளின் முகத்தில்

குத்துகள் விடமுடியும். நான் இப்போது சத்தம் போட்டுச் சிரிப்பேன். தேம்பித் தேம்பி அழுவேன்.

பெயர் உடனே ஞாபகத்திற்கு வராத (ஜிம்றீவ்ஸ் ஆக இருக்குமோ?) ஒருவன் பாடிய ஆங்கில நாட்டுப் பாடல் ஒன்றின் வரிகள் 'கிற்றார்' இசையுடன் சேர்ந்து தள்ளாடி என்னை வந்தடைந்தன. 'I am a lover not a fighter . . .' என ஆரம்பித்துப் போகிறது பாடல். 'பாடகனே! வா, வந்து என் எதிரில் உட்கார். பானத்தைப் பங்கிடுவோம்.' இந்தக் குரல்களுக்கு உள்ள துளைக்கும் தன்மை ஏன் என் தாய் மொழிப் பாடகர்களுக்கு இல்லாமல் போய்விட்டது? கதவிடுக்கில் மாட்டிக்கொண்ட சுண்டெலிகள்போல் கீச்சிடு வதையும் அல்லது செவிடர்களாக நம்மைப் பாவித்து உரத்த குரலில் கத்திப் பாடுவதையும் சகிக்க முடியவில்லை. எங்கெல் லாமோ நினைவுகள் ஓடி மீண்டும் ஓரிடத்தில் வந்து நிற்கிறது.

அபி சொன்னதற்காக நான் ஏன் இப்படி அலட்டிக் கொள்கிறேன்? ஒரு தமிழ்ச் சினிமாவில் நாயகியை மறப் பதற்காகக் கதாநாயகன் குடிக்கிறான். அவனுடைய மதுக் கிண்ணத்தின் விளிம்பிலே நாயகி உட்கார்ந்து பரிகாசம் பண்ணிப் பாடுகிறாள். அவளைக் கண்ணாடிக் குவளை விளிம்பில் அமர்த்தி எடுக்கப்பட்ட அந்த ஒளிப்பதிவு உத்திக்குத்தான் எவ்வளவு பாராட்டுகள் கிடைத்தன. ஆனால் அபி அப்படியெல்லாம் உட்கார்ந்து பாட இயலாது. அவள் சற்றுப் பருமன். கண்ணாடிக் குவளை தாங்காது.

யன்னல் வழியே பார்த்தேன். இருள் போர்த்திவிட்டது. ஆங்காங்கே ஒளிப்பொட்டுகள். இந்தக் கடலைத் தாண்டி னால் ஒரு கரை வரும். அந்தக் கரை எந்த நாட்டுக்குரியது? அங்கு மக்கள் இருப்பார்களா? அல்லது வெறும் புல்லும், புதருமாய்க் காடாக இருக்கும் ஒரு தீவா? நாடுதான் எனில் அங்கு புஷ்பன் இருப்பானா? ஹென்றி இருப்பானா? அல்லது அதற்கும் அப்பாலா? அபியைப்போல் இன் னொருத்தி அங்கே இருப்பாளா? எது நாடு? எது காடு? எது தீவு ..?

என் தலைக்குள் இடமிருந்து வலமாக ஏதோ வேகமாகச் சுற்றுகிறது. சுவரில் இருந்த பல்லியா அல்லது நானா உயர்ந்து கொண்டே செல்வது எனக் குழம்பினேன். தீப்பள்ளய திருவிழாவில் தன் பின்னால் பெட்டையொன்றை ஏற்றிக் கொண்டு பாதாளக் கிணற்றுள் மோட்டார் சைக்கிள் ஓட்டிக் காட்டியவனின் இடத்தில் இப்போது நான் இருக்கிறேன். மேலும் கீழுமாக, இடமும் வலமுமாகக் "கிர் கிர்" என மோட்டார் சைக்கிளால் வளையமிடுகிறேன்.

முந்திய நாள் அதிகாலையில் நான் கண்ட கனவைப் பற்றி இப்போது நினைக்க ஆரம்பிக்கிறேன். அந்தக் கனவில்

நான் நீண்ட தூரம், நேரம் நடந்துகொண்டே இருக்கிறேன். வழியில் குறுக்கிடுகிறது திறந்து கிடந்த ஒரு வீடு, வீட்டுக்குள் நுழைந்து ஒவ்வோர் அறையாகத் தேடித் தேடித் திரிகிறேன். எவரையும் காணாமல் சோர்ந்து போய்ப் படிக்கட்டில் உட்கார்ந்துவிடுகிறேன்.

ஓம், யாருமில்லை. எல்லோரும் இல்லாமல் போய்விட்டார்கள். ஹென்றி இல்லை, புஷ்பன் இல்லை, சுந்தரலிங்கம் இல்லை, டொக்டர் (மிஸிஸ்) சமரவீர இல்லை, ப்ரேமிளா இல்லை. எல்லோருமே இல்லாமல் போய்விட்டார்கள். நீல வானக் குடையின் கீழே பொன் மணல் கம்பளத்தில் நான் மட்டும் ஓடிக்கொண்டிருக்கிறேன். என் கால் தடங்கள் மாத்திரந்தான் என்னைத் துரத்தி வருகின்றன. கொம்புகளில் புல் கட்டிவிடப்பட்ட மாட்டைப்போல நான் பட்டினியுடன் அலைந்துகொண்டிருக்கிறேன்.

நூற்றுப்பத்து ரூபாவுக்கான பில்லைப் பரிசாரகன் நீட்டினான். கொடுத்துவிட்டு நான் எழுந்தேன். இயல்பாக நான் நடக்கிறேன் எனக் காட்டுவதற்காகப் படிக்கட்டுகளில் மிகவும் கவனத்துடனும் கம்பீரத்துடனும் காலடி வைத்து இறங்கினேன். அவ்வளவு சிரத்தை தேவையில்லை எனப் பின்னரே எனக்குத் தோன்றிற்று.

நான் இனி வீட்டுக்குப் போகவேண்டும். சொந்த வீட்டுக்குப் போவது எனக்குப் பிடித்தமில்லாத காரியமாக ஒவ்வொரு நாளும் ஆகிக்கொண்டு வருகிறது. அவர்களுக்கும், எனக்கும் இடையில் கண்ணுக்குத் தெரியாத இரும்புத் திரை ஒன்று தொங்கிக்கொண்டிருந்தது. மிகவும் தூர இடங்களுக்குச் சென்று நாட்கணக்கில் தங்கியிருக்கவே பெரிதும் விரும்பினேன். ‘ஹோம்ஸிக்’கிற்குச் சரியான எதிர்ச்சொல் எதுவோ? அதுதான் எனக்கு வந்த நோயும்.

மண் சுழிப்புகளை என் சைக்கிள் அவ்வளவு பொருட்படுத்தவில்லை. கடற்கரை மணலில்கூடச் சைக்கிள் விடக்கூடிய அசுரப் பலத்துடன் நான் இருந்தேன்.

பூபாலரெட்ணம் ரீச்சரின் வீட்டடி ஏற்றத்தைக் கடந்து, இறங்கும்போது தூரத்தில் ‘அவர்கள்’ தோன்றினார்கள். அவர்கள் இப்படித்தான். நேரம், காலம் என்று அவர்களுக்கு ஒன்றும் கிடையாது. மரங்களின் மறைவிலும், தூண்களின் ஓரங்களிலும் தயார் நிலையில் நிற்பார்கள். இப்போதுகூட நான் விரும்பினால் திரும்பி எவ்விதச் சிக்கலுமில்லாமல் அவர்களைத் தவிர்த்துவிட்டு யாட் வீதியால் போய்விட முடியும். ஆனால் நான் ஏன் போக வேண்டும்? சுடுவார்கள், சுடட்டும். சுட்டுப்பார் தெரியும் சேதி!

போதையின் கடலில் நான் மூழ்கிக்கொண்டிருந்தேன். தெருவில் அவர்களைத் தவிர யாருமில்லை. எல்லோரும் உட்புறமாக வீட்டுக் கதவுகளைத் தாளிட்டுக் கொண்டு, செவிகளை மாத்திரம் வெளியில் வைத்துக்கொண்டிருப்பார்கள். "ஸில்வெஸ்டர் ஸ்டெல்லோனும், சக் நெறீஸூம் திரையில் தோன்றிச் சுட்டுத்தள்ளினால் கூட்டம்கூடி வீடியோ பார்க்கிறார்கள். நிஜமான துப்பாக்கிகள் வெடிக்கப்போகும் சந்தர்ப்பம் பார்த்து வீட்டைப் பூட்டிக்கொண்டு ஓடி ஒளிக்கிறார்கள். பயந்தாங்கொள்ளிப் பயல்கள். ... ஹா ... ஹா ..."

அவர்களுக்கு மிகச் சமீபத்தில் வந்ததும் எனக்குச் சற்று பிரக்ஞை வந்ததுபோலிருந்தது. சுட்டுவிடுவார்களோ? இறங்கி உருட்டிக்கொண்டு போவது நல்லது என எனக்குப் பட்டது. உருட்டிக்கொண்டே சென்றேன். கரும் பச்சைநிற வாகனத்தில் இருந்தவர்கள் எல்லோரும் என்னை உற்றுப் பார்த்தனர். என் நடையைப் பார்த்ததன் பின்னர் அடையாள அட்டையைக் கேட்கும் எண்ணத்தை அவர்கள் கைவிட்டிருக்க வேண்டும். தொட்டிலில் கிடக்கும் ஒருநாள் சிசுவைப் பார்ப்பது போல எல்லோரும் பார்த்தனர். சிங்களத்தில் ஏதோ சொல்லிச் சிரித்துக் கொண்டனர்.

அவர்களுடைய நான்கு வாகனங்களையும் கடந்த பின்பு பலத்த தயக்கத்தின் மத்தியில் வேறு வழியில்லாமல் மீண்டும் சைக்கிளில் ஏறிக்கொண்டேன்.

போகும் வழியில் டாக்டர் (திருமதி) சமரவீரவின் 'ஆசிரமத்தை'த் தாண்டிப் போக நேர்ந்தது. ஒரு காலத்தில் இந்த இடத்தில் செல்லப் பிள்ளையாக நான் இருந்தேன். நான் அங்கு போகும்போதெல்லாம் அறிவுரை, தேநீர் என்பன கிடைத்துக்கொண்டேயிருக்கும். முன்னையது மிகவும் அலுப்பூட்டுவதாகவும், பின்னையது சீனி குறைச்சலாகவும் இருப்பதுதான் என்னுடைய தலையாய பிரச்சினை. திருமதி சமரவீரவைப் பார்க்கும்போது இரண்டு பேர் ஞாபகத்திற்கு உடனே வந்துவிடுவார்கள்.

1. சௌகார் ஜானகி என்ற நடிகை
2. ஜானகிராமனின் மரப்பசு நாவலின் நாயகி அம்மணி

முன்னரெல்லாம் சமரவீரவின் வாசலில் கார்கள் எப்போதும் காத்துக் கிடக்கும். உள்ளே போன நோயாளிகள் திரும்பிவரும் வரை கார்ச்சாரதிகள் மூக்காலும், வாயாலும் புகைவிட்டபடி பொறுமையுடன் காத்திருப்பார்கள். தூங்கும்போதும்கூட அந்த ஸ்டெதஸ்கோப்பையும், புன்னகையையும் சமரவீர கைவிடுவதில்லையோ என நான் பல

தடவைகள் சந்தேகப் பட்டிருக்கிறேன். அப்படியிருந்த சமரவீரவின் அந்த வீடு இப்போது இருளடைந்து போய்க் கிடக்கிறது. வீட்டு முன்புறம் உர மூட்டைகளை அடுக்கி வைத்து அரசியல் இயக்கமொன்று தன் அலுவலகத்தை அங்கே நடத்துகின்றது.

திருமதி சமரவீரவின் குரல்வளையை நோக்கிக் கத்தியை இறக்கிய ‘இயக்கத் தோழர்’ கடைசி நிமிடத்தில்கூட அந்த முகத்தை உற்றுநோக்க நேரிட்டிருந்தால் தன் முடிவை ஒரு வேளை மாற்றியிருக்கக் கூடும். அந்தச் சிரித்த முகம், குங்குமக் கலர் மருந்துக்கலவை எல்லாவற்றுக்கும் மழை பேயெனப் பெய்த, மின்சாரம் இல்லாமற் போன ஓர் இரவில் முடிவு கிட்டிவிட்டது.

மாடுகள் கூடி நிற்கின்றன. சந்திக்கு வந்துவிட்டதை உணர்ந்தேன். நகரத்துக்கு வந்த யாரோ ஒரு மந்திரவாதி, நாற்சந்தியில் நின்ற எல்லா மனிதர்களையும் மாடுகளாக மாற்றிவிட்டுப் போனமாதிரி இருந்தது.

சந்தியில் இருந்த பெட்டிக் கடையடியில் சைக்கிளை நிறுத்தினேன். பிறந்த காலம் தொட்டு மேலுடை அணியாத வரைப் போல் தோன்றும் அந்த முதலாளி பீடா விற்பவ ராக எனக்கு அப்போது தென்படவில்லை. வெற்றிலைகளைப் பார்த்துச் சோதிடம் சொல்பவரைப்போல என் கண்களுக் குத் தெரிந்தார்.

மழை திடீரெனப் பெய்யத் தொடங்கியது. மழையில் நனைந்துகொண்டு போவதென்றால் எனக்குச் சந்தோஷம் தான். மழையைப்போல வேறேதும் இனிமையான வரம் இந்தப் பூவுலகில் உண்டா?

எனக்குத் தெரிந்த பல பெட்டைகள் குடைகளுடன் தேவாலயத்திற்கு விரைந்து கொண்டிருந்தார்கள். அந்த மழை இரைச்சலிலும் என்னை மெய்சிலிர்க்க வைத்த நிகழ்ச்சி மழை யின் இரைச்சலையும், ஆர்ப்பாட்டத்தையும், ஆங்காரத்தை யும் மீறிக் குளிர் காற்றைக் கட்டியணைத்துக் கொண்டு என்னுள்ளே வந்து புகுந்த தேவாலய மணி ஓசை! நான் அப்படியே கரைந்துகொண்டிருந்தேன்.

சைக்கிளை வெகு உற்சாகத்துடன் வேகமாகச் செலுத்தி னேன். கோயில்களுக்கு நான் நம்பிக்கையுடன் போய்ப் பன்னிரண்டு வருடங்கள் ஆகின்றன. நேற்று எனது அலுவல கத்துக்குக் கிறிஸ்துவ சுவிசேஷ இயக்கத்தின் உறுப்பினர் ஒருவர் வருகை தந்தார். எனக்கேதும் காயங்கள் ஏற்பட் டிருக்குமேயானால் அவர் ஒத்தடம் வழங்கத் தயாராய் இருப்பதாகச் சொன்னார். மிகவும் தணிந்த குரல், மென்

மையான சொற்கள், எனினும் மதமாற்றத்தை இலக்காகக் கொண்ட ஏவுகணையை அவர் ஒளித்து வைத்திருந்தார். "வருத்தப்பட்டுப் பாரம் சுமக்கிறவர்களே, நீங்கள் எல்லோ ரும் என்னிடத்தே வாருங்கள்! நான் உங்களுக்கு இளைப் பாறுதல் தருவேன்" என ஈரோடு பஸ் நிலைய மதில்களில் நான் கண்ட சுவரொட்டிகளுக்கும், இவருக்குமிடையில் அதிக வித்தியாசம் இருக்கவில்லை. எனக்குத் தெரிந்து இங்கு பாரம் சுமக்கிறவன் சையது ஒருவன்தான். அவனும் வருத்தப் பட்டுப் பாரம் சுமக்கிறவன் மாதிரி தெரியவில்லை. சந்தை யில் மூட்டைகளை இறக்கி முடித்ததும் கிடைக்கின்ற கூலிக் குக் கஞ்சா அடித்து என்ன சந்தோஷமாக இருக்கிறான்.

நான் தாழவெட்டுவான் சந்தியை அடைவதற்குள் நன்றாக நனைந்து போயிருந்தேன். மூக்கு நுனியிலிருந்து வழிந்த நீர்ச்சொட்டுகள் உதட்டுக்கு வந்தன. சப்பாத்துக் குள் தண்ணீர் போய்க் கசகசவென்று இருந்தது.

அபியும் இன்று தேவாலயத்திற்குப் போயிருப்பாள். ஊர் முனையில் ஆற்றங்கரையோரமாக அவளுடைய தேவா லயம் இருந்தது. ஜனங்களே இல்லாத, பாதணிகள் வாச லில் அநாதைகளாகக் காத்துக் கிடக்காத ஒரு நாளில் அந்தத் தேவாலயத்துள் நான் புகுந்து, அவள் வழக்கமாக உட்கார் வதாகச் சொல்வாளே, அந்த இடதுபுறத் தூணோரம் போய் அமர்ந்து சில கேள்விகளைக் கேட்க வேண்டும்.

அட, அபிக்காகவா இன்று இவ்வளவு குடித்தேன். அவ ளுக்கும், எனக்கும் என்ன? இது என்ன முட்டாள்தனம்? அபியும் மண்ணாங்கட்டியும்.

நான் வேகமாகச் சைக்கிளைச் செலுத்தினேன். சைக்கி ளில் நான் காட்டியது என் உற்சாகத்தையா, ஆத்திரத்தையா? அதுவும் சரியாகத் தெரியவில்லை. அபி கடல்புறாவைத் தேடிக்கொண்டிருக்கிறாள் – நீலக் கடலில் ஒரு வெள்ளை நிறப் படகின் மேல்தளத்தில் நின்று ஆகாயத்தைப் பார்த்த படி –

"அபி . . . அபி . . . அபி . . ."

எதிரில் ஒரு பள்ளம் இருந்தது என்பதையும், அதன் காரணமாக என் இடதுபுற மீசையில் சுமார் அரை அங் குலம் வரை இழக்கவேண்டி வந்தது என்பதையும், மேல் உதட்டில் நான்கு தையல்கள் போடப்பட்டன என்பதை யும் ஆஸ்பத்திரிக் கட்டிலில் இருந்து மறுநாள்தான் நான் அறியும்படி ஆயிற்று.

ஆனால் அபி, ஆஸ்பத்திரிக்கு வரவேயில்லை.

***வீரகேசரி* – மாசி 1986**

சூரியனின் முன்புறம்

01

ஓடும் பஸ்ஸில் நான் இருந்தேன். 'கீழே குதித்து விடு குதித்துவிடு' என்று மனசுப் பெருவெளியெங்கும் பேய்க்காற்று வீசியடித்தது; அறைகூவிற்று. என் முன் இருக்கையின் விளிம்பை நான் இறுக்கிப் பற்றிக் கொண்டேன்.

காற்றுக்குப் பயந்து பல பயணிகள் கண்ணாடி களைச் சாத்தி வைத்திருக்கின்றனர். முகத்தில் வந்து மோதும் முரட்டுத்தனமான காற்றைத்தான் எனக்கு மிகவும் பிடிக்கிறது. பயணந் தொடங்கியதிலிருந்து நான் கண்ணாடியைத் திறந்தே வைத்திருந்தேன். அகிலத்தின் காற்று அப்படியே என்னுள் புகுந்து விடவேண்டும் எனப் பேராசைப்பட்டேன். காற்றுப் புகுந்து, காற்றில் கலந்து, அப்படியே நான் காற்றாகி... ... ஹா!

பஸ்ஸால் இறங்கி அக்கம்பக்கம் பார்த்துவிட்டு, பொலிஸ் நிலையம் வரை செல்லும் வீதியில் சற்று நடந்தால் போதும் – நான் என் இடத்தை எட்டி விடு வேன். இன்று சற்றுப் பிந்தித்தான் போய்விட்டது.

ஏரியா மனேஜருடைய சிவப்பு நிறக் கார் நான் வேலை பார்க்கும் கடையின் முன்னால் நிற்பது தெரி கின்றது. தெருவில் எதிர்ப்படும் அத்தனை சிவப்பு நிறக் கார்களுக்கும் கல்லெடுத்து எறியத் தூண்டும் ஒரு மன நிலையை என்னுள் உருவாக்கிவிட்டது இந்தச் சிவப்பு நிறக் கார்தான்.

உள்ளே போனதும் ஏரியா மனேஜரைப் பார்த்து 'குட்மோர்னிங் ஸேர்' சொல்ல வேண்டியிருக்கும்.

ஸேர் என்பதை மட்டும் ஓசையெழாமல் அழுக்கி நான் உச்சரிக்கின்ற போதிலும் அந்த 'ஸேர்' என்ற சொல்தான் இன்பத்தேன்போல் அவருடைய காதுகளில் பாய்ந்து முகத்தை மிடுக்குடன் பிரகாசிக்கச் செய்யும்.

நான் உள்ளே நுழைந்தபோது ஏரியா மனேஜர்தான் முதலில் கண்ணில் பட்டார். என்னைக் கண்டதும் அவரு டைய கண்கள் தன்னுடைய கைக் கடிகாரத்தை நோக்கிச் சென்றன. இது வசனங்கள் எவையுமற்ற ஒரு நாடகக் காட்சி 'இப்போது நேரம் என்னவாகிறது தெரியுமா' என்பதை எனக்கு உறைக்கவைக்கும் ஓர் உத்தி. என்ன சொன்னாலும் ஏரியா மனேஜருடைய அரதப் பழசான கைக் கடிகாரம் இப்பொதெல்லாம் ஒழுங்காக வேலை செய்கின்றது என்பது சந்தோஷமான செய்திதான்.

மிஸ். முத்துலிங்கம் மிக மும்முரமாக எழுத்து வேலையில் இருந்தாள். நிறுவனத்தின் ஆண்டறிக்கை எழுதுவதாக ஏரியா மனேஜர் நினைத்திருக்கலாம். எனக்குத் தெரியும், அவள் தன் காதலன் கிருபாவிற்கு 'இன்றைய ஸ்பெஷல்' தயாரித்துக் கொண்டிருக்கிறாள் என்பது.

ஏரியா மனேஜர் உடலாலும் மனதாலும் சற்றுக் குள்ளம். அவர் உட்கார்ந்திருந்த நாற்காலி அவருக்கு சௌ கரியம் தரக்கூடியதல்ல. கார்ப்பயணங்களின் போது உயரத் தின் நிமித்தம் அவர் ஒரு தலையணையைப் பாவிப்பது வழக்கம்.

ஒரு சொக்லேட் கம்பனியின் விற்பனைப் பிரதிநிதி யாக இருந்த அவர் மூன்று மாதங்களுக்கு முன்னர்தான் இந்த நிறுவனத்தில் வந்து இணைந்து கொண்டார். வந்த அன்றே இராணுவ மிடுக்கு! இந்தப் பிராந்தியத்தின் தலை விதியையே மாற்றி விடுவது பற்றி அவர் பேசிக்கொண்டர். நான் புத்தம்புதுத் தும்புக் கட்டைப் பற்றி அப்போது நினைத்துக் கொண்டேன்.

ஆனால், தவிர்க்க முடியாத நிலையில் இந்த ஸ்தாபனத் தில் தன் நம்பிக்கைக்குரியவனாக என்னையே அவர் தேர்ந் தெடுத்தார். அதற்குப் பல காரணங்கள் 1. என் முகத்தில் வீசிய குடிகாரக்களை 2. நான் எத்தனை மணிக்கு வீட்டுக்குப் போனாலும் அதைப்பற்றிக் கேட்க யாரும் இருக்கவில்லை. 3. காரோட்ட எனக்குத் தெரியாது. கார் சாவியைக் கொஞ்சம் தருகிறீர்களா என்றெல்லாம் ஒருபோதும் அவரைக் கேட்டுத் தொந்தரவு செய்ய மாட்டேன். எனினும் கண்களுக்குப்

புலப்படாத வகையில் சில கோடுகளை எனக்கும், அவருக்கும் இடையில் கீறி அவற்றைக் கவனமாகப் பேணி வந்தார் என்று எனக்குத் தெரியும்.

அது ஒரு நாடகம்போல இருக்கும். மாலை வேளைகளில் அலுவலகம் கலைந்த பின்னர் நாங்கள் நண்பர்களாம். அவர் இந்த நகரத்திற்கு வரும்போது தங்கியிருக்கும் ‘ஸ்வஸ்திகா இன்’ இற்கு மாலையானதும் செல்வேன். கண்ணாடிக் குவளைகளுள் அவர் ஊற்றிய மதுவுக்கு நான் சோடா கலந்தோ அல்லது நான் ஊற்றிய மதுவிற்கு அவர் சோடா கலந்தோ ‘சியர்ஸ்’ சொல்லுவோம்.

பின்வரும் வேஷங்களை நான் ஏற்க வேண்டுமென்பது அவருடைய அவா. அலுவலக நேரங்களில் ஃபைல்களுடன் கூனிக் குறுகி நிறுக்கும் விசுவாசமிக்க ஒரு பணியாளன், காதல் சாம்ராஜ்யத்தின் சக்கரவர்த்தியாக அவர் இளம் பெண்களுடன் காரில் சவாரி செய்யும் சந்தர்ப்பங்களில் நான் ஏக்கத்துடன் நோக்கும் சிற்றரசன் (கிட்டத்தட்ட எம்.ஜி.ஆர். படத்தின் நாகேஷ் மாதிரி). மாலை வேளைகளில் குடிபோதையின் உச்சக்கட்டத்தில் அவர் டி.எம். சௌந்தரராஜனாகத் தன்னைப் பாவித்துப் பாடும் போது, நான் மலைப்புடன் அவர் குரல்வளத்தில் சொக்கிப்போகும் முன்வரிசை இரசிகன். சில பெண்களின் அங்க அடையாளங்களை அவர் சொன்ன அடுத்த கணம் அவள் எந்தத் தெருப் பெண், எத்தனையாவது வீடு, அந்தத் தெருவில் கார் நுழையுமா, நாய் அங்கு உண்டா, அவளுடைய அப்பாவும் சகோதரர்களும் தடியர்களா . . . போன்ற விபரங்களைக் கண்டு பிடிக்கப் புறப்படும் ஒற்றன்.

ஆனால் எனக்கு எந்த வேஷங்களும் பொருந்திப் போகவில்லை. ஒரு நாள் காரின் பின் ஆசனத்தில் இருந்த நான் என் காலைத் தூக்கி காரை ஓட்டிச்சென்று கொண்டிருந்த அவர் தோள்மீது போட்டுவிட்டேன். உண்மையில் அப்படி ஒன்றும் எனக்கு மதி கெட்டுப் போகுமளவிற்குப் போதையல்ல.

“ஏய், என்ன இது?” என்று அவர் சொல்லிச் சொல்லிப் பார்த்தார். நான் என்னுடைய கிண்ணத்தில் மீதியாகவிருந்த மதுவை அவர் தலையில் ஊற்றினேன். எனக்கு ஓர் குரூரமான சந்தோஷம் ஏற்பட்ட வேளை அது. போதை ஒரு கவசம்.

போதையேறினால் நான் எவ்வளவு பலஹீனன் என்பதை ஏரியா மனேஜர் இந்தச் சம்பவம் நடந்து முடிந்து

பல நாட்கள் வரை சுட்டிக்காட்டிக் கொண்டேயிருந்தார். நிதானத்தில் கொலை செய்தால் தண்டனை என்ன? போதையில் கொலை செய்தால் தண்டனை என்ன, என்று விரைவில் ஒரு வழக்கறிஞரிடம் போய் ஆலோசனை கேட்க எண்ணி யிருந்தேன்.

இன்று பார்த்து என்னுடைய மனேஜர் லீவில் ஊருக்குப் போய்விட்டிருந்தார். மனேஜர், மனைவி, குடும்பம் . . . எல்லோருமே நல்லவர்கள். தங்கள் வீட்டைப் போய் அடிக் கடி பார்த்துக் கொள்ளும்படியும், கோழிகள், குரோட்டன் கள் ஒழுங்காக நிற்கின்றனவா என்று கவனிக்கும்படியும், விடைபெறும் போது நூறு தடவை சொல்லிவிட்டார்கள். ஊருக்கு அவர்கள் போய்ச் சேர்ந்த கையோடு தொலைபேசி அழைப்பு எனக்கு வருவது வழக்கம். மனேஜரின் மனைவி தான் பேசுவா. தொடக்கவுரை என் சுகம், என் குடும்பத் தினர் சுகம், என் சக ஊழியர்கள் சுகம் பற்றியதாக இருக்கும். முடிவுரை கோழிகள், குரோட்டன்களில் நிறைவுபெறும்.

“இந்த மாதம் எத்தனை ரெஃப்ரிஜெரேட்டர்கள் விற்றி ருக்கிறீர்கள் என்ற விபரத்தைத் தரமுடியுமா?” என ஒரு போலிப் பணிவுடன் ஏரியா மனேஜர் என்னை இப்போது வினவினார். நான் பதில் சொன்னேன். “ஆறு”.

“இந்த மாதத்தில் நீங்கள் விற்றிருக்க வேண்டியவை எத்தனை?”

“பத்து.”

“ஏன் விற்கவில்லை? என்ன செய்துகொண்டிருக்கி றீர்கள்?”

“. . .”

“சொல்லும் ஐஸே. நேற்று எம்.எம். டெலிபோனில் ஒரே ஏச்சு, உங்கள் ஏரியாவில் என்ன நடந்துகொண் டிருக்கிறது என்று.”

“திடீரெனப் பெய்யத் தொடங்கிவிட்ட மழைகூட ஒரு காரணம். அத்தோடு இந்தப் பகுதி மக்கள் என்ன நடக்குமோ, ஏது நடக்குமோ என்ற பீதியில் காலத்தைத் தள்ளுகிறார்கள். பெரிய தொகையை முதலீடு செய்து ஒரு பொருளை வாங்கச் சற்று யோசிக்கிறார்கள்.”

“இதெல்லாம் ஒருநல்ல விற்பனையாளன் பேசக்கூடிய பேச்சல்ல. நான் இது சம்பந்தமாக எழுத்து மூலமான புகா ரொன்றை எம்.எம். இற்குத் தெரிவிக்கப்போகிறேன்” என்று படபடத்தார் ஏரியா மனேஜர்.

உரிய நேரம் வந்துவிட்டதென நான் உணர்ந்தேன். படமெடுக்கும் ஒரு நாகமாக நான் மாறிக் கொண்டிருந்தேன். ஒரே கொத்தில் உடலெல்லாம் நீலம் பரவச் செய்யும் குரோதம் என்னை ஆட்டிப்படைத்துக் கொண்டிருந்தது.

“இந்த மாதம் பத்து ஃப்ரிஜ்கள் விற்க முடியாமல் போனதற்கு இன்னொரு முக்கியக் காரணமும் உண்டு. அதுவும் தங்களுக்குத் தெரிய வேண்டும்.”

“என்ன?” என்றார் ஏரியா மனேஜர்.

“ஃப்ரிஜ்கள் விற்பது சொக்கலேட் விற்பது போலல்ல” என்றேன் நான்.

‘சொக்கலேட்’ என்ற வார்த்தைக்கு நான் கொடுத்த அழுத்தம் அவரை வெகுவாகப் பாதித்திருக்க வேண்டும். ஏற்கனவே வேலை பார்த்த சொக்கலேட் கொம்பனி அவர் நினைவுக்கு வந்திருக்கக் கூடும். சற்று நேரத்தின் பின் ஐஸ் தண்ணீரை வரவழைத்து மடமடவெனக் குடித்தார்.

பின் காரைக் கிளப்பிக் கொண்டு போய்விட்டார்.

02

நான் அடைக்கலபுரத்தானைச் சந்திக்கச் சென்றபோது, அவருடைய வீட்டுக் கூடத்தில் தொலைக்காட்சி முன்னால் எல்லோரும் கூடியிருந்தார்கள். திரும்பிவிடலாமா என ஒரு கணம் நான் நினைத்தேன். அதற்குள் அந்த வீட்டுப் பெண்கள் என்னைப் பார்த்துவிட்டார்கள். நான் வந்திருப்பது பற்றி அவர்கள் கூறியதும் அடைக்கலபுரத்தான் என்னை முக மலர்ச்சியுடன் திரும்பிப் பார்த்தார். அவர் மனம் மலர்வுற்றதா என்பதை என்னால் சொல்லமுடியாது.

“வாருங்கள், இருங்கள்” என்றார் அடைக்கலபுரத்தான். நான் உட்கார்ந்தேன்.

“இன்று டி.வியில் என்னைப் பேட்டி காண்கிறார்கள்” என்றார் அவர்.

அடைக்கலபுரத்தான் கதைகள், கவிதைகள் எழுதுவதுடன் கோழிகளும் வளர்த்து வந்தார். நான் என் கதை, கவிதைகளைக் காட்டுவதற்கோ அல்லது திருத்துவதற்கோ இங்கு வராமல் கோழி முட்டைகள் வாங்க மட்டுமே வந்து செல்கிறேன் என்பதில் அவருக்கு உள்ளூர வருத்தமிருந்திருக்கலாம்.

சமீபத்தில் நடைபெற்ற கவிதைப் போட்டியொன்றில் தான் முதலாம் இடம் பெற்ற விபரத்தினைப் பேச்சுவாக்கில் அவர் சொன்னார். ஜீவன்டோன் விளம்பரங்களில் புஜங் களைத் தட்டிக் காட்டும் மல்யுத்த வீரன் ஒருவன் என் மனக் கண் முன்னே தோன்றினான். சவால் விடுகின்ற அல்லது சவால்களைக் காலடியில் போட்டு மிதித்து வெற்றி வாகை சூடிக் குதிரைமேல் ஆரோகணித்துவரும் கவியரச ரவர். அப்படி நான் எண்ண வேண்டுமாம் எனக்கு இப்போது முட்டைகள் வேண்டும்.

அடைக்கலபுரத்தான் ஒரு நல்ல கவிஞரா என அச்சகக் காரன் ஒருவன் என்னைப் பார்த்து ஒருநாள் கேட்டான். “அவர் ஒரு நல்ல கவிஞர் என்பதை விட ஒரு நல்ல முட்டை வியாபாரி என்றுதான் சொல்வேன்” என்றேன்.

அடைக்கலபுரத்தான் அவ்வப்போது எழுதிக்கொடுத்த மரண அஞ்சலி நோட்டிஸ்களை அச்சடித்து, அச்சடித்து அந்த அச்சகக்காரன் சலித்துப் போய் இருந்தான். மரணங் களின் போது அஞ்சலிக் கவிதை எழுதுவது என்ற நிலைமை போய், அடைக்கலபுரத்தான் அஞ்சலிக் கவிதைகள் எழுது வதற்காக ஊரில் யாராவது செத்துக் கொண்டேயிருந்தார்கள்.

அடைக்கலபுரத்தானுடைய கவிதைகளைத் தொடர்ந்து படித்து வருபவர்களுக்கு (அப்படி யாரேனும் இருந்தால்) ‘யன்னலைத் திறந்து விடு’ அல்லது ‘கதவைத் திறந்துவிடு’ போன்ற வரிகள் அவருடைய கவிதைகளில் திரும்பத்திரும்ப வருவதை உணர்ந்திருப்பார்கள். புதிய காற்றை வரவேற்கத் தயாரான ஒரு கவிஞனின் பிரகடனமாகவே முதலில் எனக்கு இது தோன்றியது – அவருடைய வீட்டுக்கு நான் முதல் தடவை போகும் வரை மட்டும் – அவர் ஜனசந்தடி மிக்க ஒரு நெரிசலான குடியிருப்பு ஒன்றில், கோழித்தீன் நாற் றத்தைப் பொறுத்துக் கொண்டு வாழ்பவர் என்பதைப் பின்னரே அறிந்தேன். அப்படிப்பட்ட நெருக்கடிக்குள் வாழ் பவர் ‘ஜன்னலைத் திறந்துவிடு, கதவை திறந்துவிடு” என எழுதுவதில் வியப்பதற்கு ஒன்றுமில்லை.

அவருடைய சுவரில் மூன்று படங்கள் தொங்கிக் கொண்டிருக்கும். ஒன்றில் அடைக்கலபுரத்தான் தங்கப் பதக்கம் பெறும் காட்சி. மற்றப்படத்தில் அடைக்கலபுரத்தான் பேனாவை நெற்றியில் முட்டுக் கொடுத்துத் தீவிரமாகச் சிந்தித்துக் கொண்டிருப்பார். இந்தப் படத்தின் கீழே இரண்டு வரிகளை எழுதி வைத்திருந்தால் வெகு பொருத்தமாக இருந் திருக்கும். ‘கர்ணன் கவச குண்டலங்களுடன் பிறந்தான். அடைக்கலபுரத்தான் பேனாவும், மைப்போத்தலுமாகப்

பிறந்தான்.' சுவரில் தொங்கிய மூன்றாவது படம் சற்று விநோதமானது. அடைக்கலபுரத்தான் தன்னுடைய தொலைக் காட்சிப் பெட்டி மீது கை போட்டபடி அளித்த பிரத்தி யேகபோஸ் அது. (டி.வியைக் கண்டுபிடித்தவன்கூட இவ்வளவு உரிமையோடு படம் எடுத்துக் கொண்டிருக்க மாட்டான்.)

வாசலில் ஓர் உருவம் தோன்றிற்று. வந்தவரின் தோளில் ஒரு ஹார்மோனியம் தொங்கியிருந்தால் நிச்சயமாக அவரை ஒரு பஸ் நிலையப் பாடகர் என்றுதான் எண்ணி இருப் பேன். நல்லவேளை, அவர் எனக்கு அறிமுகம் செய்து வைக்கப் பட்டார். "யார் இவர்?" என்று அவர் என்னைப்பற்றி அடைக்கலபுரத்தானிடம் கேட்டார்.

"வளர்ந்துவரும் கவிஞன்! பெயர் . . ."

'வளர்ந்து வருகிறேனாமே? கடந்த ஐந்தாண்டுக் காலமாக ஐந்தடி ஏழு அங்குலத்திலேயே இருக்கிறேன்.

'என்னப்பா டி.வியில் இன்றைக்குப் பேட்டியாமே? வகுப்புக்களை அவசரம் அவசரமாக முடித்துவிட்டு ஓடி வருகிறேன்" என்றார் வந்தவர்.

டி.வியில் தன் பேட்டி நிகழ்ச்சியைப் பார்க்கும்படி என்னை அடைக்கலபுரத்தான் ஏனோ சொல்லவில்லை. நான் வந்த வேலையை முடித்துக்கொண்டு எழுந்தேன்.

தொலைக்காட்சி நிலையத்தார் அவரை ஒரு கவிஞ ராக அல்லாமல் ஒரு சிறந்த கோழிப் பண்ணையாளராகப் பேட்டி கண்டிருந்தால் நான் சந்தோஷப்பட்டிருப்பேன். அவருடைய கவிதைகளை விட, அவர் வளர்க்கும் கோழிகள் இடும் முட்டைகளை நான் இன்னமும் நேசிக்கின்றேன். முட்டைகள் புரதச்சத்து மிக்கவை.

03

ஊரடங்குச் சட்டம் பற்றிய அறிவிப்பு வானொலியிலும், தொலைக்காட்சியிலும் திடீரென வந்தது. தொலைக்காட்சி யில் இந்த அறிவிப்பை வாசிக்க வந்தவன் வழமையான ஓர் அறிவிப்பாளனுமில்லை. அவன் தப்புத் தப்பாகத் தடுமாறி அந்த அறிவிப்பை வாசித்தான்.

சந்தைக்குப் போயிருக்கக்கூடிய தன் மனைவியைப் பற்றியோ, பாடசாலைகளுக்குப் போன பிள்ளைகள் குறித்தோ, தான் வீடுதிரும்பும் மார்க்கம் சம்பந்தமாகவோ அவன் குழம்பிப் போயிருக்கலாம்.

சேகு பக்கத்துக் கடையிலிருந்து இந்தச் செய்தியை ஊர்ஜிதம் செய்து கொள்ள இங்கு வந்தான். வியாபாரம் பாதிக்கப்பட்டு விட்டதே என்பது அவனுடைய கவலை யில்லை. இந்த வழியால் வங்கிக்குப் போகும் பெண்களுக்கு முத்திரை வாங்கிக் கொடுப்பது, அவர்களுடைய பெயர், ஊர், தெருவிபரங்களைத் திரட்டுவது, மத்தியானப் பள்ளி கலைந்து வரும் அந்த மெலிந்த வாத்திச்சிக்கு முன்னால் தற்செயலாகத் தோன்றுவது போல் பாவனை செய்து 'குட் ஆஃப்டர் நூன்' (அவனுக்குத் தெரிந்த பத்து ஆங்கில வார்த் தைகளுள் இவையும் அடக்கம்) சொல்வது, மேசை மேல் கால்களைத் தூக்கி வைத்துக்கொண்டு தொடையிடுக்கில் பின்னேரம் வரை பிசைந்து கொண்டிருப்பது... இவை யெல்லாம் இன்று கெட்டுப் போய்விட்டதுதான் அவனை வாட்டி வதைக்கும். இதோ, my fate ladyயும் சந்தையை விட்டு ஓட்டமும், நடையுமாக வந்து கொண்டிருந்தாள். அவள் வைத்திருந்த கூடைக்குள் அவளையே போட்டுவிட லாம். பக்கத்திலிருந்த அரசாங்க அலுவலகமொன்றில் அவள் நல்ல பதவியில் இருந்தாள். ஒவ்வொரு நாளும் அவள் பத்து மணிக்கு வந்து, இரண்டு மணிக்கு வீட்டுக்குப் புறப்பட்டு விடுவாள், அவளுடைய அலுவலக வாழ்வின் பெரும்பகுதி சந்தையிலும், பஸ்களிலுமே கழிந்து கொண்டிருந்தன.

எல்லோரும் அவசர அவசரமாகக் கடைகளைச் சாத்திக்கொண்டிருந்தார்கள். குதிரைக் கொள்ளைக்காரர்கள் வரும் தகவல் தெரிந்து ஊர் ஜனங்கள் சிதறுண்டு அங்கு மிங்குமாக ஓடும் ஆங்கில சினிமாக் காட்சிகள் என் ஞாபகத் திற்கு வந்தன. கதவைச் சாத்தி மிக நிதானமாக நான் பூட்டைப் போட்டேன். இப்போது நான் ஜிம் ப்ரௌண். அலட்சியமாக நடந்தேன். சாயம் போன என் குங்கும நிறத் தோள்பையினுள் துப்பாக்கி வைத்திருக்கிறேனாம். எதிரி சற்றும் எதிர்பாராத தருணத்தில் மின்னல் வேகத்தில் அதனை எடுத்து ஒரு சுழற்றுச் சுழற்றி...

எங்கோ குண்டு வெடித்துவிட்டதென்று எவ்வளவு பரபரப்பு! அவ்வப்போது பரபரப்பற்ற வாழ்க்கை சுவாரஸ்யமற்றதாகி விடுகிறது. வெடிக்காத துப்பாக்கி, மீட் டாத வீணை எல்லாமே கிட்டத்தட்ட ஒரு ரகம். சக் நொறீ ஸின் படங்களில் எனக்குள்ள லயிப்புக்குக் காரணமே அவனுடைய துப்பாக்கி சும்மா இருப்பதேயில்லை என்ப தால்தான். இடுப்புப் பட்டியில் துப்பாக்கியைத் தொங்கப் போட்டுவிட்டு, 'பியரை' பீப்பாய்க் கணக்கில் குடித்துக் கொண்டு, மைல் கணக்கில் வசனம் பேசும் ஆங்கிலப்படக் கதாநாயகன் எவ்வளவு எரிச்சலூட்டுகிறான்.

நான் பஸ் நிலையத்தை அடைந்தேன். 'க்யூ வரிசையில் வந்தால்தான் பஸ்ஸில் ஏற அனுமதிக்கப்படுவீர்கள்' எனக் குள்ளமான ஒருவன் ஃபுட்போர்டில் ஏறி நின்று பிரசங்கம் செய்துகொண்டிருந்தான். கடந்த தேர்தலின் போது இப்போதுள்ள ஆளுங்கட்சியின் சார்பாகப் பிரச்சார மேடைகளில் எம்.ஆர்.ராதாவின் குரலில் பேசி, மக்களைப் பரவசத்தில் ஆழ்த்தியதற்கு வெகுமதியாக இந்தப் பதவி அவனுக்குத் தரப்பட்டிருந்தது இப்போதுகூட இவன் எம்.ஆர். ராதாவின் குரலில் பேசி, க்யூவில் வரும்படி கேட்டி ருந்தால் மக்கள் கட்டுப்பட்டிருப்பார்கள். அவன் அதைச் செய்யத் தவறிவிட்டான்.

ஜன நெரிசலில் சிக்குண்டு அவதிப்பட்டுக்கொண்டு நின்ற அந்தப் பெண்ணின் கண்களை நான் இப்போதுதான் சந்தித்தேன். கழுத்தளவு தண்ணீரில், தத்தளித்தபடி நின்று, கரையில் இருக்கும் கண்ணனிடம் அபயம் கேட்கும் அபலையாம் அவள். பெண்களுக்குக் கண்கள் ஒரு வசதி.

பஸ் நிலையத்தின் இடது புறமிருந்த ஒரு கடையில் வாழைப்பழமொன்றைச் சாப்பிட்டவாறே நான் கற்பனை செய்யலானேன்.

'... கடைசியில் அந்தப் பெண்ணுக்கு பஸ்ஸில் இடம் கிடைக்கவில்லை. பரிதவித்துப் போய் நிற்கிறாள். நான் அவள் அருகில் போய் நிற்கிறேன். "உங்களுக்கு இந்த ஊரில் தெரிந்தவர்கள் யாரும் கிடையாதா? அங்கே தங்கி ஊர டங்குச் சட்டம் நீக்கப்பட்ட பின்பு போவதுதான் இனிப் புத்திசாலித்தனம்" என்று தயக்கத்துடன் சொல்கிறேன்.

"எனக்கு எவரையுமே இந்த ஊரில் தெரியாது. ஊருக்குப் போகும் வழியில் இந்த இடத்தில் இப்படி மாட்டிக்கொண்டு விட்டேன்."

"இனி இதைப்பற்றி யோசித்து ஆவதென்ன? உங்களுக்கு ஆட்சேபணை இல்லையென்றால் என்னுடன் தாராளமாக வரலாம். உங்களுக்கு ஆட்சேபணை இல்லையென்றால் மட்டும்."

அவள் சற்று விழிக்கிறாள். பின்பு வேறு வழியில்லாமல் பிரயாணப் பையுடன் என்னைப் பின் தொடர்கிறாள். கடற்கரைச் சாலையில் ஒரு சின்ன வீடு! நாங்கள் உள்ளே போனோம். தூரத்தே ஜீப்களின் டயர்கள் தரையில் உராயும் சத்தம். துப்பாக்கி வேட்டுகள் தீர்க்கப்படும் ஓசை. ஊர் அடங்கியேதான் போய்விட்டது. வானொலியாலும், தொலைக்காட்சியாலும் சாதிக்க முடியாத ஊரடங்கு

உத்தரவை வானத்தை நோக்கிய சில துப்பாக்கி வேட்டுகள் மிகச் சுலபமாக அமுலுக்குக் கொண்டு வந்துவிடுகின்றன.

"நீங்கள் இங்கே தனியாகத்தான் இருக்கின்றீர்களா?"

"ஆம்" என்றேன் நான். அவள் ஒன்றும் பேசவில்லை. உள்ளூரப் பயந்துபோய் இருக்கிறாள்.

அவள் படிப்பதற்கென்று ஒரு புத்தகத்தை மேசையில் கொண்டு வந்து வைத்தேன். சுந்தர ராமசாமியின் 'ஜே.ஜே சில குறிப்புகள்.'

"ஜே.ஜே. எந்த நாட்டின் தலைவர்?" என்று கேட்டாள்.

மாலை எவ்வளவு சீக்கிரமாக வந்துவிட்டது. பாலில் 'போர்ன்விட்டா' கலந்துகொண்டு வந்தேன். அவள் தான் கொண்டுவந்த கட்லெட், சமோசாக்களை எனக்குப் பரிமாறினாள்.

"அம்மா இந்நேரம் என்னைப்பற்றி யோசித்து யோசித்தே செத்துப் போயிருப்பா" என்றாள் அவள்.

நான் பதிலேதும் சொல்லவில்லை. இனித்தான் உச்சக் கட்டம். நான் அவளுக்கு 'குட்நைற்' சொல்லிவிட்டு எழுந் தேன். கூடத்துக்கு வந்து எனக்குப் பிரியமான பிஸ்மில்லாக் கானின் ஷெனாய் கெஸெற்றையும், வினயத்கானின் ஸித்தார் கெஸெற்றையும் எடுத்துக்கொண்டு 'ப்ளேயரை' நோக்கிப் போனேன். 'கதவை நீங்கள் உட்புறமாகச் சாத்திக் கொள் ளுங்கள்' என நான் அவளுக்குச் சொல்லத் தவறவில்லை. நான் ஓர் உயர்ந்த மனிதன் என அவளுக்கு நிரூபித்துக் காட்ட விரும்பினேன்.

'என்னுடைய நீளக்காற் சட்டைகளுக்கு ஸிப் இருப்ப தில்லை எனக் கருதும் பெண்கள் பலரின் எண்ணங்களைப் பொடிப் பொடியாக்க வேண்டும். ஒரு பெண்ணின் உடம்பை விடப் பிஸ்மில்லாக்கானும், வினயத்கானும்தான் எனக்குப் பெரிய ஆட்கள் என்று நிரூபித்து விடவேண்டும். நான் எப்போதும் தோளில் தொங்கப்போட்டுகொண்டு திரியும், சாயம்போன அந்தக் குங்கும நிறப்பைக்குள் கரும்பு வில்லும், மலர்க்கணைகளுமே இருப்பதாக மருட்சியுறும் மங்கையர் குலமே! இதோ, என் உலகத்தைத் தரிசித்து விட்டு, எந்தச் சேதாரமும் இல்லாமல் மீண்டு ஒரு பெண் உங்களிடம் திரும்பி வருகிறாள். அவளிடம் கேளுங்கள். எனக்குக் கொடும்பாவி கட்டி எரிப்பதா அல்லது 'பெண்மானம்

காத்த அண்ணா' என்று பட்டம் தந்து சிலை வைப்பதா..? தீர்மானியுங்கள்... தங்கங்களே!

பஸ் நிலையச்சுவரில் சாய்ந்து நின்றபடி நான் யோசித்துக் கொண்டேயிருந்தேன். மிகை நடிப்புக்குப் பேர் போன அந்தப் பிச்சைக்காரன் மாத்திரம் என்னைத் தட்டி 'சாமி... தர்மம்...' என்று என்னைக் கேட்டிராவிட்டால் இன்னமும் வேகங்கொண்டு என் கற்பனைக் குதிரை புழுதி கிளப்பியிருக்கும்.

நான் என்னை எண்ணி வெட்கித்தேன். ஒரு பெண்ணின் பொருட்டு உத்தமன், கனவான், இசைஞானம் மிக்கவன், நல்லிலக்கிய ரசிகன் போன்ற முகமூடிகளை அணிய என் உள் மனது சற்று முன்பு செய்த யாத்திரை எவ்வளவு கேவலமானது. ஒப்பனைகளை ஒரேயடியாகத் துறந்த முகம் எனக்கெப்போது கிடைக்கும்?

நான் திரும்பிப் பார்த்தேன். இப்போது அந்தப் பெண்ணைக் காணவில்லை. நான் நினைக்கிறேன், அவள் தன் வீட்டுக்குப் போய்ச் சேர்ந்து சிறுநீர் கழித்துக் கொண் டிருக்கக்கூடும்.

மினி பஸ்ஸை நோக்கி நான் நடந்தேன். நான் போக வேண்டிய ஊரின் பெயரைச் சொல்லிக் கத்திக்கொண் டிருந்தார்கள். எனக்கும், அவர்களுக்கும் ஏனோ ஒத்துக் கொள்வதில்லை. வாகனத்தில் திணிக்கும் மா மூட்டைகளுக் கும், மனிதர்களுக்கும் அவர்கள் வித்தியாசம் தெரிந்தவர் களாக இருப்பதில்லை. ஏறும்போதே நடத்துனர் சொன்னான். "இன்றைக்கு ஐந்து ரூபா. தெரியுந்தானே?"

வழக்கமான கட்டணம் 2.50 தான் ஆகும். ஊரடங்குச் சட்டம் என்றதும் தேங்காய் விலையைக் கூட்டிவிடுகிறார்கள். அரிசி விலையும் ஏறி விடுகிறது. பஸ் கட்டணமும் உயர்ந்து விடுகிறது. வீடு எரியும் போது ஆளுக்காள் பிடுங்குகிறார்கள். ஒரு தீர்மானத்துடன் நான் உள்ளே ஏறி உட்கார்ந்தேன்.

நான் இறங்க வேண்டிய இடம் வந்ததும் நடத்துனருக்குத் தெரிவித்தேன். மினி பஸ் நின்றதும் அவன் பணத்துக்காகக் கையை நீட்டினான்.

நான் தயாராகக் கைக்குள் வைத்திருந்த 2.50 ஐக் கொடுத்தேன். நடத்துனர் சத்தம் போடத் தொடங்கினான். என் சொந்த ஊரல்லவா? முதலைப் பலம் எனக்கு வந்து விட்டது.

"உஷ்... ஷ்ஷ்... சத்தம் போடாதே! விருப்பமென்றால் இதை எடுத்துக்கொள்! இல்லாவிட்டால் ஆள் மாறு" என்

றேன். அவன் பணத்தை வெறுப்புடன் வாங்கிக் கொண் டான். பஸ் கிளம்பும் போது அவன் ஏசிக்கொண்டே போனது என் காதுகளில் விழுந்தது. "வடிவா களிசான் போட்டுக் கொண்டு வருவானுகள். காசு தரத் தெரியாது."

அவன் அப்படிச் சொல்லிச் சென்றது எனக்குச் சந்தோஷத்தை அளித்தது. என் டெய்லரைச் சந்தித்து, அவன் வடிவாக களிசான் தைக்கிறான் என்ற விபரத்தைத் தெரிவிக்க வேண்டும்.

04

...ஓர் இருட்குகை. அதனுள் அசைவற்று நான் கிடந்தேன். மரணத்தின் அரும்பு மயிர்களை நான் புரிந்து கொண்டேன். எந்தப் பக்கமும் என்னால் அசைய முடிய வில்லை. ஏதோ ஒரு பாட்டை நான் அந்தப் பொழுதில் கேட்க விரும்பினேன். விட்டு விட்டுக் குரல் கொடுத்தன சிள்வண்டுகள். நான் மிகவும், வெறுக்கும் பயப்படும் பூரான்கள், பாம்புகள் மிக அருகில் நெளிந்து சென்றன. என் பாதங்களில் பன்னீர்ப் பூவாய் ஏதோ பட்டதென நான் உணர்ந்தேன். படுத்த நிலையிலேயே நான் என் கண் களைத் தாழ்த்திப் பார்த்தேன். "அப்பா" என்றாள் அந்த மெலிந்த குழந்தை. என்னுடைய ஒரு கேள்விக்கும் அவள் பதில் சொல்லவில்லை. சிரிப்புத்தான் அவள் பதில், சிரிப்புத் தான் அவள் கேள்வி, சிரிப்புத்தான் அவள் சவுக்கு. என்னுள் ளிருந்த பாறைகள் தகர்ந்து கொண்டேயிருந்தன. திடீரென்று ரேகா அங்கு தோன்றினாள். ஜெமினி கணேசனும் அங்கு நின்றார். இவர்கள் எல்லோரும் இங்கு எப்படி வந்தனர்..?

நான் விழித்துக் கொண்டபோது நுளம்புத் திரியின் சிவப்புக் கண்ணைச் சந்தித்தேன்.

05

அவன் அகால வேளையில் நகரின் தெருக்களில் தும்புத் தடியுடன் திரிந்தானாம். கேட்டதற்குச் 'சுத்தம் செய்ய' என்றானாம். நகரத்தையா அல்லது மக்களையா என யாரும் அவனைக் கேட்கவில்லை. ஒரு ஞாயிற்றுக்கிழமை நள்ளிரவில் தேவாலய மணிக்கயிற்றைத் தன் பலம் உள்ள மட்டும் அசைத்து ஒலிக்கச் செய்தானாம். மறுநாள் அவனைப் பொலீஸ்காரர்கள் தள்ளிக்கொண்டு போனதை நான் பார்த்தேன். ஒரு நாள் நகரத்திலேயே மிகவும் உயரமான தொலைத்தொடர்புக் கோபுரத்தின் உச்சியில் அவன் இருந்

தான். அவன் எப்படி மேலேறிப் போனான் என யாருக்கும் தெரியவில்லை. கீழே நின்ற மக்களுக்கு அவன் நையாண்டி காட்டியவாறிருந்தான். ஒவ்வொருவரும் ஒவ்வொரு விதமாய்ப் பேசிக்கொண்டனர்.

'அவன் போதையில் ஏறிவிட்டான்' என்றனர் சிலர்.

'அவன் நகரத்தின் அழகை ரசிக்க மேலேறிப் போயிருக்கிறான்' என்றனர் சிலர்.

'அவன் வாழ்க்கையில் விரக்தியடைந்தவன் தற்கொலை செய்து கொள்ள ஏறினான்' என்றனர் சிலர்.

உச்சியில் நின்றவன் கீழே நிற்பவர்களைப் பார்த்துத் தொடர்ந்து நையாண்டித்தனமான சைகைகளைச் செய்து கொண்டிருந்தான்.

என்னருகே வந்த ஒரு மனிதர் – அவர் வெளியூர் மனிதராக இருக்க வேண்டும் – மெதுவாக என்னிடம் கேட்டார்.

"யார் அந்த மனிதன்?"

நான் அமைதியாகச் சொன்னேன் "அது நான் . . . நான் . . . நான் . . . நான்."

***வீரகேசரி* – வைகாசி, 1987.**

ஜெனி

நான் ரயிலேறுவதற்காக நாற்பத்தொரு கிலோ மீற்றர்கள் தூரத்திலிருந்த அந்த நகரத்திற்கு வந் திருந்தேன். என்னை வழியனுப்புவதற்கு ரயில் நிலையத்திற்கு எவரும் வரவில்லை. வழியனுப்பு வதற்கோ, கூட வருவதற்கோ யாருமில்லாத பயணங் கள்தான் என்னுடையவை.

ரயில் கிளம்புவதற்கு முன் உள்ள அந்தக் கடைசி நிமிஷங்கள் மிகவும் நீண்டு செல்வதைப் போல எனக்கு ஒவ்வொரு முறையும் தோன்றும். ஏறியவுடன் கிளம்பி விடும் ரயிலையோ, பஸ்ஸையோ வாழ்க்கையில் நான் சந்திக்காதவனாக இருந்தேன்.

ரயில் நிலையத்தில் நிலவிய ஒருவிதமான பர பரப்புக்கு மத்தியில் நான் அமைதியுடன் இருந்தேன். அதிகாலையிலேயே குளித்துவிட்டு வந்திருந்த என்னை இப்போது வாவியின் குளிர்காற்று மறுபடியும் குளிப்பாட்டிக் கொண்டிருந்தது.

ஒவ்வொரு தடவையும் ரயில் கிளம்பும் தருணத் தில் எனக்கு என் அம்மாவின் சோகம் ததும்பிய முகம் ஞாபகத்துக்கு வந்துவிடுகிறது. இதோ, என்னைப்போல என் அம்மாவும் ஜன்னலோரமாய்த்தான் இருந்தா. ரயில் கிளம்பத் தொடங்கிய போது ரயில் மேடையில் நின்ற நான் அம்மாவின் ஓரமாய்க் கொஞ்சத்தூரம் வரை ஓட்டமும் நடையுமாகப் போனேன். அம்மா தலையை வெளியே நீட்டி, கையை அசைத்தபடி விடைபெற்றுக்கொண்டே போனா. இருளில் மறைந்து போகும் என் அம்மாவின் தலையைப் பார்த்தபடி,

ரயில் நிலைய வெளிச்சத்தில் ஒரு கட்டத்தில் நான் பின் தங்கிவிட்டேன். அதற்குப் பிறகு எந்தவொரு ரயில் நிலையத் தினதும் விசில் சத்தம், மணியடிப்பு, ரயிலின் கூவல், ரயில் பெட்டிகளின் குலுங்கல், பச்சைக் கொடியின் அசைவு, ஸ்ரேஷன் மாஸ்டருடைய கையிலிருருந்து ஒளிரும் விளக்கு... எல்லாமே எனக்குப் பிரிவை உணர்த்தும் அடையாளங் களாகவே போய்விட்டன.

“ஐயோ, எனக்குக் கோணர் ஸீற் கிடைக்காவிட்டால் நான் செத்துப்போயிருவன்” என்று சிணுங்கிய பெண்குரல் கேட்டு நான் நிமிர்ந்து பார்த்தேன். அவள் முகத்தில் மஞ்சள் ஒளி வீசியது.

அவளுடைய வாழ்வின் லட்சியம் கோணர் ஸீற்றில் உட்கார்ந்து விடுவதிலும், அவளுடன் வந்தவனின் மாபெரும் லட்சியம் அவளுக்குக் கோணர் ஸீற் பிடித்துக் கொடுத்து விடுவதிலும் இருந்தன. மஞ்சள் முகத்தழகி சொன்ன மாத் திரத்தில் மாட்டின் கொம்பைப்பிடித்து அடக்கக்கூடியவ னாகவும், அக்கரையிலிருக்கும் பூவைப் பறித்து வந்து தன் கொண்டையில் சூட்டிவிடுமாறு அவள் கேட்டுவிடும் பட்சத்தில் மறுகேள்வி கேட்காமல் போட்ட உடுப்புடன் ஆற்றில் குதிக்கத் தயாரானவனைப் போலவும் அவன் தோன்றினான். ‘என்ன பொருத்தமான ஜோடி!’

‘இங்கே யாரும் உட்கார்ந்திருக்கிறார்களா?’ என அவன் என் தோளைத் தட்டிக் கேட்ட முறை எனக்கு சற்றும் பிடிக்கவில்லை. நேர் எதிர் ஆசனத்தில் நான் வைத்திருந்த என் பிரயாணப்பையைத் தூக்கிவிட்டு அந்தப் பெண்ணுக்கு அங்கே இடம் கொடுத்து விடுவோமா? என ஒரு கணம் நினைத்தேன். ஆனால் இதனால் மஞ்சள் முகத்தழகியின் மனதில் கூடவந்தவனைப் பற்றிய பெருமித உணர்வு தோன்றி விடக் கூடும். அதை நான் விரும்பவில்லை.

அவர்கள் அங்கிருந்து அடுத்த பெட்டியை நோக்கி நகரத் தொடங்கினார்கள்.

நான் துரதிர்ஷ்டவசமாக ரயில் ஓடாத, ரயில் நிலையம் இல்லாத ஊரில் பிறந்திருந்தேன். என்னுடைய (ஏக்கத்துக் குரிய) கற்பனை ஊரில் அதன் எல்லைப்புறத்தில் தண்ட வாளங்கள் சென்றன. ஊரின் மறுபுறத்தில் பயங்காட்டாத அளவு தண்ணீருடன் ஓர் ஆறு. ஆற்றங்கரையில் ஒரு கோயில். அங்கு சிவனோ, விஷ்ணுவோ, முருகனோ யாரா வது சரி உட்கார்ந்துகொள்ளட்டும். எனக்கு ஆட்சேபணை யில்லை. ஆனால் அங்கிருந்து மாலை வேளைகளில்

நாதஸ்வர 'ஓசை காற்றோடு கலந்து என் காதுகளுக்கு எட்ட வேண்டும். இரவில் படுக்கையில் கிடக்கும் போது தூக்கத்தின் ஆரம்ப மயக்க நிலையில் தூரத்தே ரயில் ஒரு கூவலுடன், தன் பெட்டிகளின் தடதடப்புடன் என் காதுகளைக் கடந்து செல்ல வேண்டும். அல்லது என் வீட்டுக் கூரையில் மழைத்துளிகள் பட்டுத் தெறிக்கும் ஓசையைக் கேட்ட வண்ணம் அந்த மழையை உணர்ந்தபடி நான் தூங்கிவிட வேண்டும்...

எட்டு மணித்தியாலங்கள் ஒரு ரயில் பெட்டியில் உட்கார்ந்தவாறு இப்படியெல்லாம் யோசித்துத்தான் பகல் நேரத்தைக் கடத்த வேண்டியுள்ளது. ஒரு புத்தகத்தை வாசிக்கலாமென்று புரட்டினால் இரண்டு பக்கங்களைத் தாண்ட முடிவதில்லை. வெளிக் காட்சிகளைப் பார்க்கலாமென்றால் இந்த ரயில் பாதையும், எட்டு மணித்தியாலப் பயணமும் பழகிப் போனவை. இரு பக்கங்களிலும் பற்றைகள் கொஞ்சத் தூரத்திற்கு வரும். வருஷத்தின் கடைசி இரண்டு மாதங்களைத் தவிர அவை பச்சையைக் கண்டிராதவை. அடுக்கப்பட்ட தீப்பெட்டிகள் போல அவ்வப்போது கொஞ்சம் வீடுகள் தென்படும். அன்றைக்குத்தான் ரயிலைக் கண்டது போல் தலை நிமிர்ந்து பார்க்கும் சனங்கள். ஒரு நிமிஷம் ஏறிட்டுப் பார்த்துவிட்டு மறுபடியும் புல்லுக்குள் முகம் புதைக்கும் மாடுகள். பகல் பதினொன்றரை அளவில் வலது புறத்தில் ஒரு நீர்ப்பரப்பு தோன்றும். அதில் விதவைகள் போல் நிற்கும் பட்டமரங்கள். அங்கிருக்கும் வெண் பறவைகள் பட்ட மரங்களுக்கு ஆறுதல் சொல்லிக் கொண்டிருக்கும். பார்த்துப் பார்த்து அலுத்துவிட்ட சங்கதிகள்.

அரை குறை மனதுடன் ரயில் நகரத் தொடங்கிற்று. அந்த இறுதி நிமிஷங்களில்தான் அவள் தோன்றினாள். ரயிலை நோக்கிப் பயணப் பையொன்றுடன் அவள் ஓடி வந்துகொண்டிருந்தாள். காலத்தின் கரங்களால் ஒரு முகத்தை முற்று முழுதாகச் சிதைத்துவிட முடிவதில்லை. நான் அவளை அடையாளங் கண்டுகொண்டேன். 'ஜெனி' என சப்தமிட்டேன்.

"ஜெனி! இங்கே இடமிருக்கிறது."

அவள் நீட்டிய பயணப்பையை நான் வாங்கிக்கொண்டேன். அவள் ஏறி, மூச்சுவிட்டாள். இந்தச் சந்திப்பை என்னைப் போலவே அவளும் எதிர்பார்த்திருக்க முடியாது. நான் என் பயணப்பையை விலக்கி அவள் உட்கார்வதற்கு

வசதி செய்து தந்தேன். அவள் உட்கார்ந்த பின் அவளைப் பார்த்துப் புன்னகைத்தேன்.

"நாம் சந்திப்போமென்று நினைக்கவேயில்லை" என்றாள் அவள்.

நான் ஒன்றும் பேசாமல் மறுபடியும் புன்னகைத்தேன்.

"கிட்டத்தட்டப் பத்து வருஷங்கள் இருக்குமல்லவா?" என்று அவள் கேட்டாள்

ஆம் என்பதற்கு அடையாளமாகத் தலையசைத்தேன்.

"கடவுளுக்கு நன்றி. போவதற்கு முன் ஒருதடவை சந்திக்கக் கிடைத்ததற்காக."

"எங்கே போவதற்கு முன்?" என்று நான் கேட்டேன்.

அவளுடைய ஐந்து விரல்களும் காற்றை ஊடறுத்துச் சமாந்தரமாகச் சில வினாடிகள் சென்று சட்டென மேலே செங்குத்தாகக் கிளம்பின.

"நாளை மறுநாள் குவைத்துக்கு விமானம்."

நான் திகைப்படைந்து போயிருந்தேன்.

ஒட்டகங்கள் பாலைவனத்தில் வரிசையாகச் செல்கின்றன. அராபிய உடை அணிந்த ஷேக்மார் ஜெனியின் பக்கமாகத் தங்க நாணயங்களை வீசியெறிகிறார்கள். திடீரென ஒரு அராபிய ஷேக்கின் கையில் சவுக்கு முளைக்கிறது.

நான் ஒரு சிகரெட்டை எடுத்துப் பற்றவைத்துக்கொண்டேன்.

"ச்சா! மிகவும் நல்ல பழக்கம்."

நான் அவளை நோக்கிச் சொன்னேன். "உனக்கு இந்தப் புகை அசௌகரியத்தை உண்டுபண்ணுமானால் இதை நான் வீசியெறிந்துவிடுகிறேன்."

"இன்னும் என்னென்ன கெட்டபழக்கங்கள் இருக்கிறதோ?"

"என்னுடைய கெட்ட பழக்கங்களை வரிசையாகச் சொல்ல ஆரம்பித்தேனானால்... ஒன்று உனக்குத் தூக்கம் வரும் அல்லது அதற்குள் நாம் இறங்க வேண்டிய இடம் வந்து விடும்."

அவள் சிரித்தாள். நான் புகையை ஊதித் தள்ளியபடி தொடர்ந்து சொன்னேன்.

“என்னுடைய கெட்ட பழக்கங்கள் என்னவென்று எனக்கே சில சமயங்களில் மறந்து போய்விடுகிறது. என் மாமனின் விலாசம் தருகிறேன். அவரிடம் போய் விசாரித்தா யானால் முழு விபரங்களையும் தன் வாலாமணிப் பைக்குள் இருந்து எடுத்து உனக்கு அவர் தருவார். அவர் எனக்கு வழங்கியுள்ள சில பெயர்கள் உனக்குத் தெரியவேண்டாமா? துர்க்குணன், துன்மார்க்கன், ஸ்திரீலோலன், குடிகாரன், ராட்சஸன், சாத்தான் ...”

அவள் புன்முறுவலுடன் என்னைப் பார்த்துக் கேட்டாள், “எல்லாமே வாயில் நுழையாத கரடுமுரடான சொற்களாய் இருக்கிறதே. அவர் இப்படியெல்லாம் சொல்லும் போது உங்களுக்குக் கோபம் வருவதே இல்லையா? திருப்பி நீங்கள் அவருக்கு ஏசுவதே இல்லையா?”

“ஏசி விடலாம். ஆனால் அவருக்குப் புரியும் விதத்தில் நான் ஏச வேண்டுமானால் மதுரைத் தமிழ்ச் சங்க அகராதி யையும் அல்லவா தூக்கிக்கொண்டு சண்டைக்குப் போக வேண்டும். அது நம்மால் முடியாதப்பா அது மிகவும் தடித்த புத்தகம்.”

சற்று நேரத்தின் பிறகு ஜெனி கேட்டாள். “அந்தக் கூளா மரம் இன்னும் நிற்கிறதா?”

ஞாபகம் வந்தது. கூளா மரம் என்ன நிறத்தில் பூக்கும், அதன் இலைகள் என்ன வடிவம் என்பதெல்லாம் எனக்கு இப்போது ஞாபகம் இல்லை. நான் பள்ளிக்கூடத்துக்குப் போன பாதையில் முன்னடியில் அந்தக் கூளாமரம் நின்றது. அதனடியில் பளிச்சென்ற முகத்துடன் சாத்திரகாரிகளும், செருப்புத் தைப்பவர்களும் இருப்பார்கள். காலையில் கூளா மரத்தடியில் கொஞ்ச நேரம் நின்று போவது எங்கள் பள்ளிக் கூட வாழ்வின் முக்கிய அம்சமாயிருந்தது. ஜெனி மேற்குப் புறமிருந்து ஏழரை மணி பஸ்ஸில் வந்திறங்கி எங்களைக் கடந்து செல்வாள். அவளிடமிருந்து ஒரு புன்னகை புறப் படும். காலை வெயிலின் விட்டமினை விட இது எங்களுக்கு இன்றியமையாதது. இரண்டு கைகளையும் ஏந்தி அந்தப் புன்னகையை வாங்கி நாங்கள் நெஞ்சத்தை நிரப்பிக் கொள்வோம்.

அது ஒரு கிறிஸ்துமஸ் காலம். அதிக மழை பெய்த வருடம் அது. என்னைத் தன் வீட்டுக்கு வரும்படி ஜெனி அழைப்பு விடுத்தாள். நான் ஒரு வல்லரசு நாட்டின் ஜனாதிபதித் தோரணையில் ‘பார்க்கலாம்’ என்றுதான் அப்போது சொன்னேன். ஆனால் அதற்குப் பிறகு பல

கவலைகள் என்னைப் பீடிக்கத் தொடங்கிவிட்டன. ஜெனி யின் வீட்டுக்கு அணிந்து செல்வதற்குப் பொருத்தமான ஆடைகள் எவை? அவற்றுக்கு எந்தப் பாதணிகள் எடுப்பாக இருக்கும், காலுறைகள் என்ன நிறத்தில் அமைந்தால் நல்லது, தலைமயிரை வெட்டிக்கொண்டு செல்வதா அல்லது இப் படியே செல்வதா ... இப்படிப் பற்பல. அந்தச் சமயத்தில் புதிதாக ஒரு ‘பனியன்’ வாங்கினேன் என்பதும் குறிப்பிடத் தக்க விஷயம்.

நீகல் தியேட்டர் வளைவில் இறங்கி ‘ஃபுட்போல் ப்ளேயர்’ ஜேம்ஸின் வீடு என்று குறிப்பிட்டுக் கேட்டால் தங்கள் இருப்பிடத்தை எவரும் காட்டித் தந்துவிடுவார்கள் என்று ஜெனி எனக்கு சொல்லியிருந்தாள். நீகல் வளைவில் இறங்குவது எனக்குச் சிரமமாக இருக்கவில்லை. தியேட்டர் விளம்பரத்தில் காணப்பட்ட கதாநாயகனின் கையில் இருந்தது துப்பாக்கியா அல்லது ‘கிற்றாரா’ என எனக்கு இப்போது ஞாபகமில்லை. நமது கதாநாயகர்கள் பொது வாகப் பாடுவதிலும் வல்லவர்கள், சுடுவதிலும் வல்லவர்கள்.

என் ஊரைவிட்டு மேற்குப் பக்கமாக (வகுப்புத் தோழன் புஸ்பனுக்கும் தெரியாமல்) இவ்வளவு தூரம் வந்தது இது தான் முதற்தடவை. நான் தேநீர்க் கடைக்காரன் ஒருவனை அணுகி “புட்போல் ப்ளேயர் ஜேம்ஸின் வீடு எது?” என்று கேட்டேன். மழை ஒழுக்குக்கு வாளி வைப்பதில் அவன் ஈடுபட்டுக்கொண்டிருந்தான். அவன் நிமிர்ந்து என்னை உற்றுப் பார்த்தான். நான் உதைபந்தாட்டக்காரனாகவோ அல்லது அதில் ரசனை உள்ளவனாகவோ அவனுக்குத் தோற்றமளித்திருக்க முடியாது.

‘ஜேம்ஸ்’ என்று முணுமுணுத்துக் கொண்டே அவன் பிறகு எனக்கு வழி சொல்லத் தொடங்கினான்.

தேநீர்க் கடைக்காரன் சொன்னது போல இரண்டு பெரிய பாறைகள் வழியில் தென்பட்டன. உச்சி வகுந்து விட்டது போல் தோன்றிய அந்த ஒற்றையடிப்பாதை வழி யாக அண்ணாந்து பார்த்தபடி நடக்கத் தொடங்கினேன். உயரத்தே ஒரு வீட்டு வாசலில் ஜெனி காத்திருப்பது ஏற்றத் தில் மூச்சு வாங்க நடந்துகொண்டிருந்த எனக்குத் தெரிந்தது. சூரியனின் தலை கடலினுள் இருந்து மெல்ல மெல்ல மேலெழுவதைத் தரிசிக்க, கரையில் அதிகாலையில் வந்து குந்திவிட்ட ஒரு பெண் போல ஜெனி எனக்கப்போது தோற்றமளித்தாள்.

“மோனிங்.”

அவளுடைய தங்கச்சிமார் மூன்று பேரும் வாசலில் வந்து கூடினார்கள். நான் பஸ் பயணம் நெடுக மிகவும் கவனத்துடன் மனப்பாடம் செய்துகொண்டே வந்த கிறிஸ்துமஸ் வாழ்த்துகளை ஆங்கிலத்தில் எல்லோருக்கும் தெரிவித்தேன்.

கூடத்தில் சவுக்குமரம் அலங்கரிக்கப்பட்டிருந்தது. தன்னுடைய அப்பாவை ஜெனி எனக்கு அறிமுகம் செய்து வைத்தாள். பிடரி மயிர் சிலும்பி நிற்கும் சிங்கம் போல அவள் அப்பாவின் தோற்றம் இருந்தது. மேசையில் கிடந்த எலும்புத் துண்டுகள் கூட அவருடைய சிங்கத் தோற்றத்திற்கு மெருகுசேர்த்தன. அவர் காலடியில் சாராயப்போத்தல் இருந்தது. கண்ணாடிக்குவளையில் மொய்க்கப்போன ஈக்களை அவர் அடிக்கடி விரட்டிக் கொண்டிருந்தார்.

'ஸிற்' என்றார் அவர். நான் உட்கார்ந்தேன்.

உடனே அவர் தன்னுடைய பழைய உலகத்திற்குப் போய்விட்டார். சில பெயர்களைக் குறிப்பிட்டு அவர்களைப் பற்றி விசாரித்தார். அவர்கள் எல்லோரும் ஒருகாலத்தில் எங்கள் நகரத்தின் பிரபலமான கால்பந்தாட்டக்காரர்கள் என்று எனக்குத் தெரியும். கால்பந்தாட்டம் எங்களூரில் பிரசித்தி பெற்ற விளையாட்டு. ஒவ்வொரு வெள்ளிக் கிழமைகளிலும் எங்கள் பள்ளிக்கூட மைதானத்தில் கால்பந்தாட்டக்காரர்களும், ரசிகர்களும் கூடிவிடுவார்கள். வெள்ளைத் தொடைகள் விரட்டிச் செல்லும் உதைபந்தை யும், ரசிகர்களின் விசில் சத்தங்களையும், ஆரவாரங்களை யும் பள்ளிக்கூடம் கலைந்து போகும் போது நான் சந்தித் திருக்கின்றேன்.

நான் கால்பந்தாட்டம் பார்க்கச் சில நண்பர்களின் வற்புறுத்தலினாலேயே சென்றிருக்கின்றேன். மைதானத் திற்குப் போனதும் உட்கார்ந்துவிடுவேன். பின்னர்ப் புற்களைப் பிடுங்கிக் கொண்டேயிருப்பேன். மைதானத்தின் புல், பூண்டுகளைப் பற்றி ஜெனியின் அப்பா விசாரித்திருந் தால் பட்டென்று பதில் சொல்லியிருப்பேன். ஜெனியின் அப்பா சிங்கம் போலிருந்தாலும் அவர் விசாரிப்பவர்கள் காற்றுப்போன பந்துகளைப் போல் சுருங்கிப் போய்விட்டார் கள். 'கிளப்பில்' பின்னேரங்களில் கூடித் தண்ணியடித்து, பழம்பெருமை பேசி அவர்கள் கலைந்து செல்வதுண்டு. ஒரு வேளை அவர்களுடைய பேரன்கள் இப்போது உதை பந்தாட்டம் ஆடக்கூடும்.

ஜெனியின் அப்பா பேசுவதை நிறுத்திவிட்டு, சாராயப் போத்தலைச் சுட்டிக்காட்டிக் "கொஞ்சம் குடிக்கிறாயா?"

என்றார். கள்ளமாக எப்போதாவது பியரின் சாரலில் நனையும் என்னை இந்த மனுஷன் மகா சாகரத்தில் மூழ் கடிக்கப்பார்க்கிறான். நான் நெளிந்தேன். என் சங்கடத்தை உணர்ந்த ஜெனி என்னை அங்கிருந்து விடுவித்துக் கூட்டிக் கொண்டு சென்றாள்.

ஜெனி தன் சகோதரர்களை எனக்கு அறிமுகப்படுத்தி னாள். அவர்களுடைய பெயர்கள் ஜெனியுடையதைப் போன்று அவ்வளவு சுருக்கமானதாகவோ நாக்குக்கு இதமானதாகவோ இருக்கவில்லை. எனவே அந்த நிமிஷத்தி லேயே அவர்களுடைய பெயர்களை நான் மறந்துவிட்டேன்.

அவர்கள் என்னை நடனமாடுவதற்கு அழைத்தார்கள். நான் வாழ்க்கையில் முதன்முதலாக நடனமாடிய பெரு மையை அந்த வீடு பெற்றிருக்கும் – ஜெனி மட்டும் அவர் களைத் தடுத்திராவிட்டால்.

“அவரைக் கஷ்டப்படுத்தாதீர்கள்” என்று ஜெனி உரத்துச் சொன்னதாக ஞாபகம். பிறகு அவர்கள் எனக்குப் பாடத் தெரியுமா? என்று கேட்டார்கள். போகப் போக என்னிடம் “குதிரை ஏற்றம் தெரியுமா, குஸ்தியடித்துக் காட்டுவாயா? என்றெல்லாம் கேட்பார்கள்போல் இருந்தது.

கர்ணகடூரமான சத்தத்தில் ‘கெஸற்’ ப்ளேயரில் ஒரு சிங்களப்பாடல் ஒலித்துக் கொண்டிருந்தது. அறுபடப் போகும் ஆடுகளின் அலறல் சத்தத்தில் தான் ஒவ்வொரு நாள் காலையிலும் என் நித்திரை குலைவது வழக்கம். என் அயலவர்கள் சந்தையில் ஆடு அறுப்பவர்களாக இருந்தார்கள். சாகப்போகும் அந்த ஆடுகளின் அலறல்களுக்கும் இந்தச் சிங்களப் பாடகனின் அலறலுக்கும் அவ்வளவு வித்தியாசம் இருக்கவில்லை. ஆடுகளுக்கு நேர்ந்ததைப் போலவே பாட கனின் கழுத்துக்குமேலே யாராவது வெட்டரிவாள் வைத்து பாட வைத்தனரோ?

நான் மெதுவாக ஓர் இடுக்குப் பார்த்து நழுவி வெளியே வந்தேன். அங்கு மாமரத்து நிழலில், சாய்வு நாற்காலியொன் றில் ஒரு நடுத்தர வயதுப்பெண் சிகரெட் புகைத்துக் கொண் டிருந்தாள். என் காலடி ஓசை கேட்டதும் தலையை லேசாகத் திருப்பிப் பார்த்து . . .

“உனக்கு என்ன வேணும்?” என்று ஆங்கிலத்தில் கேட் டாள். அவளுடைய கையிலிருந்த சிகரெட் எனக்குப் பயத் தைத் தந்தது. அந்தச் சிகரெட் ஒரு மந்திரக்கோல் போல் இருந்தது. அவள் என்னைக் கல்லாக மாற்றிவிடும் சக்தி படைத்த சூனியக்காரி மாதிரி கிறக்கத்துடன் சிரித்தாள்.

“நான் ஜெனியின் சினேகிதப் பையன்”

அவள் தொடர்ந்து ஆங்கிலத்தில் பேசிக்கொண்டே யிருந்தாள். ஜெனியின் அப்பா கால்பந்தாட்டத்தைப் பற்றி விளாசித்தள்ளியதைப் போல இவளும் தன் கூடைப்பந் தாட்ட அனுபவங்களைச் சொல்லப்போகின்றாளோ என எண்ணினேன். எனக்கு எத்தனை ஆங்கிலச் சொற்கள் புரிந் திருக்கும் என்பது பற்றியோ அல்லது என் பதில் குறித்தோ அவள் அவ்வளவு கவலைப்பட்டதாகத் தெரியவில்லை. அவள் ஒரு வாளுடனும் – நான் ஒரு சவரக் கத்தியுடனும் ஆங்கிலப்போர் புரியத் தொடங்கிய மாதிரி இருந்தது. ‘என்னவொரு கஷ்டத்துக்குள் நான் மாட்டிக் கொண்டேன்’ உள்ளே போனால் உதைபந்தாட்டமும், நடனமும். வெளியே வந்தால் சாய்வு நாற்காலியில் ஆங்கிலம்! நான் குற்றுயிரும் குலையுயிருமாகி வீரமரணம் அடையுமுன் நல்ல வேளையாக ஜெனி அங்கு வந்து சேர்ந்துவிட்டாள். “இவ தான் என்னுடைய அம்மா” என்று ஜெனி சொன்னாள். அப்போதும் அவளுடைய அம்மா தன் ஆங்கிலத்தையும், சிகரெட்டையும் கைவிடத் தயாராயில்லை.

அங்கு நான் நிற்பது ஜெனிக்குப் பிடிக்கவில்லையோ என்னவோ என்னை அழைத்துக் கொண்டு வீட்டின் பின்புறம் போனாள். அங்கு கொய்யா மரங்கள் நின்றன. அவள் ஒரு கிளையை வளைத்தாள். நீர்த்துளிகள் சொட்டின. அவளுக்கும் எனக்குமாக இரண்டு கொய்யாக் காய்களைப் பறித்துக் கொண்டேன். கொய்யா சாப்பிடத் தொடங்கி னோம்.

“என்ன சொல்லாமல் கொள்ளாமல் வெளியே வந்து விட்டீர்கள்?”

நான் ஒரு மரக்கிளையில் ஏறி உட்கார்ந்து கொண்டேன். மூச்சுத்திணறல் இப்போது அடங்கி இயல்பு நிலைக்கு வந்ததுபோல் இருந்தது.

“ஜெனி எனக்கு இதிலெல்லாம் விருப்பமில்லை.”

“உங்களுக்கு எதில்தான் விருப்பமென்று சொல்லுங்கள் பார்ப்போம்.”

“என் விருப்பம் ஒருபக்கம் கிடக்கட்டும் ஜெனி. உன்னு டைய விருப்பம் என்னவென்று முதலில் சொல்லு.”

“சொன்னால் பகிடி பண்ணக்கூடாது எனக்கு விருப்பம் இதுதான் ஓடவேணும் ஓடவேணும் ஓடிக்கொண்டே இருக்க வேணும். என்னுடைய பள்ளிக்கூடம் எத்தனை மைல்

இருக்கும்? பதினாறு மைல்? பஸ்ஸில் ஏறாமல் அவ்வளவு தூரத்தையும் ஓடியே கடக்கவேண்டுமென்று எனக்கு எவ்வளவு கொள்ளை ஆசை தெரியுமா?"

மழை லேசாகத் தூறலடித்துக் கொண்டிருந்தது. எனக்கு நல்ல ஞாபகம், அந்த வீட்டு முற்றத்தில் நிறைய மஞ்சள் நிற வண்ணத்துப் பூச்சிகள் அங்குமிங்கும் பறந்தபடி இருந்தன. நான் அவர்களிடமிருந்து விடைபெற்றுக் கொண்டேன். பள்ளத்தில் போய் என் தலை மறையும் வரைக்கும் அவர்கள் கைகளை அசைத்துக் கொண்டிருந்தார்கள்.

அவளுடைய வீட்டிற்கு அதற்குப் பிறகு நான் போகவில்லை. அவளுடைய வீட்டிற்குப் போவதற்கு முன் மூன்று விஷயங்களில் தேர்ச்சியடைய வேண்டுமென்று விரும்பினேன். ஒன்று நடனம், மற்றது கால்பந்தாட்டம் பற்றிய ஆழமான அறிவு, அடுத்தது அவளுடைய அம்மாவுடன் பேச முற்றுப்புள்ளி இடம் பெறாத ஆங்கிலம்.

கொஞ்சக்காலம் பிறந்த தினங்கள், கிறிஸ்துமஸ், புது வருடக் காலங்களில் வாழ்த்து மடல்களை ஆளுக்காள் பரிமாறிக் கொள்வதில் மட்டுமே ஜெனியுடனான சினேகிதம் நிலைத்திருந்தது. ஒரு காலகட்டத்தில் அவளுடைய பிறந்த தினம் ஜூன் முப்பதிலா அல்லது ஜூலை முப்பதிலா என்ற குழப்பம் எனக்கு ஏற்பட்டு, அந்த வருடம் அவளுக்குப் பிறந்தநாள் வாழ்த்துமடல் அனுப்பாமலேயே சென்றுவிட்டது. வெறும் வாழ்த்து மடல்களுக்குள் ஊசலாடிக் கொண்டிருந்த எங்கள் சினேகிதம் திடீரென ஒரு கட்டத்தில் அறுந்தது போலவும் ஆகிவிட்டது.

இப்போது பத்து வருஷங்களின் பின்னர் எதிரும் புதிருமாக இருக்கின்றோம். "கூளாமரம் இன்னும் நிற்கிறதா?" என அவள் கேட்கின்றாள்.

"எழுபத்தெட்டில் அடித்த புயல் உனக்கு ஞாபகமிருக்கிறதா? அதில் அந்தக் கூளாமரம் சாய்ந்து விட்டது" என்றேன். "உன்னை வழியனுப்புவதற்குக்கூட யாரும் வரவில்லையா?" என்று நான் கேட்டேன்.

"யார் இருக்கிறார்கள்? அப்பா நோயாளி. அம்மா எங்களை விட்டு ஓடும்போது என் கடைசித் தம்பிக்கு ரெண்டு வயது. தங்கச்சிகள் ஒவ்வொருவனைக் கொழுவிக் கொண்டு கழன்று கொண்டார்கள். தம்பி ஒருவன் பொலிஸ் வேலை கிடைத்தது தான் தாமதம் கண்காணாத ஊரில் போய்க் கல்யாணம் பண்ணிக் கொண்டான். என்னைப்பற்றி யார் கவலைப்பட்டார்கள்?"

அவள் நெகிழ்ந்து போய்த் திடீரென விம்மத் தொடங் கினாள். நான் அவள் முகத்தை நேருக்கு நேர் பார்க்க சக்தி யற்றவனானேன்.

"நான் வெளியில் போவதைத் தவிர எனக்கு வேறு மார்க்கமில்லை அப்பா அவ்வளவு கடன்பட்டுவிட்டார்."

நான் கண்களை மூடிக்கொண்டேன். பள்ளிக் காலத் தில் நூறு மீற்றர் வீராங்கனையாக ஓடும் அந்த ஜெனியை நான் நினைத்துப் பார்த்தேன். மைதானத்தின் ஆரவாரம் அவளை ஒருகாலத்தில் ஓட வைத்தது. இப்போதும் ஓடு கிறாள். வாழ்வின் துன்பங்கள் அவளைத் துரத்திக்கொண் டிருக்கின்றன. அவளுக்கு ஏதோ வகையில் ஆறுதல் சொல்ல வேண்டும் போல் எனக்குத் தோன்றியது. ஆனால் அவளுக் காக உள்ளுக்குள் அழுது வடியும் என் மௌனத்தின் மேன் மையை வெறும் வார்த்தைகள் கொச்சைப்படுத்தி விடுமோ என்று அஞ்சினேன்.

அதன் பிறகு அவள் இறங்க வேண்டிய நிலையம் வரும் வரைக்கும் நான் எதுவும் பேசவில்லை.

அவள் இறங்கி என்னிடம் விடைபெற்றுக் கொண்டு போனாள். ரயில் மேடையில் நின்ற நூற்றுக்கணக்கான மனிதர்களிடையே அவள் கலந்து என் பார்வையிலிருந்து மறைந்து போனாள். ரயில் நகரத் தொடங்கிற்று. ஐந்து நிமிஷங் களில் நான் இறங்க வேண்டிய இடமும் வந்துவிடும்.

***வீரகேசரி* – ஐப்பசி 1987**

***ஃபெமினா* – கார்த்திகை 2011**

எலியம்

கொஞ்சம் பழைய வீடுதான். ஆனால் அது ஓர் அழகான வீடு. பக்கத்துக் கொன்வென்றில் இருந்து வாத்தியம்மா சொல்லிக் கொடுக்கும் வாசகங்களை அப்படியே ஒப்புவிக்கும் பாலர்களின் ஒருமித்த குரல் கள் அடிக்கடி கேட்டுக் கொண்டிருக்கும். வைத்திய சாலை வெகு கிட்டத்தில் இருந்தது. சந்தைகூட அவ்வளவு தூரத்தில் இல்லை. இவன் வீட்டுக்கு நேர் எதிரே புகைப்படப் பிடிப்பு நிலையம் ஒன்று இருக் கிறது. தேவையானால் இவன் தன் வீட்டிலிருந்தே ஒப்பனைசெய்து கொண்டுபோய்ப் படம் எடுத்துக் கொள்ளலாம். அவர்களுடைய பௌடரையும், ஒல்லாந்தர் காலத்து அழுக்கு நிரம்பிய சீப்பையும் பாவிக்க வேண்டுமென்ற அவசியமில்லை. அதற்குப் பக்கத்திலுள்ள பேக்கரியில் பாண் போடுவார்கள்; ‘கேக்’கும் போடுவார்கள். ஆனால் இரண்டுக்கும் இடையில் அதிக வித்தியாசமிருப்பதாக இதுவரை தெரியவில்லை. பாண் வேகும் முறுகலான மணம் அவ்வப்போது வீசிக் கொண்டிருக்கும்.

இவையெல்லாம் அந்த வீட்டுக்குக் குடிவந்த அவனை சந்தோஷமடையச் செய்தன. ஆனால் அந்த வீட்டில் எலிகள் இருக்கும் என அவன் கொஞ்சமும் எதிர்பார்க்கவில்லை.

எலிகளை அவனுக்கு எப்போதுமே பிடிக்காது. இவனைப் போலவே எலிகளைப் பிடிக்காத ஒருவன் தான் உயிரியல் பயிற்சி வகுப்புக்கு எலிகளை வெட்டி ஆராயும் முறையைக் கொணர்ந்திருக்க வேண்டும். எலிகளை மாத்திரமல்ல – பல்லி, கரப்பான் பூச்சி, பூரான், நத்தை . . . எல்லாவற்றுக்கும் மேலாக மிக

அவதியுடன் கழிப்பறைக்குள் நுழையும்போது வழி மறித்துக் கொண்டு பேந்தப் பேந்த விழித்தபடி காத்துக்கொண்டிருக் குமே அந்தத் தேரை ... இவற்றையெல்லாம் அவனுக்குக் கண்ணில் காட்டக் கூடாது.

எலி பிள்ளையாரின் வாகனம் என அம்மா அடிக்கடி சொல்லுவா. அதனால் எலியைத் துன்புறுத்துவது தெய்வ நிந்தனையாம். ஆனால் பள்ளி நாட்களில் எலி வேண்டும் என உயிரியல் வாத்தியார் சொல்லியதைத் தெரிவித்த போது அம்மா மௌனமே சாதித்தாள். அன்று மாமா என்னமாய்க் கஷ்டப்பட்டு எலிபிடித்துத் தந்தார். எதிர்காலத்தில் ஒரு பெரிய வைத்திய கலாநிதியாக ஆஸ்பத்திரி விறாந்தையில் இவன் உலாவருவது போலவும், இவன் பின்னால் இவனு டைய 'ஸ்டெதெஸ்கோப்'பை ஏந்தியபடிதான் வருவது போலவும் மாமா எலியை அமுக்கிப் பிடித்த அந்தத் தருணத் தில் கனவு கண்டிருக்கக் கூடும்.

எலிகள் என்றதும் அந்தத் திருட்டு முழிகள்தான் முதலில் மனதில் தோன்றுகின்றன. தேங்காய், மாங்காய், அரிசி, பருப்பு ... எவற்றை இந்த எலிகள் விட்டுவைக்கின் றன? நேற்று வாங்கிய புத்தம் புது மணச்சவர்க் காரத்தை இன்று காணவில்லை. எலிக்கு எதற்கு மணச்சவர்க்காரம் என அவனுக்குப் புரியவில்லை. ஒரு வேளை எலிஸாவுக்குக் கொண்டு போய்ச் சேர்க்காவிட்டால் முகத்தைத் திருப்பிக் கொள்ளுமோ? (எலியின் மனைவி அல்லது காதலியின் பெயர் எலிஸாவாக இருக்க வேண்டும் என்பது அவனது ஊகம்.)

எலிகளுக்கும் அவனுக்குமிடையே யுத்தப்பிரகடனம் நேற்றிரவு ஏற்பட்டுவிட்டது. லதா மங்கேஷ்காரின் மீரா பஜனையை அவன் நேற்றிரவு கேட்டுக்கொண்டிருந்தான். எம்.எஸ். சுப்புலக்ஷ்மியின் மீரா பஜனுக்கும், இதற்கும் உள்ள பிரத்தியேக விசேஷங்கள் குறித்து அவன் தீவிரமாக யோசித்துக்கொண்டிருந்தபோது தொப்பென்று ஓர் எலி கட்டிலில் வீழ்ந்தது. அது வழி தடுமாறி அவனுடைய கால் வழியாய்க் கடக்க முற்படுகையில், அவன் காலை உதறிக் கட்டில்மீதேறித் துள்ளிக் குதித்தான். கட்டில் என்பதை தச்சர்கள் படுப்பதை உத்தேசித்தே செய்திருப்பார்கள். அவன் இவ்விதம் துள்ளிக் குதிப்பான் என முன்னரே தெரிந்திருந் தால் இன்னமும் பலமான மரத்தைக் கட்டில் செய்த தச்சன் இவனுக்காகத் தேர்ந்தெடுத்திருக்கக்கூடும். கட்டிலின் குறுக்குப் பலகை சடசடவென்ற ஒலியுடன் முறிய அவனுடைய ஒற்றைக் கால் பள்ளத்தில் இறங்கித் தரையைத் தொட்டது. கைகளை மெல்ல ஊன்றியவாறு வெகு பிரயாசையுடன்

அவன் தன் காலை விடுவித்தான். முழங்கால் வலித்தது. தீக்குச்சி அளவில் முழங்காலில் ரத்தக்கீறல் ஒன்று.

இந்தச் சம்பவத்துடன் எலியை அவன் தன் மாபெரும் எதிரியாகப் பிரகடனம் செய்தான். தேரை, தவளை, பாம்பு, பல்லி, ஓணான், பூரான், கரப்பான் . . . இவற்றைப்பற்றிக் கூட இந்தளவுக்கு அவன் கவலைப்பட்டதில்லை. அவற்றால் இந்தளவு அவஸ்தையை அவன் அனுபவித்தது கிடையாது.

அவனது வீட்டின் பின்புறம் ஒரு பாழ்வளவு இருக்கிறது. குட்டையாகவும், நெட்டையாகவும் பற்றைகள் அங்குண்டு. அந்த வளவுக்குள் வெறுங்காலாய் நடந்தால் உடைந்த போத்தல் ஓடுகளோ, கறள் ஆணிகளோ, முட்களோ காலில் சேதம் விளைவிப்பது நிச்சயம். குப்பை கொட்டும் பிரதேசமாக அயலவர்கள் அதை ஆக்கி வைத்திருந்தனர். அந்த வளவு மூலையில் ஓர் அனாதைக் கார் குப்புறக் கிடந்தது. இந்த நாடு இறக்குமதி செய்த முதல் நூறு கார்களுள் இதுவும் ஒன்றாக இருந்திருக்கும். இந்தக் காரை வாங்கியவனின் பேரனோ அல்லது கொள்ளுப் பேரனோ காலப்போக்கில் இந்தக் காரின் வடிவமைப்பையும், தாத்தாவின் ரசனையையும் சகிக்க முடியாமல் தீ மூட்டிக் கொளுத்தி இப்படிப் போட்டிருக்க வேண்டும்.

தனக்கு அச்சம், அருவருப்புத் தரும் அத்தனை ஜீவராசிகளும் அந்தப் பாழ்வளவுக்குள் இருந்துதான் படையெடுத்து வருவதாக அவனுக்குத் தோன்றிற்று. பாழ்வளவுக்கும், இவன் வீட்டுக்கும் நடுவில் இருக்கும் வேலியில் இரவில் சர சரப்புக் கேட்கும் போது அது பாம்பா, எலியா, வேறெதுவோ எனப் புரியாமல் குழம்பிக்கொண்டிருந்தான்.

இந்த நிலையில் அவன் ஒரு தீர்மானத்திற்கு வந்தான். அவனுக்கு நல்ல ஞாபகம். பாட்டியுடன் அவன் இருந்த காலத்தில் அவள் ஓர் எலிப்பொறி வைத்திருப்பாள். பாட்டியின் வீட்டு அறையுள் அடுக்கப்பட்டிருக்கும் நெல் மூட்டைகளைத்தேடி வரும் எலிகள் இவனைப் போலவே பாட்டிக்கும் அந்தக் காலத்தில் பெரும் பிரச்சினையைத் தந்தன. தேங்காய்த் துண்டை நறுக்கியெடுத்து, நெருப்பில் சுடுவாள் பாட்டி. பின்னர் பொறியில் பொருத்திவிட்டு இவனும், பாட்டியும் தூங்கப் போவார்கள். எனினும் எலிகள் ஒரு நாளும் அகப்படவில்லை. பொறியில் தேங்காய்த் துண்டு அப்படியே இருக்கும், ஒவ்வொருநாளும் மூட்டையிலிருந்து கொட்டப்பட்டு, சிதறிக் கிடக்கும் நெல்மணிகள் குறைந்த பாடாயில்லை.

இப்போது எலிப்பொறியை நம்புவதைத் தவிர இவனுக்கும் வேறு வழி இருக்கவில்லை. கடைக்காரன் நாலைந்து விதமான எலிப்பொறிகளைத் தூக்கிக் காண்பித்தான். பாட்டியின் வீட்டுப் பொறிக்கும், இந்தப் பொறிக்கும் எவ்வளவு வித்தியாசங்கள். அது வெறும் தகரத்துண்டு. இந்தப் பொறிகளின் வடிவமைப்பே அலாதியானது. இந்தப் பொறிகளைத் தயாரித்த நாட்டின் பெயரைக் கடைக்காரன் தெரிவித்த போது அவனுடைய நம்பிக்கை மேலும் அதிகரித்தது. இந்த உலகுக்கும் அப்பால், பல கிரஹங்களிலும் எவ்வளவு சாதனைகள் புரிந்தவர்கள், புரிகின்றவர்கள் அந்த நாட்டினர். அவர்களுடைய தொழில்நுட்பத்தின் முன்னால் இந்தச் சுண்டெலிகள் எம்மாத்திரம்? அவன் ஒரு பொறியைத் தேர்ந்தெடுத்து வாங்கிக்கொண்டான்.

பாட்டியின் உத்தியை அவன் கையாளவில்லை. தேங்காய்த் துண்டுக்குப் பதிலாக நெத்திலிக் கருவாட்டைச் சூடு காட்டிப் பொறியில் பொருத்தி வைத்தான். எலிகள் அதிகளவில் புழங்கிய பிரதேசம் எனக் கருதப்பட்ட இடத்தில் பொறி வைக்கப்பட்டது. வாய்திறந்து காத்திருக்கும் முதலை போல அது அப்போது தோன்றியது.

அவன் தூங்கப்போனான். தூக்கம் வரவில்லை. கருவாட்டுக்காக மூஞ்சியை நீட்டி, மரண அடி வாங்கப் போகும் எலியை நினைத்துக் கொண்டதும் குதூகலம் சூழ்ந்துகொண்டது. ஏதோ ஒரு கட்டத்தில் கேட்கப்போகும் எலியின் கீச்சிடலுக்காகக் காதுகளைக் கூர்மையாக்கிக் கொண்டிருந்த அவன் ஒரு கட்டத்தில் தவறி, அப்படியே தூங்கியும் போனான்.

காலையில் எழுந்ததும் முதல் வேலையாக எலிப்பொறியைப் பார்க்க ஓடிப்போனான். எலிப்பொறியில் இருந்த கருவாட்டுத் துண்டை எறும்புகள் மொய்த்திருந்தன. எலிகள் எல்லாம் சைவத்தைத் தழுவிவிட்டனவா என எண்ணி அவன் எரிச்சலடைந்தான்.

மறுநாளும் பொறியில் சுட்ட கருவாடு இடப்பட்டது. பொறி வைக்கப்படும் இடத்தை மட்டும் அவன் மாற்றிக் கொண்டான். படுப்பதற்கு ஆயத்தம் செய்து கொண்டிருந்த போது பொறி மேலெழும்பி விழுந்ததற்கு அடையாளமான ஒருசத்தமும், எலியின் கீச்சிடலும், பொறி இழுபட்டுச் செல்லும் ஓசையும் கேட்டன. அவன் பரபரப்புடன் ஓடிப் போய் விளக்கைப் போட்டான். ரத்தச் சொட்டுக்கள் நிலத்தில் கிடந்தன. கழுத்து நெரிபட்ட எலியின் பற்கள் அகோரமாய் வெளியில் தெரிந்தன. சண்டையிடும் நாய்

களின் வாய் பிளந்து, மேலுதடு விரிந்து பற்கள் தெரியும் தோற்றம்.

'ஹா! முதற்பலி'.

குரூரமான ஒரு சந்தோஷம், வெற்றிப் பெருமிதம் எல்லாம் அவனை ஆட்கொண்டிருந்தன. வெளியில் வந்து, மண்ணைக் கிண்டி, சின்ன மடுவொன்றைப் போட்டான். எலியைப் பொறியினின்று மெதுவாக எடுத்து, அதன் வாலைப் பிடித்தவாறு கொண்டுபோய் மடுவில் வீழ்த்தி னான். பொறியை நன்றாகக் கழுவி, துடைத்து எண்ணெய் தடவினான். எலிகள் சாமர்த்தியம் மிக்கவை. அவற்றுடைய 'ரத்தத்தின்' வாடைகூட 'ரத்தத்தின் ரத்தங்களு'க்கு வீசக் கூடாது என்பதில் கவனமாக இருந்தான். மறுபடியும் பொறி கருவாட்டுத் துண்டு வைத்து நாணேற்றப்பட்டது. அவன் மிக மகிழ்ச்சியுடன் தூங்கிய நாளது.

காலையில் எழுந்ததும் ஒரு விரிந்த மலர் போல மறு படியும் சந்தோஷம் காத்திருந்தது. அடுத்த எலி! வயிற்றுப் பாகம் அரைவாசி பிளந்தபடி பொறியில் கிடந்தது இந்த எலி. பொறியின் உதவிகொண்டு உலகத்தின் அத்தனை எலிகளையும் ஒழித்துக்கட்டுவேன் என அவன் தனக்குள் ஒருதரம் சொல்லிக் கொண்டான். கர்ணனுக்குக் கிடைத்த நாகாஸ்திரத்தை ஒத்த இந்த எலிப்பொறியைத் தடவிப் பார்ப்பதில் சந்தோஷமடைந்தான்.

அலுவலகம் சென்றதும், கையெழுத்துக்கூடப் போட மறந்து அங்குள்ள நண்பர்களிடம் மிகவும் மகிழ்ச்சியாகச் சொன்னான். "ஒரே இரவில் ரெண்டு எலிகள் குளோஸ்! ஹா . . . ஹா . . ."

அவர்கள் அவனை ஒருவிதமாக உற்றுப் பார்த்தனர். 'இவர்களைப் போன்ற விபரமறியாத பேர்வழிகள் ஒரு காலத்தில் ஆர்கிமிடீஸைக் கூட அப்படித்தான் பார்த்திருப் பார்கள், பரவாயில்லை.'

"நம்பவில்லையல்லவா? . . . நம்பமாட்டீர்கள் . . . இரண்டு எலிகள்! ஒரே ராத்திரியில் முடித்துவிட்டேன் நண்பர்களே."

நண்பர்கள் அதற்குப் பிறகு ஒன்றும் பேசவில்லை. அவர் களுடன் மேற்கொண்டு இது சம்பந்தமாகப் பேச அவனும் விருப்பமில்லாதவனாகவே இருந்தான். 'அப்பாவி உயிர்கள்' என்று கூறி எலிகளுக்காக அவர்கள் வக்காலத்து வாங்கக் கூடும். அல்லது ஜீவகாருண்ய சங்கத் தலைவர் யாருக்கா வது இந்த விஷயத்தை இவர்கள் தெரியப்படுத்த முனைய லாம். அவரும் தன் கடிதத்தாள் ஒன்றை விரயம் செய்து

'அப்பாவி உயிர்களைக் கொல்லும் உன்மேல் நாங்கள் ஏன் நடவடிக்கை எடுக்கலாகாது' என மிரட்டல் கடிதம் ஒன்றை அனுப்பக் கூடும். எனவே தற்போதைக்கு அவையடக்கம் ரொம்பவும் முக்கியம் என அவனுக்குத் தோன்றியது.

அன்றிரவு மீண்டும் பொறி தயார் நிலையில் வைக்கப் பட்டது. அகழி நிறைய முதலைகளும், கோட்டையின் அரண் கள் தோறும் ஆயுதம் ஏந்திய சிப்பாய்களும் கிடைக்கப் பெற்ற அரசனாகத் தன்னை நினைத்து அவன் படுக்கைக்குப் போனான்.

ஆனால் அன்றிரவு எதிர்பாராத இரு சம்பவங்கள் நடந்தன. ஒன்று. பின்னிரவில் கொஞ்சம் மழை பெய்தது. அந்த மழைச் சத்தத்தைக் கேட்டபடியே அவன் தூங்கிப் போனான். மற்ற சம்பவம் முக்கியமானது. எலியொன்று தன்னிஷ்டத்துக்கு நேரம் எடுத்து, அவனுடைய நேசத்துக் குரிய சட்டையொன்றைக் குதறிவிட்டுப் போயிருந்தது. வரைபடத்தில் இருக்கும் அவுஸ்திரேலியாக் கண்டத்தை ஞாபகப்படுத்தும் ஒரு கிழிசல் சட்டைப் பையிருக்கும் இடத்தில் தோன்றியிருந்தது.

காலையில் சட்டையைக் கையிலெடுத்து அவன் வெகு நேரம் வரை திகைத்துப் போயிருந்தான். அந்தச் சட்டையை இனி அணிய முடியுமென அவனுக்குத் தோன்றவில்லை. கிழிசல் உள்ள சட்டைகளை அணிகின்ற ஒரு நாகரிகம் இந்த நாட்டில் வரும் வரைக்குமாவது அவன் பொறுத் திருக்க வேண்டும்.

உலகத்தின் கெட்ட வார்த்தைகளை எல்லாம் சொல்லி அவன் எலிகளைத் திட்டினான். வைத்த இடத்தில் பொறி அப்படியே இருக்க, கருவாடு மட்டும் காணாமற்போன மாயம் ஆச்சரியம் ஊட்டியது. எறும்புகள் அபகரித்தனவா அல்லது சாமர்த்தியம் மிக்க எலிகளின் 'தோலிருக்கச் சுளை முழுங்கும்' சாகஸவேலையா என அவன் யோசித்தான். முதல் தடவையாகப் பொறியின் மீது அவன் நம்பிக்கை இழந்தது அப்போதுதான்.

எலிகளின் தொல்லைகுறித்து யாரிடமாவது கூறி ஆலோசனை கேட்க வேண்டுமென இப்போது அவனுக்குத் தோன்றியது. பக்கத்து வீட்டுக்காரரான லோரன்ஸை நாடு வதைத் தவிர அவனுக்கு வேறு வழி இருக்கவில்லை. லோரன்ஸை நாடுவதற்கு சில காரணங்கள் உண்டு.

லோரன்ஸ் கோழிகளைச் சத்தமில்லாமல் அமுக்குவதில் அதிதிறமைசாலி. இரவில் மரக்கிளைகளில் தங்கிவிடும் கோழி

களை எவ்விதச் சத்தமுமில்லாமல் கைப்பற்றுவது எப்படி என்பதை ஒருதடவை அவர் காட்டித் தந்திருக்கிறார். பொந்துக்குள் உடும்பொன்று ஒருநாள் போய்ப் புகுந்து கொண்டது. உடும்பின் வாலை மாத்திரம் வெளியிலெடுத்து சுழற்றிய வேகம் அற்புதம். மறுகணம் நிலத்தில் முகம் மோதி அவருடைய கையில் இருந்து விழுந்தது உடும்பு. கூடுமானவரை அவருடைய வேட்டை அனுபவங்களைக் கேட்பதை அவன் தவிர்த்தே வந்திருக்கிறான். ஏனெனில் முயல் வேட்டை அனுபவத்தைச் சொல்லி முடிக்க அவர் கிட்டத்தட்ட முப்பது நிமிஷங்களும், வேட்டையாடப்பட்ட ஜீவராசி காட்டெருமையாக இருந்தால் ஏறத்தாழ இரண்டு மணித்தியாலங்களும் எடுப்பார். எனவே சிறிய ஜீவராசி களுடன் அவர் நடத்திய போராட்டங்கள் சுருக்கமாக முடி வதால் அவற்றைக் கேட்கவே அவன் பிரியப்படுவான். லோரன்ஸ் மரை இறைச்சி கொண்டு வருவதாகக் கூறிக் கடந்த இரண்டு வருடங்களாகின்றன. தன்னுடைய பற்கள் உதிர்ந்து பொக்கை விழுந்த பின்னராவது அவர் வேட்டை யாடி மரையைக் கொண்டு சேர்த்துவிடுவார் என அவன் நம்பிக்கை வைத்திருந்தான். பெரிய ஜீவராசிகளோடெல் லாம் போராட்டம் நடத்தும் லோரன்ஸுக்கு எலி என்பது ஓர் அற்ப விடயம் என அவன் நினைத்துக் கொண்டான்.

எலிப்பாஷாணத்தைக் கலந்து வைக்கும் முறையைத் தான் லோரன்ஸ் அவனுக்கு சிபாரிசு செய்தார். எலிப்பாஷா ணம் வாங்க மருந்துக் கடைக்குச் சென்ற போது கடைக் காரன் அவனை ஒரு மாதிரியாகப் பார்த்தான். இரண்டு வாரமாக சவரம் செய்யாத முகத்துடன் தான் வந்து எலிப் பாஷாணம் கேட்டிருக்கத் தேவையில்லை எனப் பின்னர் தான் அவனுக்கு உரைத்தது.

‘எலிக்குத்தானே?’ என்ற ஓர் அபத்தமான கேள்வியுடன் கடைக்காரன் மருந்துப் போத்தலைத் தந்தான்.

அன்றிரவு ஒரு கோப்பை உணவுடன் அவன் மருந்தைக் கலந்த போது லோரன்ஸும் கூட இருந்தார்.

“இன்றைக்கு இரவைக்குப் பாருங்க முசுப்பாத்தியை” என்றார்.

விடிந்தது.

உணவுப் பாத்திரத்தைச் சுற்றிவர எலிகளின் பட்டாள மொன்று செத்து வீழ்ந்து கிடக்குமென்று நம்பிச் சென்ற வனுக்குக் காலையில் ஏமாற்றம்தான் மிஞ்சியது. சோற்றுப் பருக்கைகள் இறைபட்டுக் கிடந்தன.

எலிகளின் ஆரவாரம் இப்போது இல்லாத போதிலும் அவன் உற்சாகமிழந்தவனாக ஒவ்வொரு நாளையும் கழித் தான். அவன் மனம் நாடியதெல்லாம் எலிகளின் பிணங்கள்.

சரியாக மூன்றாம் நாள் அலுவலகத்திலிருந்து வந்து வீட்டுக் கதவைத் திறந்த போது அவனுடைய மூக்கில் அந்தத் துர்நாற்றம் வந்து மோதியது. அவன் மூக்கைப் பிடித்துக் கொண்டு அறைக்குள் போனான். அந்தத் துர்நாற்றத்தின் பிறப்பிடம் மர அலுமாரியின் பின்புறம்தான் எனத் தோன் றிற்று. மெதுவாக அலுமாரியை நகர்த்தியதும் 'அது' அவ னுக்குத் தெரிந்தது. 'அதன்' உடலில் உண்டான புழுக்கள் நெளிந்தபடி இருந்தன. ஒரு தடித்த அட்டையில் எலியின் உடலை அள்ளி, வெளியில் கொண்டு வந்து போட்டான். திடீரெனத் தோன்றிய காகம் அதைக் கவ்விற்று.

வீட்டினுள் நுழைந்தவன் மீண்டும் துர்நாற்றம் வீசுவதை உணர்ந்தான். எலிகளின் உடல்களைத் தேட வேண்டிய நிர்ப்பந்தம் தனக்கேற்பட்டுவிட்டதை அவன் புரிந்து கொண் டான். தேடல் வேட்டை ஆரம்பமாயிற்று. எலிப்பாஷாணத் தினால் அங்குமிங்குமாகச் செத்துப்போன எலிகளை மீட்பது எவ்வளவு கடினமான, வயிற்றைப் புரட்டும் வேலை என எண்ணி அவன் சலிப்புற்றான்.

மூஞ்சி கறுத்த ஒரு எலியின் உடல் பழைய பத்திரிகை களின் இடுக்கில் கிடந்தது. இன்னொன்று அவனுடைய பழைய சப்பாத்துக்குள். மற்றது மோட்டு வளையுள். எல்லா வற்றையும் நல்லடக்கம் செய்தபின் அவன் தலை முழுகி னான்.

அதன் பிறகு கொஞ்ச நாட்களாக எந்தப் பிரச்சினை யும் எழவில்லை. அவனை யாராவது வந்து இது பற்றிக் கேட்டால் தொலைக்காட்சி நிருபருக்குப் பேட்டியளிக்கும் பாவனையில் தோள்களைச் சற்றுக் குலுக்கிக் கொண்டு '... ஆம்! ...மிகவும் மனவருத்தம்தான். ஆனால் இது தவிர்க்கப்பட முடியாதது. இந்த முடிவைத் தவிர எந்த முடிவும் எடுக்கப்பட முடியாதது' எனச் சொல்வதற்கு அவன் தயா ராக இருந்தான்.

மூன்று வாரங்கள் போயிருக்கும். அவனுடைய 'எதிரி' மறுபடி தோன்றிற்று. கண்ணாடிக் குவளை ஒன்றைத் தட்டி விட்டுக் கண்ணெதிரே சுவர் ஏறி ஓடியது. தான் முறிந்து விழுவதைப்போல உணர்ந்தான். அடுத்த கட்ட ஆலோசனைக் காக லோரன்ஸ் வீட்டுக்கு மறுபடியும் போக வேண்டி வரும் என அவன் நினைக்கவேயில்லை.

அவன் போனபோது லோரன்ஸ் கோழியொன்றை உரித்துக் கொண்டிருந்தார். அரைக்கால் பங்கு உயிருடன் கோழி மன்றாடிக் கொண்டிருந்தது.

விஷயத்தை அவன் லோரன்ஸிற்குச் சொன்னான். தான் சொல்வதை லோரன்ஸ் கவனிக்கிறாரா அல்லது கோழி யின் பித்தப்பை அகற்றுவதில்தான் கண்ணுங்கருத்துமாக இருக்கிறாரா எனத் தீர்மானிக்க இயலாத நிலையில் அவன் இருந்தான்.

லோரன்ஸ் சாதாரணமாகப் பதில் சொன்னார். "ஒரு சுலபமான வழி இருக்கிறது. பூனை வளர்த்தால் எலி கிட்டே யும் வராது. பூனை ஒன்றை வளருங்கள்".

இது ஒரு புதுவிதமான அணுகுமுறை என்றே அவனுக்கும் பட்டது. பூனையை உடனே அவன் வரவழைத்து விட்டான். அதற்கு ஓர் ஆங்கிலப்பெயரை அவன் சூட்டினான். தமிழ்ப் பெயர்கள் செல்லப் பிராணிகளுக்கு ஏனோ அவ்வளவு பொருந்துவதில்லை. (தேவருடைய படங்களைத் தவிர.)

பூனை வந்ததும் வீடு முழுக்க மியாவ் மியாவ் சத்தத் தால் நிரம்பியது. எலிகளின் கீச்சிடலை விடப் பூனைகளின் மியாவ் மியாவ் எவ்வளவோ மேலானது என அவன் நினைத்துக் கொண்டான். வீட்டின் சகலப்பகுதிகளுக்கும் சென்று பூனை உரிமை கொண்டாடிற்று. அது தன் கட்டி லில் சில வேளைகளில் சுருண்டு படுப்பதைக் கூட அவன் பொறுத்துக் கொண்டான். ஜேம்ஸ்பாண்ட் படத்து வில்லன் போல மடியில் அதைத் தூக்கி வைத்து, தடவவும், கொஞ்ச வும் அவன் தயாராய் இருந்தான்.

அது ஒரு ஞாயிற்றுக் கிழமை, அதிகாலையில் தேவால யம் சென்று பசியுடன் திரும்பியவனுக்கு அதிர்ச்சி காத்திருந் தது. கறிச்சட்டியில் இருந்தவற்றைக் காலி பண்ணிய திருப்தி யுடன் இவனை நிமிர்ந்து பார்த்து 'மியாவ்' என்றது சனியன்.

வெறிபிடித்தவன் போல் பூனையை அவன் துரத்தினான், சாது வேஷத்துடன் மியாவ், மியாவ் என்று பதிலுக்குக் கத்திய படி அவனிடமிருந்து தப்பி ஓடியது அந்தப் பூனை. அவ்வ ளவும் பாசாங்கு! 'திருட்டுப் பூனையே, ஒழிந்து போ' என அவன் பொல்லால் எறிந்தான். அதன் பின்பும் கொஞ்ச நாட்கள் வரை அது வீட்டைச் சுற்றிச் சுற்றி வந்தது. பின்னர் ஒரு நாள் காணாமலே போயிற்று.

லோரன்ஸிடம் இனிப்போனால் நாய் வளர்க்கும் ஆலோசனையைச் சமர்ப்பிக்கக்கூடும் என அவனுக்குத் தோன்றிற்று. அவன் சுயமாக ஒரு முடிவுக்கு வந்தான்.

பின்னால் இருக்கும் பாழ்வளவைச் சுத்தப்படுத்திவிட்டால் எலிகள் மட்டுமல்ல, அவன் அருவருக்கும் எந்த ஜீவராசிகளும் இனித் தலைகாட்டப் போவதில்லை.

கூலியாட்களை அவன் வரவழைத்தான். பாழ்வளவைத் துப்புரவு செய்யும் வேலை தொடங்கிற்று. வேலியில் படர்ந்திருந்த கல்யாணப்பற்றையில் அவர்கள் ஆரம்பித்தார்கள். வளவைச் சுத்தம் பண்ணும் போது நிறையப் பொந்தெலிகளும், பாம்புகளும் அகப்பட்டதாகக் கூலிக்காரர்கள் சொன்னார்கள். ஆனால் அவன் பார்க்கவில்லை.

குப்பைகள் ஒரு மூலைக்குக் கூட்டியெடுக்கப்பட்டு அன்று மாலை தீயிடப்பட்டது. நத்தைகளின் ஓடுகள் வெடிக்கும் சத்தம் வெகு நேரம் வரை கேட்டது.

அதன் பின்பே அவன் நிம்மதியடைந்தான். ஒருநாள் லோரன்ஸிடம் காட்டை அழித்தது குறித்து வேடிக்கையாகச் சொன்னான். "முதலில் செய்ய வேண்டிய காரியத்தை நாம் கடைசியில் செய்திருக்கிறோம்."

அதன் பின்னர் அவன் எலிகள் பற்றி மறந்தே போனான். வோல்ட் டிஸ்னியின் படம் பார்க்கும் போது மாத்திரம் எலியின் ஞாபகம் வந்தது. எல்லா எலிகளும் வோல்ட் டிஸ்னியின் மிக்கி மௌஸைப்போல இருந்தால் என்ன என்று அப்போது நினைத்துக் கொண்டான்.

வீட்டின் பின்புறம் ஒருநாள் தற்செயலாகப் பார்த்தவன் மறுபடியும் உன்னிப்பாகப் பார்வையைச் செலுத்தினான். 'பச்சைகள்' மறுபடியும் தலை தூக்கியிருந்தன. 'மண்ணுக்குள் வேர்களை விட்டுவைத்தால்தான் தங்களுக்கு மறுபடியும் வேலை வரும்' என யோசித்த கூலிக்காரர்களின் தந்திரத்தை, சாமர்த்தியத்தை எண்ணி அவன் புன்னகைத்தான்.

அன்றிரவு பத்துமணியளவில் கட்டிலில் அவன் காலடியில் தொப்பென ஏதோ விழுந்தது. அவன் திடுக்கிட்டு எழுந்து விளக்கைப் போட்டான். எலியொன்று ஓடி மறைந்தது. 'மறுபடியும் எலி' என அவன் ஈனஸ்வரத்தில் முனகிக்கொண்டான்.

இப்போது எலிகளை அழிக்கும் எண்ணம் அவனிடம் இல்லாமல் போயிற்று. எலிகளிடமிருந்து தன்னை எவ்விதம் காப்பது என்ற பயம் மேலோங்கத் தொடங்கியிருந்தது.

சுபமங்களா – கார்த்திகை 1987

அப்பா இல்லாத ஊரில்

அந்தத் திருமண அழைப்பிதழை அவன் வெகு நேரம் வரை பார்த்துக் கொண்டிருந்தான். கிணற்றுக் குள் வீழ்ந்த வாளியை மீட்க முனையும் ஒரு கொக்கி போல் அது தோன்றிற்று.

அப்பா வழி உறவுகளை அவ்வப்போது ஞாபகப் படுத்தி இப்படிச் சில அழைப்பிதழ்கள் வந்துகொண் டிருக்கும். இந்த முறையும் வெறும் வாழ்த்துத் தந்தி கொடுத்துவிட்டு, ஓட்டுக்குள் தலையை மறுபடியும் இழுத்துக் கொள்ளும் ஆமைபோல் ஆகிவிடலாம். ஆனால் கையில் கொஞ்சக் காசும், அப்பாவின் ஊருக்குப் போக வேண்டுமென மனம் நிறைய ஆசை யும் சேர்ந்திருந்தன.

அப்பாவின் ஊருக்குக் கடைசியாகப் போனது, பன்னிரண்டு வருஷங்களின் முன்பு. இந்த நாட்களுள் எவ்வளவோ நிகழ்ந்துவிட்டன. முக்கியமாக அவன் அப்பா இப்போது உயிருடன் இல்லை.

காற்சட்டைப் பருவத்தில், கடைசியாகப் போன தன் அப்பாவின் ஊரைப் பற்றி எண்ணும் போது வழியில் எதிர்ப்படும் புளியமரங்களும், கிழக்குப் புறத்தேயிருந்த ஊரணியும், அப்பாவின் வீட்டு மூன்றாவது தளத்தில் இருட்டில் நுழைந்து, பிடித்த புறாவின் படபடப்பும் உடனே ஒன்றன்பின் ஒன்றாக ஞாபகத்துக்கு வந்துவிடுகின்றன.

அப்பாவின் ஊருக்கு அந்தப் புளியமரங்கள் தான் காவல்காரர்கள் மாதிரி. பாதையின் இருமருங்குப்

புளியமரங்களும் ஊர் எல்லை வரை பயணத்தில் தொடர்ந்து வரும். மஞ்சள் வர்ணம் தீட்டப்பட்டு ஊர் எல்லையில் நட்டிருந்த பலகையில் 'கண்டவராயன்பட்டி' என்றிருக்கும். அப்பாவின் ஊர்ப் பிரதான வீதி முழுக்கக் கோட்டை மதில்கள் தென்படும். மதில்களால் ஒடுங்கிய பாதையில் மணிக்கொருதரம் போகும் பஸ்களின் 'ஹோரர்ன்' பெரும் சத்தத்துடன் எதிரொலிக்கும். கைநடுக்கத்தில் எழுதியது போன்ற கறுப்புவர்ண எழுத்துக்கள் முதல்மதிலிலேயே ஓர் அரசியல் கட்சியைத் திட்டித் தீர்த்திருக்கும். தொடர்ந்து வரும் மதில்களில் சீயக்காய்க்கும், பற்பொடிக்கும், தலைவலித் தைலத்துக்கும் விளம்பரங்கள். மையளைந்து, முகமெல்லாம் பூசிக் கொண்டு, பயத்துடன் முழிக்கும் சிறு பிள்ளைகள்போல் அந்த மதில்கள்.

அப்பாவுக்குச் செல்லப்பிள்ளை இவன். சிறு வயதில் அவனுக்கு எல்லாவற்றிலும் விட்டுக்கொடுத்த அவர் இரண்டு விஷயங்களில் கடைசி வரை பிடிவாதமாக இருந்தார். இவனுடைய தலைமயிரை எப்போதும் குட்டையாக வெட்டச் செய்து விடுவார். கைதேர்ந்த சிற்பியிடம் தஞ்சாவூர்ப் பெரிய கோயில் வேலைகளை ஒப்படைத்த ராஜராஜசோழன்போல அப்பா பின்புறம் கைகட்டி நின்று அதை மேற்பார்வை செய்வார். முருகேசு இவன் தலைமுடியை வெட்டுவார், வெட்டுவார், வெயிலேறும் வரைக்கும் வெட்டிக் கொண்டேயிருப்பார். கட்டைவிரலும், சுட்டுவிரலும் சேர்ந்து தலைமயிரைப் பிடிக்க இயலாத நிலையில் அப்பாவும் முருகேசுவும் திருப்தி கொள்வார்கள். அப்பாவின் அடுத்த பிடிவாதம் இவனுக்குக் காற்சட்டை தைத்துக் கொடுக்கும் விதத்தில் இருந்தது. இவனுடைய குச்சித் தொடைகளுக்குப் பொருந்தாத பாவாடை போன்ற காற்சட்டைகளைத்தான் அப்பா எப்போதும் தேர்ந்தெடுத்துக் கொடுத்தார்.

அப்பாவுக்கும் இவனுக்குமிடையே தோன்றிய முதல் மனஸ்தாபம் இவனை நகரத்தில் கொண்டு போய்ப் படிக்க விட்டபோது நிகழ்ந்தது. இருபத்து நான்கு மைல்கள் தொலைவில் அப்போது பிரபலமாக இருந்த ஒரு கல்லூரியில் இடமெடுத்து இவனை அதன் விடுதியில் சேர்த்துவிட்டு அப்பா போய் விட்டார்.

அவனுக்கு அந்தப் புதிய சூழல் சற்றும் ஒத்துக் கொள்ளவில்லை. பள்ளிக்குப் போனால் சமஸ்கிருதம் கற்றுக் கொடுக்கும் கோபாலசர்மா பயமுறுத்திக் கொண்டிருந்தார். பள்ளியைக் 'கட்'பண்ணிவிட்டு விடுதியில் படுத்துக்கிடக்

கலாமென்றால் விடுதிமேற்பார்வையாளன் வந்து 'தொந்தரவு' பண்ணிக் கொண்டிருந்தான். அந்தப் பள்ளிக்குப் போனதன் பின் தன் முன்னால் ஒரு புது உலகை அவன் கண்டான்.

இருட்டு முழுமனதுடன் விடைபெறாத, பனித்தூவல் ஓயாத வேளையில் பற்பசையைப் பிதுக்கி 'பிரஷ்ஷில்' இட்டுக் கொண்டு கழிப்பறைக்கான வரிசையில் நிற்பது, காலைச் சாப்பாடான கால்றாத்தல் பாணுக்குத் தரப்படும் குழம்பில் அவ்வப்போது மிதக்கும் பீடித்துண்டுகள், ஒருமித்த குரலில் கூட்டமாய்ப் பாடும் தேவாரம், (அரஹர மஹா தேவா என்று கோஷமெழுப்பும் இறுதிக்கட்டத்தில் மாத்திரம் இவன் குரல் உற்சாகத்துடன் ஓங்கி ஒலிக்கும்) இப்படியான ஒரு புது உலகம் அது. அறைக்குள் சுகமாகப் படுத்தவனை அப்பா திடீரெனத் தூக்கிவந்து திண்ணைக் கட்டு வெறுந்தரையில் படுக்கப் போட்டதுபோல் இருந்தது. அவன் இப்போது சேர்ந்திருந்த பள்ளிக்கூடத்தின் மைதானம் இவனது சொந்தக் கிராமத்துக்குப் போகும் பிரதானப் பாதை யின் ஓரமாக அமைந்தது வேறு இவன் துயரத்தைக் கிளறிக் கொண்டிருந்தது. பின்னேரங்களில் மைதானத்திலிருந்த மஞ்சவணா மரத்தின் கீழ் உட்கார்ந்து தன் ஊர்ப்பக்கம் செல்லும் ஒவ்வொரு வாகனத்தையும் எண்ணிக்கையிட்டவா றிருப்பான்.

நான்கு நாட்கள்தான் அந்தப் பள்ளிக் கூடத்திலும், விடுதியிலும் அவன் நீடித்தான். ஐந்தாவது நாள் யாரிட மும் சொல்லாமல் கொள்ளாமல் பஸ்ஸேறி வீட்டுக்கு வந்து விட்டான்.

அவன் வீட்டுக்கு வந்தபோது அப்பா அடகுக் கடை யில் 'கவுண்டரில்' இருந்து குமுதம் படித்துக் கொண்டிருந்தார். அவன் ஆர்வத்துடன் வாசித்து வந்த சித்திரக் கதையில் முகமூடிமனிதன் எரிமலைக்குழம்பிடையே சிக்கிய அந்தப் பெண்ணை இந்தக் கிழமை மீட்டு விட்டானோ என அறிய உள்ளுக்குள் ஆவலாய் இருந்தது.

அப்பா நிமிர்ந்து பார்த்தார்.

"என்னப்பா? திடீர்னு வந்து நிக்கிறே? ஒடம்புக்கு ஏதாவது சொகமில்லையா?"

"அப்பா எனக்கு அந்தப்பள்ளியில் படிக்க ஏலாது" என்றான் அவன்.

அப்பா கொஞ்ச நேரம் மௌனமாக இருந்தார்.

பிறகு, "அப்ப சரி... இந்தா குமுதம்... இதைப் படி!" என்றார்.

இவன் நெளிந்தபடி நின்றான்.

"பைத்தியக்காரப் பயலே!... எவ்வளவோ கஷ்டப்பட்டு எடுத்த அட்மிஷனை உதறிப்புட்டு வந்து நிக்கிறியே. எருமை மாடு நாலு வாங்கித் தாறன். மேய்ச்சுத் திரிடா."

அப்பாவுடைய வசவுகளை மாலை மறைவதற்குள் இவன் மறந்து போய்விட்டான். அம்மா சொன்னதுபோல் அப்பாவுடைய திட்டுகள் 'எருமை மாட்டில் பெய்த மழைதான்'.

சமையற்காரர் சின்னையா அண்ணன் ஆட்டுக்கல்லில் மாவாட்டிக் கொண்டிருந்த போது, இவனும் எதிரில் போய் உட்கார்ந்தான். அவர் மாவாட்டிக் கொண்டே கதைகள் சொல்வார். ஒரு பெரிய தமிழ் நடிகரைத் தன் சொந்த அண்ண னென்று அவர் எப்போதும் கூறுவார். இதை நம்பி அப்பா விடம் ஒரு தடவை இவன் விசாரித்த போது "நீங்க ரெண்டு பேரும் வேலையத்த பயலுகள்டா..." என அப்பா சொன் னார். சின்னையா அண்ணன் சொல்லுவதை எல்லாம் நல்ல சாதுபோல் உட்கார்ந்து செவிமடுத்துக் கொண்டிருக்கும் இவன் திடீரென அவர் முகத்தில் மாவை அள்ளிப் பூசிவிட்டு ஓட்டம் பிடிப்பான். இதுதான் அவன் விரும்பிய உலகம்.

விடுதியில் கைவிட்டுவிட்டு வந்த உடுப்புப் பெட்டியை யும், வாளியையும் சுமந்து கொண்டு பள்ளிக்கூடக் கணக்குப் பிள்ளை ஒரு நாள் வீட்டுக்கு வந்ததும் அப்பாவின் கொதி நிலை மறுபடி உயர்ந்துவிட்டது. கணக்குப் பிள்ளை வந்த, அதே தினத்தில் இவனை மாடு ஒன்று குத்தப் பார்த்திருந் தது. இவனுக்கு ஏதோ கிரகக் கோளாறு எனப் பாட்டி அன்று அனைவரையும் சமாதானப் படுத்தினாள். அப்பாவின் பார்வையிலிருந்து தப்புவதற்காக இவனும் பாட்டியின் வீட்டுக்குப் போய்விட்டான். வெங்காயம் உரிப்பதிலும், தேங்காய் துருவுவதிலும், பாட்டியின் கதை கேட்பதிலும் இவனுக்கு இருந்த மோகம் படிப்பதில் இருக்கவில்லை. கால மெல்லாம் இப்படியே பாட்டியின் பக்கத்திலேயே கழியாதா என்ற ஏக்கம் மனமெல்லாம் இருந்தது. ஆனால் இவனுடைய தந்தை 'தன் முயற்சியில் சற்றும் மனந்தளராத விக்கிர மாதித்தன்போலக் கிறிஸ்துவப் பாதிரிமார்நடத்தும் உள்ளூர்ப் பள்ளிக்கூடமொன்றில் இடமெடுத்துக் கொடுத்து விட்டார்.

நிர்ப்பந்தத்தின் பேரில் அரை மனதுடன் அந்தப் பள்ளிக்கூடத்திற்கு இவன் போய்வரத் தொடங்கினான். ஆங்கிலப் பாடமெடுக்கும் அருள்தாஸ் மாஸ்டரை மிகவும்

பிடித்துப் போயிருந்தது. வகுப்பினரின் வணக்கத்தை ஏற்றுக் கொண்ட மறுகணம் அவர் ஆரம்பித்துவிடுவார். அவருக்கு மனப்பாடமாகிப் போன '... சிலோன் இஸ் அன் ஐலண்ட்' இற் இஸ் இன் தி இண்ட்யன் ஓஷன்!...' என்ற பாடவரி களுடன் வகுப்பைத் தொடங்கி விடுவார். அவர் அந்தப் பள்ளியை விட்டு மாறிப் போகும் வரை இந்தப் பாட வரி களைக் கைவிடவேயில்லை. அருள்தாஸ் மாஸ்டரை சினிமாத் தியேட்டர்களிலோ, சந்தையிலோ, தெருவிலோ காணும் போதெல்லாம் 'சிலோன் இஸ் அன் ஐலண்ட்' என்ற வரிகள் இவன் மனதில் தோன்றிவிடும்.

அப்பா எல்லாவற்றையும் மறந்திருப்பார் என எண்ணி ஒருநாள் அவரிடம்போய் 'அலிபாபாவும் நாற்பது திருடர் களும்' சித்திரக் கதைப் புத்தகம் வாங்கித் தரும்படி கேட்டது தப்பாகப் போயிற்று. "இப்ப அலிபாவா உனக்குத் தேவைப் படுதோ? போடா, வேலையத்த பயலே! முதல்ல ஒழுங்காப் படி..." என்று சத்தம் போட்டார்.

பள்ளிக்கூடம் விட்டதும் பஸ் நிலையம் போகும் போது, வழியிலுள்ள புத்தகசாலையில் கண்ணாடி அலுமாரிக்குள் காணப்பட்ட அந்தப் புத்தகத்தை எப்படியாவது வாங்கி விட வேண்டுமென்ற எண்ணம் ஒவ்வொரு நாளும் வலுப் பெற்றுக் கொண்டே வந்தது.

அந்தப் புத்தகத்தை வாங்கித் தரும்படிக் கேட்டதும் அப்பா எரிந்து விழுந்தது இவனுக்கு எரிச்சலைத் தந்தது. இந்த வீட்டில் சாப்பிடுவதை முதலில் நிறுத்திக் கொள்ள வேண்டுமெனத் தீர்மானித்து முதற்கட்டமாக ராத்திரி சாப்பிடாமல் தூங்கப் போனான். காலையிலும் மூஞ்சியை நீட்டியபடி சாப்பிடாமல் பள்ளிக்கூடம் சென்றான். மத்தி யானம் பள்ளி விட்டு வந்ததும் வெறுத்தரையில் படுத்துக் கொண்டான்.

"டேய், நீ இன்னும் சாப்பிடல்லியா?" என்று கேட்ட குரலுக்கு அவன் நிமிர்ந்து பார்த்தான். மடித்துக் கட்டிய வேஷ்டியுடன் அப்பா நின்றார்.

"இல்லை. எனக்குச் சாப்பாடு வேண்டாம்."

"டேய், எந்திரிடா மொதல்ல..." என்றார் மிரட்டும் தொனியில் அப்பா.

இவன் முகத்தைத் திருப்பிக் கொண்டு படுத்துவிட்டான். முதுகில் ஓர் அடி விழுந்தது. இவன் எழுந்து கொண்டான். அடுத்த அடி அப்பா அடிப்பதற்குள் இவன் அவருடைய

கையைப் பற்றி, மறுகையால் அவரைத் தள்ளி விட்டான். அந்தக் கணத்தில் அவரது முகம் வெளிறிப் போனது. அன்று பின்னேரமே ஆளனுப்பி அலிபாபாவும் நாற்பது திருடர் களும்' புத்தகத்தை வாங்கித் தந்தார். அவர் அப்படி வாங்கித் தந்ததும் அதைப் படிக்கும் சுவாரஸ்யமே இவனுக்கு இல்லா மல் போய்விட்டது. ஆனால் அதற்குப் பிறகு அப்பா இவ னிடம் சரியாகப் பேசவில்லை – இவர்களைப் பிரிந்து தன் சொந்த ஊருக்குப் புறப்படும் வரை.

அப்பா இந்த ஊரையும் இவர்களையும் விட்டுப்போன அன்றைய தினம், அன்று வீடு வளவெங்கும் ஒரே சனம். அம்மாவும் சித்திமாரும் அழுது கொண்டேயிருந்தார்கள். மூத்த மாமாவைப் பற்றிச் சொல்லத் தேவையில்லை. சினிமா பார்க்கும் போது கடைசிக் காட்சிகளில் யாராவது மரணப்படுக்கையில் இருந்தால் அவர்கள் செத்து விடுவதைத் தாங்க முடியாமல் கொட்டகையைவிட்டு வெளியேறி விடு பவர் அவர்.

அப்பா அவருடைய சொந்த ஊருக்குப் போய் விடுவது நல்லதுதான் என இவனுக்குத் தோன்றியிருந்தது. கிட்டத் தட்ட இவனுடைய கனவுலகத்துக்கும் அப்பாவின் ஊருக்கும் நெருங்கிய தொடர்பிருந்தது. சினிமா ஜோடிகள் பாடல் காட்சிகளில் ஓடி வரும் போது, வான் நோக்கிப் பீறிட்டெழும் நீரூற்றுக்களைக் கொண்ட நந்தவனங்கள் எல்லாம் அப்பா வின் ஊரிலோ அல்லது அப்பாவின் ஊருக்குப் பக்கத்திலோ தான் இருக்க வேண்டும் என்று அப்போதெல்லாம் நம்பி னான். தவிரவும் அப்பாவின் ஊருக்குப் போனால் படங்கள் பார்ப்பது, பிடித்த நடிகர் ஒருவரைச் சந்தித்துப் புகைப்படம் எடுத்துக் கொள்வது எல்லாம் அவனுடைய நிகழ்ச்சி நிரலில் இருந்தன. இதற்காகவேனும் அப்பா இங்கிருந்து போயாக வேண்டும்.

அப்பா விமானமேறப் போகும்போது இவனைக் கட்டித் தழுவினார். நெற்றியில் முத்தமிட்டார். அவர் கண் கலங்கியதை அன்றுதான் இவன் முதல் தடவையாகப் பார்த்தான்.

"கலாட்டா பண்ணாம ஒழுங்கா இருக்கணும்பா அம்மாவுக்குத் தொந்தரவு கொடுக்கக்கூடாது."

அப்பா விடை பெற்றுக் கொண்டு விமான நிலைய சுங்கப் பகுதிக்குள் போய் மறைந்துவிட்டார்.

அப்பா போன பிறகு பலமாற்றங்கள் இங்கு நிகழ்ந்து விட்டன. முக்கியமாக அல்விஸ் மாஸ்ரர் அதற்குப் பிறகு

வீட்டுப் பக்கம் வரவே இல்லை. அப்பாவின் நண்பர்களுள் இவனுக்கு மிகவும் பிடித்தவர் அல்விஸ் மாஸ்ரர்தான். அவர் சைக்கிளைச் சாத்திவிட்டு உள்ளே வந்து அப்பா முன் உட்கார்ந்ததும் இவனுடைய கண்கள் அவருடைய வாலாமணிப் பையையே துழாவும். அல்விஸ் மாஸ்ரர் தினமும் இவனுக்காக வாங்கி வரும் சொக்கலேட்டோ, மிட்டாயோ அந்தப் பைக்குள்தான் இருக்கும். ஜவஹர்லால் நேரு இறந்துபோன நிகழ்ச்சி அப்பாவையும், அல்விஸ் மாஸ்ரரையும் வெகுவாகப் பாதித்துவிட்டது. அந்தக் கவலையில் ஆழ்ந்து போன அல்விஸ் மாஸ்ரர் அன்று தான்கொண்டுவந்த பொட்டலத்தை இவனுக்குத் தர மறந்து போயிருந்தார். இவன் தாங்க முடியாமல் அவர் எதிரே போய் நின்று 'எனக்கொன்றும் வாங்கி வரவில்லையா? என்று கேட்டு விட்டான். அல்விஸ் மாஸ்ரர் போன பிறகு அப்பா செவியைத் திருகி, முதுகில் இரண்டு வைத்ததுண்டு.

மிட்டாய்த் தொழிற்சாலை ஒன்றை ஆரம்பித்துவிட்டுத்தான் இந்த வீட்டுப்பக்கம் வரவேண்டும் என அல்விஸ் மாஸ்ரர் தீர்மானித்தாரோ என்னவோ, அதற்குப் பிறகு அவர் வந்ததேயில்லை. அவர் மட்டுமல்ல, பக்கத்திலிருந்த பள்ளிக்கூடம் கலைந்ததும் இவனுடைய வீட்டு அலரிமரங்களுக்குக் கீழே ஒதுங்கி, பஸ் பிடிக்க நிற்கும் ஆசிரியைகளும் இவன் வீட்டை அதற்குப் பிறகு எட்டிப்பார்க்கவில்லை. அவர்கள் அம்மாவின் பள்ளிக்கூட காலத்துச் சினேகிதிகளாம். அவர்களையெல்லாம் வீட்டுக்குள் அழைத்து சோடா கொடுத்து உபசரிப்பார் அப்பா. சமீபத்தில் அவர்களில் ஒரு பெண்மணியின் வீட்டுக்கு இவன் போனபோது அப்பா சம்பந்தமான பல்வேறு நிகழ்ச்சிகள் நினைவுகூரப்பட்டன. ஆப்பிள் பழங்களைப் போட்டு அப்பா தனக்குக் கொடுத்த காக்கி நிறத் துணிப்பையை அவ கொண்டுவந்து காட்டினா. கல்யாணப் பரிசு தங்கவேல் பாணியில் அவன் அப்போது சிந்தித்தான். 'அம்மாவோடு படித்தவர்களுக்கு ஆப்பிள் பழம்! அதுவே அப்பாவோடு படித்ததாக இருந்தால் ஆட்டுக்காலா?'

காலை ஏழு மணிக்கெல்லாம் வாட்சண்டைக்காரன் போல் கத்திகளை உரசியபடி பெட்டி கட்டிய சைக்கிளுடன் தினமும் வந்துவிடும் ஆட்டிறைச்சி வியாபாரி, ஆயுதங்கள் நிரம்பிய பெட்டியுடன் ஒரு நாள் விட்டு மறுநாள் வரும் நாவிதன், அப்பாவுடன் நெருக்கமாக இருந்த அரசியல்வாதிகள், தின – வார – மாதப் பத்திரிகைகளை வீட்டுக்குவந்து

விநியோகித்துவிட்டுப் போகும் பையன்கள் எல்லோரும் மாயா ஜாலப் படங்களில் வருபவர்கள் போல் வெகு சீக்கிரத்திலேயே மறைந்து போய் விட்டார்கள். தெருப் புதினங்களைப் பார்த்தபடி அப்பா வழக்கமாக உட்கார்ந்து பத்திரிகை படிக்கும் திண்ணைச் சுவரடியில் கதவு அகலத்துக்கு அப்பாவின் முதுகுப் புறத்தின் தடம் இருந்தது. சுவருக்குப் புது வர்ணம் பூசிய ஒரு நாளில் அதுவும் மறைந்து போய் விட்டது.

அப்பாவின் ஊருக்கு இரண்டு தடவைகள் போன போதுதான் அவன் நிஜம் எதுவென உணர்ந்தான். தன்னுடைய கனவுலகத்தில் மாட்டுச் சாணமும், குதிரை வண்டிகளும், தெருக்கள் தோறும் பன்றிகளும் சிறுநீர்ச் சந்துகளும் தென்படும் என இவன் சற்றும் நினைத்திருக்கவில்லை. அப்பாவோடு தங்கியிருப்பது மட்டுமே சந்தோஷத்தைத் தந்தது. அப்பாவைப் பிரிந்து வந்ததும் அவர் சம்பந்தமான கனவுகள் ஆக்கிரமித்துக் கொண்டே இருந்தன. கனவுகளில் வரும் அப்பா இவனுடைய அசட்டுத்தனமான கேள்விகளுக்ெல்லாம் மாறாத புன்னகையுடன் பதில் சொல்லிக் கொண்டிருப்பார். அவருடைய இடுப்புயரத்திலிருந்த இவன் அந்தக் கையைப் பற்றிக் கொண்டு ஊரைச் சுற்றிச் சுற்றி வருவான். பள்ளிக்கூடத்தில் ஒரு பரிசளிப்பு வைபவம். பள்ளிக்கூடத்து அதிபராக இருந்த கிறிஸ்துவப் பாதிரியாரை அப்பாவுக்கு இவன் அறிமுகம் செய்து வைக்கிறான். கிறிஸ்துவப் பாதிரியார் வழக்கம்போல் இடது தோளைக் குலுக்கிக் கொள்கிறார். திடீரெனக் கனவுகள் கலைந்து விடும். வேருடன் தான் பிடுங்கி வீசப்பட்டதாய் உணர்வான்.

அப்பா ஒருநாள் இறந்து போய்விட்டார். அவரின் உடலைப் பார்க்க இவனால் இயலவில்லை. அப்பாவின் உடலை அடக்கம் பண்ணிவிட்டு அவரின் உறவினர்கள் தந்தி கொடுத்திருந்தார்கள். அப்பாவழி நூலிழை உறவினை அறுந்து போகாமல் காப்பாற்றுவதில் தபால் – தந்தி இலாகா உண்மையில் பெரும் பங்கு ஆற்றியது.

இப்போது இன்னொரு அழைப்பிதழ்.

பன்னிரண்டு வருஷங்களுக்குப் பிறகு மறுபடியும் அப்பாவின் ஊருக்கு இப்போது போய்க் கொண்டிருக்கிறான்.

பஸ் போய்க் கொண்டிருந்தது. புளியமரங்களைத் தாண்டியாயிற்று. பனிமூட்டம் விலகிப் பளிச்சென எல்லாம் தெரியத் தொடங்கியதுபோல் இருந்தது. பஸ்ஸின் ஜன்னல்

வழியே தெரிந்த காட்சிகள் ஏற்கனவே பரிச்சயங் கொண்ட ஒரு புத்தகத்தின் பக்கங்களை மறுபடியும் படிக்கத் தொடங்கியதுபோல் இருந்தன. கொண்டு வந்த பொதிகளின் பாரம் போல் எதுவும் மனசில் இல்லை. அந்தக் காலத்து மார்கழி மாதத்துக் கிணறுகளின் தண்ணீர்போல மனதில் சந்தோஷம் ததும்பிக் கொண்டிருந்தது.

அவன் இறங்கியதும் பஸ் கண்டக்டர் விசிலடித்தான். பஸ் கிளம்பிச் சென்றது. தேகப்பயிற்சி செய்யும் ஒரு பயில்வானைப்போல் இரு பக்கங்களும் சுமந்த பொதிகளுடன் வீதியைக் கடந்து, கிழக்குப் புறமாகப் போன தெருவில் நடக்கத் தொடங்கினான். தெருவை உள்ளடக்கியதாக ஒரு பந்தல் போடப்பட்டிருந்தது. குலைகள் தள்ளிய இரண்டு வாழை மரங்கள் வாசலில் நின்றன. அப்பாவின் வீட்டு மதிலைப் பின் தடுப்பாகக் கொண்டு தோன்றியிருந்த மளிகைக் கடையில் இருந்தவன் இவனை ஒருகணம் நிமிர்ந்து பார்த்து விட்டு மறுபடியும் கணக்குப் பார்க்கத் தொடங்கினான்.

இவன் அந்த வீட்டுப் படிகளில் ஏறிக் கொஞ்ச நேரம் தாமதித்தான். கூடத்தில் இருந்தவர்கள் எல்லோரும் இவனை நிமிர்ந்து பார்த்தனர். சித்தப்பா எழுந்து இவனை நோக்கிக் கைகாட்டியபடி விரைந்து வந்தார்.

"தம்பி ... வரதராஜ்!... வாப்பா ... வா!"

கைகூப்பி இவன் பதில் வணக்கம் தெரிவிக்க விரும்பிய போதிலும் கையிலிருந்த பொதிகள் இடம் தரவில்லை. இவனிடமிருந்து தலையசைப்புடன் ஒரு புன்னகை.

"வேலுச்சாமி, இந்தப் பையையெல்லாம் கொண்டு போய் மேல்ரூம்ல வச்சிடு" என்றார் சித்தப்பா. இவனுடைய தோளில் கைபோட்டுக்கொண்டு கூடம் வரைக்கும் அவர் வந்தார்.

"மணப்பாறை வண்டியிலேயாப்பா வந்தே?"

இவன் "ஓம்" என்றான்.

இவனுக்கு மாடியில் இடம் தரப்பட்டது. மொட்டை மாடிக்கு வந்ததும் வெண்திட்டுகள் நிரம்பிய நீலவானம் தெரிந்தது. புதுக் காற்று வீசியது. தான் இப்போது எந்தத் திசையில், கடல் இங்கிருந்து எந்தப் பக்கம் என ஒன்றுமே இவனுக்குத் தெரியவில்லை. பன்னிரண்டு வருடங்களுக்கு

முன்பு வந்தபோது பாழடைந்து போய்க் கிடந்த இதே மாடியில் முளைத்திருந்த சிறு அலரிச்செடிக்கு என்ன நேர்ந் திருக்கும் என யோசித்தான்.

முகம் மறந்து போனவர்கள், முகந் தெரியாதவர்கள் எனப் பலரும் இவனது அறைக்கு வந்தனர். பேசிவிட்டுச் சென்றனர். இவனுடைய பருத்துப் போன உடலும், மயிர் பின் வாங்கிப் போன நெற்றிப் பரப்பும் அவர்களுக்கு அதிசய மாக இருக்கின்றன என்றார்கள்.

கோயிலுக்குப் போயிருந்ததாகச் சொல்லப்பட்ட அண்ணனும், அண்ணியும் இவனது அறைக்குள் வேகமாக வந்தார்கள். "வரதராஜு! சௌக்கியமாப்பா... அம்மாவை, சம்சாரத்தையெல்லாம் கூட்டி வரப்படாதோ?"

இவன் தன் அண்ணனை நிமிர்ந்து பார்த்தான். தலை முழுதும் வெள்ளை மயிர்க் காடு. கொத்துவதற்குக் காத்து நிற்கும் கழுகு மூக்கு. தான் கிழவனானால் இப்படித்தான் இருப்பான் என யூகித்த இவன் அதற்கு முன்னரே தற் கொலை செய்துகொண்டுவிட வேண்டுமென எண்ணினான்.

"ஏம்பா வரதராஜு? பலகாரம் எல்லாம் சாப்பிட் டியா?"

அண்ணன் தனது பிரதான விசாரிப்புக்கு வந்துவிட் டார். அண்ணனையும், சமையல் இலாகாவையும் பிரிக்க முடியாது.

தோசை என்றால் மிக மெல்லிசாக இருக்க வேண்டும் என்பது அண்ணனின் சமையற் கோட்பாடுகளில் ஒன்று. தோசை சற்றுக் கடினமாக இருந்தால் அண்ணி திட்டு வாங்க நேரிடும். தான் வார்க்கும் தோசைகளைவிட அண்ணி மிகவும் மெலிந்துபோய் இருப்பாள். சூடான கோப்பியைக் குளிரப்பண்ணுவதுதான் உலகிலேயே முக்கியமான வேலை என்பதுபோல அண்ணன் ஒரு டம்ளரிலிருந்து மறு டம்ள ருக்குக் கோப்பியை ஊற்றி, ஆற்றும் விதத்தை இவன் கண் கொட்டாமல் பார்த்துக் கொண்டிருப்பான். கண்கட்டு வித்தைக்காரன் ஒருவன் இரு டம்ளருக்குமிடையில் கோப்பியை ஒரு சீலைத்துண்டுபோல் ஆக்கி விட்டதாகத் தோன்றும்.

"அம்மா சௌக்கியமாப்பா?" என்று அண்ணன் கேட்டார்.

"ஓம். சுகம்" என்றான். நாற்பது வயது அம்மாவைப் பற்றி ஐம்பத்தைந்து வயது அண்ணன் விசாரிக்கிறார். எத்தகைய அபஸ்வரம், ஸ்ருதி பேதம்?

ஊர்த்திருவிழாக் காலத்தில் வந்து கடைவிரிக்கும் வியாபாரிபோல இவன் மாறினான். பையிலிருந்த பொருட்களைத் தரையில் பரப்பினான். அவரவர் கேட்டிருந்த பொருட்களைக் கொடுத்தான்.

பட்டுவாடா முடிந்ததும் பொருட்கள் பற்றிய அபிப்பிராயங்களைக் கேட்பதற்கு அவன் காத்திருக்கவில்லை. படிகளில் இறங்கிக் கீழே வந்தான்.

கூடத்துச் சுவரில் அப்பா தொங்கவிட்ட மணிக்கூடு இன்னமும் ஓடிக்கொண்டிருக்கிறது. அப்பா விட்டுவிட்டுப் போன வானொலிப் பெட்டியும் பாடுகிறது. இல்லாமல் போனவர் அப்பா மட்டுந்தான்.

"எங்கப்பா கிளம்பிட்டே?" என்றாள் வெளியே வற்றல் காய வைத்துக் கொண்டிருந்த சித்தி.

"சும்மா ஒரு சுற்றுச் சுற்றிவிட்டு வருகிறேன்" என்று கூறிக் கொண்டு அவன் நடந்தான்.

தெருவின் ஒவ்வொரு வீட்டு வாசலிலும் வெள்ளைப் புடவைப் பெண்கள் குந்தியிருந்தார்கள். செவிகளில் தொங்கிய தொங்கட்டான்கள் தோள்களைத் தொட்டுவிடும் தூரத்தில் அவர்களுக்கெல்லாம் இருந்தன. இவன் அவர்களைக் கடந்ததும் மீண்டும் பேசத் தொடங்கினார்கள்.

"ஊனா மாவன்னாவோட பையன். சிலோன்லேருந்து முகூர்த்தத்துக்கு வந்திருக்கான்."

"ஊனா மாவன்னாவோட சிலோன் சம்சாரமும் வந்திருக்காளோ?"

"ஊஹுூம். பையன் மட்டுந்தான் தனியா வந்திருக்கான்."

இவன் தெரு முனையை அடைந்தான். அந்தப் பெரிய ஆலமரம் இன்னமும் நின்றது. அதன் கீழ் குறவர்களும், பன்றிகளும்! புரியாத ஒரு பாஷையில் அவர்கள் பேசிக் கொண்டிருந்தார்கள். குறச்சிறுவர்கள் தகர டப்பாக்களைத் தட்டிக் கொண்டு மரத்தைச் சுற்றிச் சுற்றி ஓடினார்கள்.

ஊரணி எதிரே தெரிந்தது. இவன் அதன் பக்கமாக நடந்தான். குடிதண்ணீர் எடுத்துப்போக இந்த ஊரார் குடங்களுடனும், தகரக் கலன்களுடனும் இங்குத்தான் வருவார்கள். இப்போது நான்கு திசைகளிலும் வெறும் படிக்கட்டுகளுடன் வறண்டு போன ஊரணி அது. தசையற்றுப் போன

வெறும் எலும்புக்கூடு போல் அது தோன்றியது. சென்ற தடவை வந்தபோது நிறையத் தண்ணீருடன் நான்கு வரிசைப் படிக்கட்டைத் தாண்டியதுமே பாதங்களை நனைத்தது.

ஊரணிக்கு அப்பால் தெரியும் மேட்டைக் கடந்துதான் இந்த ஊரார் எல்லாம் 'ஒதுங்கிக்' கொள்வதற்குப் போவார்கள். குந்தியதும் மறுகணம் பிருஷ்டத்தை முகரத் துடிக்கும் பன்றிகள், அழுக்கு நீர்க் குட்டைகள், கருவேல முட்கள், கற்றாழைப் பற்றைகள் அங்கு தாராளம்.

வர்ணப்பூச்சைப் பல வருடங்களாகக் காணாத கோபுரங்களுடன் ஊரணியின் மேற்குப் புறத்தில் சிவன் கோயில். இன்னமும் இடம் மாறாத தபால் அலுவலகம் அதற்குப் பக்கத்தில். முத்திரைகள் வாங்க இவன் அங்கு போன போது போஸ்ற் மாஸ்ரரின் அந்தக் கேள்வி அவருடைய மூக்குக் கண்ணாடியையும் மீறி வந்து விட்டது.

"தம்பி ஊருக்குப் புதுசோ?"

"சிலோன் ஊனா மாவன்னா ஸன்" என்றான்.

"ஓஹோ ஹோ... ஊனா மாவன்னா ஸன்னா? அப்போதே சொல்லப்படாதோ?"

"சித்தப்பா பையன் கல்யாணத்துக்கு வந்திருக்காப் போல..."

இவனிடமிருந்து ஆமென்பதற்கு அடையாளமாகத் தலையசைப்பு.

"சரி, சரி... ரொம்பச்சரி... உறவெல்லாம் விட்டுப் போயிரப்படாது பாருங்க..."

சொத்தெல்லாம் பிரிக்கிறப்போ ஒங்களையெல்லாம் எதிர்பார்த்துக் கொண்டேயிருந்தாங்க. தப்பு ஒங்க பேர்ல தான். நீங்கவரல இப்பக்கூட ஒண்ணும் கொறஞ்சு போயிடல. அண்ணனோட பேசிப்பார்க்கலாம். நீரடிச்சு நீர் எங்காவது விலகுமோ? ஆத்தாதான் வேற வேறன்னாலும் அப்பச்சி ஒருவரில்லையோ?"

ஒரு சின்ன இடைவெளி கிடைத்தாலும் கூடத் தன் தலையைப் புகுத்தி சம்பாஷணையில் கலந்து கொண்டு விடலாம் என அவன் துடித்தான். ஆனால் போஸ்ற் மாஸ்டரே தன்னந் தனியாகப் பந்து வீசி, துடுப்பெடுத்தாடி, ஸிக்சர்கள் குவித்துத் தன் ஆட்டத்திறன் குறித்துக் கைதட்டியும் கொண்டிருந்தார்.

இருட்டுப் படுகையில் அவன் வீடு திரும்பிய போது புகைப்படமெடுப்பதில் எல்லோரும் மும்முரமாயிருந்தார்கள். பலவந்தமாக இவனையும் அழைத்துப் படமெடுத்தார்கள். வழக்கம் போல் ஃப்ளேஷ் மின்னும் தருணத்தில் கண்களை மூடியும், எல்லாம் முடிந்த பிறகு புன்னகைத்தும் இவன் ஒப்பேற்றினான்.

கல்யாணம் முடிந்து மறுநாள் அதிகாலை முதல் பஸ்ஸில் கிளம்ப அவன் காத்திருந்தான். "அடிக்கடி வந்து போகணும்பா" என்றார்கள் சித்தப்பாவும் அண்ணனும். ஆம் என்று இவன் சொல்லிக் கொண்டாலும் அதற்குப் பிறகு இந்தப் பக்கம் தான் திரும்பி வரப்போவதில்லை என்ற எண்ணம் உள்ளுக்குள் உறுதியாய்ப் பதிந்து போயிருந்தது.

பஸ்ஸின் வெளிச்சப் பொட்டுகள் தூரத்தே தெரிந்தன.

அப்பாவைக் காணாமலேயே, அவரைச் சிறைமீட்க முடியாமலேயே இவன் ஊர் திரும்பினான்.

***வீரகேசரி* – 8, வைகாசி 1988**

கள்ளிச்சொட்டு

எப்படி அங்கு வந்தேனோ? வெள்ளத்தில் சிக்கி, கடலில் புகுந்த ஓர் இலையாகி இருந்தேன்.

இருக்கின்ற அழகையும் கெடுத்துக் கொண்ட ஒப்பனை கூடிய கல்யாணப் பெண்ணாக நடுவே கோயில். சூழ நின்ற விருட்சங்களுடன் நிலாக்காலத் தில் இனி என்றைக்குமே பேசாது என்பது போல நின்றது அது, கோயிலை வளைத்துக் கடை வீதி, கரி மண் கிளறிக் கிளறி நடைபோடும் ஜனங்கள். ஒவ் வொரு கடையிலும் தேனடையை மொய்க்கும் ஈக்க ளாகிக் குழுமி நிற்கும் ஜனங்கள். எறும்புகளாகி முட்டி யும், மோதியும் விலகிப் போகும் ஜனங்கள். ஜனங்கள். ஜனங்கள்.

எதிர்வெயிலை வாங்கித் தம் முகம் நோக்கித் துப்பி யெறிகின்றன அலுமினியப் பாத்திரங்கள். மெல்லிய கைகளைப் பற்றி வளையல் அணிவிப்பதில் காலத்தைக் கரைக்கிறார்கள் காப்புக்கடைப் பையன்கள். இந்த உச்சக்கட்டத்தில் ஓரங்கட்டப்பட்டு விட்டனர் கச்சான் கொட்டை விற்பவர்களும், கடலை வண்டிக்காரர் களும். சப்த சங்கீதத்துடன் தேநீர்க்கடைகள். புல்லாங்குழல் ஊதியபடி கிருஷ்ணன். தியானத்தில் இருக்கிறார் புத்தர். கண்ணாடிகளில் கிழவனாகிக் கொண்டிருக்கும் நான். “அம்மா எனக்கு வேணும்” என்று கைகால்களை உதறி அடம் பிடிக்கிறது பொம்மைக் கடைமுன்னே நிற்கும் குழந்தை. தலை களில் ‘பலூன் கொம்புகள்’ முளைத்த வியாபாரிகள் வாய்களால் வினோத ஒலி எழுப்புகிறார்கள். புறா

முக்கலுடன் ஐஸ்கிரிம் வண்டிகள், கிணற்றடி மூலையில் கணேசனின் அப்பா கரும்பு விற்கிறார்.

கோயிலின் பின்புறம் தீக்குழி. அடுக்கப்பட்ட விறகு களை விழுங்கியபடி நெருப்பு மோகினி சுழன்று சுழன்று ஆட்டம் போடுகிறது. அதன் தாபமும் தகிப்பும் எங்கும் பரவு கிறது தீக்குழியைச் சுற்றிச் சில மனிதர்கள் நிற்கின்றனர். நெருப்பில் உதித்தவர் போன்றும் நெருப்புடன் வாழ்பவரா யும் அவர்கள் தோற்றம் காட்டினர். விறகுகளை விழுங்கிச் செந்தழலாகி ஒளிர்கிறது நெருப்பு. மட்டையினால் அடித் தடித்து எரிதழலின் உயரத்தை மண்ணோக்கிச் சரிப்பார் கள் அந்த மனிதர்கள். கால்நடைகளை விழுங்கி அசைய இயலாமல் படுத்துக் கிடக்கும் மலைப்பாம்பை நினைவுப் படுத்தும் அந்தியிலே இந்தத் தீக்குழி. அந்தியில் ஊர் எல்லைக் கடலில் நீராடி, மஞ்சள் பூசி, சங்கு, உடுக்கை, பறை மேளங் களுடன் வருவார்கள் தருமன், வீமன், அர்ச்சுனன், நகுலன், சகாதேவன், பாஞ்சாலி கொலுவினர். அவர்கள் நெருப்பில் நடப்பார்கள். மறுகரை அடைவார்கள்.

ஜனநெரிசலில் தள்ளூண்டு நான் நடந்தேன். மரங்களின் கண்ணீர்த்துளிகளெனச் சருகுகள் பரவிக் கிடக்கின்றன. சருகுகள் நொறுங்க நொறுங்க மென்மேலும் முன்னேறு கின்றன என் பாதங்கள். செக்குமாட்டுத் தனத்துடன் கோயிலைச் சுற்றிச் சுற்றி இலக்கற்ற ஒரு பயணம்.

ஆயிரமாயிரம் அண்டங்காகங்கள் ஒலிபெருக்கியில் கூடியிருந்தன. அவை பாரதம் பாடி வில்லிபுத்தூராழ்வார் மீது எச்சங்கள் இட்டன. ‘இன்னும் சொற்ப நேரத்தில்’ என்று அடிக்கடி ஒலித்தன. குழந்தைகளைத் தொலைத்தவர் களை வந்து கையேற்கும்படி வேண்டின. முடிச்சு மாறிகள் பற்றி எச்சரித்தன. பெண்களின் பாகங்களுக்கு யாதொரு சேதமும் விளைவிக்க வேண்டாம் எனக் கெஞ்சிக் கேட்டன.

அம்பாக்குழலைச் சிறுவர்கள் போட்டிக்கு ஊதுகிறார் கள். சர்பத் கடைகளின் பலவர்ணப் போத்தல்களிலும் கரண்டிகள் ஓடியோடி ஒலி எழுப்புகின்றன. குழந்தைகள் வீரிட்டழுகின்றன. அம்மாக்கள் அடிக்கப் போவதாகப் பாசாங்கு செய்கிறார்கள். கையிலும் இடுப்பிலும் குழந்தை கள் தொங்கப் ‘புருஷமரங்கள்’ முழிக்கின்றன. எங்கும் நாராசம். மரம் விட்டு நீங்கி என் செவிகளில் இறங்குகின்றன மரங்கொத்திப் பறவையின் அலகுகள். ஒரு தொகைப் பாதங் கள் எற்றிக் கிளப்பும் புழுதியிலும், குளோரின் நெடியை மீறிய மூத்திரவாடையிலும் மூச்சுத் திணறுகிறது.

திடீரெனப் பரபரப்புடன் ஜனங்கள் விலகி நின்று வழி விடுகின்றார்கள். எனக்கல்ல. துப்பாக்கிகள் ஏந்திய கூட்டம் ஒன்று பின்னால் வருகின்றது. பத்துக் கட்டளைகளில் வரும் மோசேயிற்கும், கூட்டத்திற்கும் கிடைத்ததைப்போல ஜனக் கடலில் இவர்களுக்கும் தனிப்பாதை தோன்றித் திறந்திருந்தது. முட்டல் மோதல் எதுவுமின்றி அவர்கள் முன்னேறலாம். ஆயுதந்தாங்கிகளின் முன்னால் எப்போதும் திறபட்டுக் கிடக் கின்றன வழிகள். கோயிலின் மூலஸ்தானம் வரை, கடலின் தொங்கல் தொடுவானம் வரை, என் தாயின் கருவறை வரை கூட அவர்களால் சென்றுவர முடிகிறது.

என் தோளைப் பற்றிப் பிடிக்கிறது ஒரு கரம். திரும்பிப் பார்த்தேன். துப்பாக்கியுடன் ஒருவன் நின்றான். ஏதாவ தொரு கானகத்தில் தொலைந்து போயிருக்கும் அவனது முகத்தின் புன்சிரிப்பு.

“என்னை அடையாளம் தெரிகிறதா?” என்று கேட்டான் அவன். மண்புழுவாகி வேர்களின் நுனிகளைக் கண்டறியும் குழப்பத்தில் தவிக்கின்ற என் முகம் அவனுக்கு வியப்பூட்ட வில்லை. நான் இருட்குகையில் ஓவியங்ளைக் கண்டறியத் தட்டுத் தடுமாறிக் கொண்டிருந்தேன்.

என்னைக் கரையேற்றி விடும் பரிவுடன் சாந்தமான குரலில் அவன் சொன்னான்: “நான் உன்னுடைய நண்பன்.”

“அப்படியா?” என்றேன்.

வெவ்வேறு பிராயங்களில் வெவ்வேறு நண்பர்கள் என் வாழ்வின் சாலையில். வண்ணத்துப் பூச்சியாய் ஞாபகம் அலைக்கழிக்கின்றது. என் அத்தனை சக்திகளையும் ஒன்று திரட்டித் துரத்திக் கொண்டிருக்கிறேன்.

‘நீ குழம்பிப் போயிருக்கிறாய்... வா! பேசிக்கொண்டே போகலாம்’ என அவன் அழைத்தான். நீட்டிய அவன் கை களை உதறமுடியாமல், மிட்டாய் தந்த சந்நியாசியின் பின்னால் இழுபடும் சிறுவனாகப் போய்க் கொண்டிருந்தேன். யானை இழுத்துச் செல்லும் மரக்குற்றி போல் என் உடல் தோன்றிற்று.

என்பக்கமாக முகத்தைத் திருப்பி அவன் ‘இன்னமும் என்னைக் கண்டுபிடிக்கவில்லைபோல?’ என்றான் கிண்டலாக.

நான் மௌனங் கொண்டிருந்த போதிலும் என் முழு முயற்சியும் அதிலேயே இருந்தது. கொஞ்சங் கொஞ்சமாகத்

தெரிகிறது. அந்தக் கண்கள், இடது கோடித் தெற்றுப்பல், நெற்றித் தழும்பு... பனிப்புகார் மெல்ல மெல்ல விலகு கிறது. ஒட்டடை தட்டியாயிற்று. அவன் யாரென்று தெரிந்து விட்டது. இடியுண்ட கட்டிடத்தின் கற்குவியல்களுக்குள் இருந்து தலைநீட்டி மேலெழுந்து வருகிறது ஒரு சர்ப்பம். 'கொல் கொதாவில் சிலுவையில் அறைபட்டவன் மூன்றாம் நாள் முழித்தெழுகிறான். சாம்பலிலிருந்து உயிர்த்தெழுகிறது இதோ ஃபீனிக்ஸ் பறவை... தீம்தரிகிட... தீம்தரிகிட...

செத்துப் போனவன் ஜனசமுத்திரத்தின் நடுவே என்னைக் கூட்டிச்செல்கிறான். மரணம் ஒரு புத்தகத்தின் கடைசிப்பக்கமா? இல்லையேல் இன்னொரு புத்தகத்தின் முதற்பக்கமா? கடலில் முடிந்ததாகச் சொல்லப்பட்டவன் தரையில் நடக்கிறான். சப்பாத்துக்கால்களால் சருகுகளை நொறுக்கிக் செல்கிறான். பயமும் பரவசமும் என்னைச் சூழ்ந்து கொண்டன. அவன் தோளை உரிமையுடன் பற்றினேன்.

"நீ செத்துப் போனதாகச் சொன்னார்கள் படுபாவி கள்..."

அவன் தீட்சண்யமான கண்களால் என்னைப் பார்த்தான்.

"எனக்குச் சாவில்லை" என்றான்.

மலை அருவியின் மூர்க்கத்தனத்துடன் எனக்குள் வார்த்தைகள் இருந்தன. வெகு வாஞ்சையுடன் அவனை உற்று நோக்கினேன். அப்போது அது நிகழ்ந்தது. துப்பாக்கி வேட்டுச் சத்தம் ஒன்று. தொடர்ந்து பல வேட்டுகள். நிலமும், காதுகளும் பிளப்பதுபோல ஒரு வெடியோசை. அதிர்வுடன் ஒருமுறை குலுங்கிற்று பூமி. எங்கும் புகை. ஒரே இரைச்சல். கூக்குரலிட்டு ஜனங்கள் தாறுமாறாக ஓடிக் கொண்டிருந் தனர். என் பக்கத்தில் நின்ற துப்பாக்கி நண்பன் "ஏதோ சிக்கல்" என்று சொன்னான். அவன் முகம் கொடூரமாக மாறியிருந்தது.

கடல் கொந்தளித்து ஊர் நோக்கி வருகின்ற இரைச்சல். ஆளை ஆள் முண்டித்தள்ளி ஏறிமிதித்து ஓடுகின்றனர். நண்பன் துப்பாக்கியுடன் உஷார் நிலையில் நின்றான். மழையில் நனைந்து கொடுகும் ஆட்டைப் போல மரமொன் றின் மறைவில் நான் நின்றுகொண்டேன். பயத்தில் என் உதடுகள் உலர்ந்திருந்தன. கை கால்களின் நடுக்கத்தை மறைக்க முயற்சித்துக் கொண்டிருந்தேன்.

"பயம் வேண்டாம்" என்றான் துப்பாக்கி நண்பன்.

ஒவ்வொரு வகையான துப்பாக்கிக்கும் ஒவ்வொரு வகையான குரல் இருந்தது. துப்பாக்கிகளின் உரையாடல் முடிவற்று நீண்டு கொண்டே சென்றது. ஓய்கிறது என எண்ணும் போது மறுபடியும் எங்கிருந்தோ குண்டொன்று வெடிக்கிறது.

“இப்போது மண்ணில் நீங்கள் குப்புறப்படுத்துக் கொள்வது பாதுகாப்பானது” என்றான் துப்பாக்கி நண்பன்.

ஆபத்து நம்மிலிருந்து நகர்கிறதா, அல்லது ஆபத்தை நோக்கி நாம் நகர்கின்றோமா என்ற புரியாமையின் தத்தளிப்புடன் நான் மண்ணில் கிடந்தேன். ஒரு சடலம் எந்தவொரு ஆட்சேபணையையும் எழுப்பாது என்ற நம்பிக்கையுடனும், உயிர் தப்பவேண்டுமென்ற வெறியுடனும் என்னை மிதித்தபடி ஆட்கள் ஓடிக்கொண்டிருந்தனர்.

“என்ன நடக்கிறது?” என்று ஈனஸ்வரமான குரலில் என் நண்பனைக் கேட்டேன். தோட்டாக்கள் தீர்ந்து போயிருக்கலாம். அவனுடைய முகம் கலவரமடைந்திருந்தது.

“பின்வாங்க வேண்டிய தருணம் இது” என்றான் என் நண்பன். மரணம் நாலுகால் பாய்ச்சலில் என்னை நோக்கி வந்து கொண்டிருப்பது உறைக்கச் சட்டென்று எழுந்தேன். நண்பன் முதலிலும் நான் அவனைப் பின்தொடர்ந்தும் ஓடினோம்.

விஷப்பூண்டை விழுங்கி ஆற்றங்கரையில் ஆங்காங்கே சரிந்த மாடுகளின் பிணங்களைப் போல அநாதை சைக்கிள்கள், பாத்திரங்கள், பனையோலைப் பெட்டிகள், ரப்பர் பொம்மைகள் . . . தடை தாண்டி ஓட்டக்காரன் ஆகியிருந்தேன். மலைப்பாம்பு படுப்பது போல் எதிரே ஆலமரவேர். இடறிக் குப்புற விழுந்தேன். மண் தட்டக் கூட நேரமற்று நோவுடன் மறுபடியும் ஓடினேன். என் நண்பனின் முதுகுப்புறம் வெகு தொலைவில் தெரிந்தது. மலைகளின் வாய்க்குள் போகும் இறுதிக் கணத்துச் சூரியன்போல அது மெல்ல மெல்ல நழுவிச் சென்றது. வலிகளையெல்லாம் மூட்டை கட்டியெறிந்து விட்டு சக மனிதர்களை முந்தும் வெறியுடன் ஓடிக் கொண்டிருந்தேன். ஏதேனும் ஒரு குண்டு தாக்கிவிடலாம் என்ற முதுகுப்புறத்தின் குறுகுறுப்புடன் ஓடினேன்.

நகரத்துப் பேய்களாக ஜீப்வண்டிகள் ஊளையிட்டு அலைகின்றன. தாறுமாறாய் ஓடும் வாகனங்களின் ஹோர்ன் ஒலி மதங்கொண்ட யானைகளாய்ப் பிளிறுகின்றன. என் முன்னால் ஓடிக்கொண்டிருந்த கன்றுக் குட்டி கால் பிசகி, தெருவில் ‘அம்பா’ என்ற சத்தத்துடன் விழுகிறது. தாய்ப்

பசுக்கள் பதில் குரலுடன் அலைகின்றன. ஒவ்வொரு மரத்திற்கும் காகங்கள் கரைந்து கரைந்து சேதிகள் சொல்கின்றன. ரத்தச் சொட்டுகளைத் தெருவில் சிந்தியபடி, சிவப்பொளி சுழன்றடிக்க, ஒலியெழுப்பியவாறு வாகனம் ஒன்று விரைந்து செல்கிறது. நீட்டிய பல சோடிக்கால்கள் வாகனத்தின் வெளியே தெரிகின்றன. மரணத்தின் கொடூரப்பற்களும், விஷ நகங்களும் என்னைக் குறி வைக்கின்றன. நான் தப்பித்தாக வேண்டும். கால்களில் உயிரை இறக்கி, பாய்ந்து பாய்ந்து ஓடினேன்.

வெறிச்சோடிய தெரு அச்சமூட்டியது. தொலைவில் கரும்புகை பூதமாய் எழுகிறது. கிரஹணம் கவிந்தது என் கிராமத்தின் மீது. குருஷேத்திரத்தின் பதினான்காம் நாளில். நான் வந்து நிற்கிறேன். ஜயத்ரதனின் தலை கொய்யப்படுவதற்காகப் பகலை இருளாக்கி நாடகமாடுகிறான் கிருஷ்ண பகவான். 'என் தலை எனக்கு வேண்டும்'. குருட்டு நம்பிக்கையுடன் ஓடுகிறேன். தெருவின் வீடுகள் எல்லாம் சப்தமிழந்து பேதலித்துப் போயிருந்தன. மௌனிகளாய், செவிடுகளாய், குருடுகளாய் நின்றன வீடுகள் எல்லாம். வானில் இராட்சதப் பறவை கெக்கலிப்புடன் சிறகடிக்கிறது. திக்கொன்றாய் அலையும் குஞ்சுகளைக் கர்வத்துடன் அது வேவு பார்க்கிறது.

தெருவில் தனியாக ஓடும் அபாயத்தை உணர்ந்தேன். பக்கத்து வளவொன்றினுள் நுழைவதைத் தவிர எனக்கு வேறு வழி இருக்கவில்லை. உறைந்து போன மெழுகைப் போன்ற வீடொன்று உள்ளே இருந்தது. மதில்களினாலும், தாறுமாறாக வளர்ந்த செடிகொடி மரங்களாலும் அடக்கியாளப் பட்ட வீடாக அது இருந்தது. சிறை மீட்டெடுக்க வரும் ராஜகுமாரனை எதிர்நோக்கியதான மௌனமான துயரத்துடனும் நீர்த்தடங்கள் மறையாத, பாசி படிந்த சுவர்களுடனும் அது காத்திருந்தது.

முற்றத்தில் ஒன்றையொன்று துரத்தியபடி ஓடுகின்றன கீரிப் பிள்ளைகள், கூரை முகட்டின் புறாக்கள் முக்குகின்றன. சிள்வண்டுகள் விட்டு விட்டொலிக்கின்றன. சுழி நிறைந்த ஆறு பற்றிய அச்சம் எடுத்துவைக்கின்ற என் ஒவ்வொரு காலடியிலும். அங்கிருந்த விருட்சங்களின் நீண்ட கிளைகள் என்னை வளைத்துப் பிடித்து, முறுக்கி, எலும்புகளை நொறுக்கிவிடுமோ என்ற அச்சத்திலும், பெயர் தெரியாத ஏதேனும் பறவை ஒன்று விருட்டெனப் பறந்து வந்து தன் கூரிய அலகினால் என் கண்ணைக் கொத்தித் தட்டிச் சென்று விடுமோ என்ற பயத்தினூடும் நான் தயங்கித் தயங்கி நடந்தேன். சங்கிலிக் கட்டுகளில் பின்புறம் கிடக்கின்ற நாய்களுக்குத்தான் எத்தனை ஆவேசம். என் சதைகளைப்

பிய்த்தெறியும் குரூரம் கண்களிலே மின்ன, முன்னங்கால் களால் மண்ணை விறாண்டி விறாண்டி மூர்க்கத்தனத்துடன் குரைக்கின்றன அவை. 'கடவுளே, சங்கிலிக் கண்கள் தெறித்து விடக்கூடாது'

பலநூறு வருடங்களுக்கு முன்னால் சாத்தப்பட்ட ஜன்னலொன்று பெருமுயற்சியுடன் திறபடுவதைப் போன்ற சத்தம். நான் அண்ணாந்து பார்த்தேன். இருட்குகையில் ஒளிரும் மெழுகுவர்த்தி ஏந்தித் தோன்றுகிறாள் ஒருத்தி. முகலாயர் காலத்து மூடுபல்லக்கின் திரை விலகத் தெரியும் ஒரு பெண்ணின் சோகம் கவிந்த முகம். நாய்களை அவள் அதட்டுகிறாள். இஷ்டமற்று முனகல்களுடன் அடங்குகின்றன நாய்கள். என் பக்கம் அவள் பார்வை திரும்புகிறது.

"நான் . . . நான் . . ." என்னைப் பற்றித் தட்டுத் தடுமாறலுடன் சொல்ல ஆரம்பித்தேன் . . .

"தெரியும் . . . தெரியும் . . ." என்று இடைமறித்த அந்தச் சாளரத்து முகம் மறைந்து போனது. வாசற்கதவின் தாழ்ப் பாள் உட்புறமாக அகற்றப்படும் ஓசை சிறிது நேரத்தில் கேட்டது. வாசல் நிலையில் தலைதட்டும் உயரத்துடன் அவள் நின்றிருந்தாள். முதுமையின் படிகளில் அவள் கால் வைத்திருந்தாள். வீட்டின் மௌன ஓலம் அவள் முகத்திலும் இருந்தது. வாவென்று கூடச் சொல்லாமல் சாவி கொடுத்த பொம்மை போல் மறுபடியும் வீட்டுப்படிகளில் அவள் ஏறத் தொடங்கினாள். மேகங்களைக் கையால் பிடிக்கப் போவது போல் அவள் போய்க் கொண்டேயிருந்தாள். நான் பின் தொடர்ந்து கொண்டிருந்தேன். முடிவிடம் தென்படாமல் படிகள் . . . படிகள் . . . படிகள் . . .

படிகளில் ஏறி ஏறி என் மூச்சு வாங்கியது. என் உடலை எங்கேனும் சாய்க்கா விட்டால் தாங்காது போலிருந்தது. களைப்பினால் தளர்ந்து போயிருந்தேன். ஒவ்வொரு படிகளிலும் என் முன்னால் அவள் ஏறிச் செல்கையில் அவளுடைய கூந்தலை நான் மிதித்து விடக்கூடாதேயென அஞ்சினேன். முடியப்படாத கூந்தலின் பின்னால் ஒளிந் திருக்கலாம் ஏதேனும் சபதம். ரோமர் இலக்கங்கள் கொண்ட, என்றோ நின்று போன சுவர் மணிக்கூடு ஒட்டடையுடன் தொங்குகிறது. என்னைத் திரும்பிப் பாராமல், பேசிய படி சென்றாள் அவள்.

'இது பாதுகாப்பான இடம் என்றா இங்கு நுழைந்தாய்?'

'. . .'

'என்னை உனக்குத் தெரியாதல்லவா?'

‘தெரியாது.’

‘நான்தான் ரோசலீன்.’

‘உன் அம்மாவின் பள்ளிக்கூடத்துச் சினேகிதி.’

அம்மா எதுவும் தானாகச் சொன்னதில்லை. அம்மாவின் பால்யகால நினைவுகள் கறையான் தின்ற ஒரு புத்தகம். அங்கிருந்து எனக்குக் கிடைத்ததெல்லாம் ஓரிருவரிகள். தெருவில் சிந்திய தானியமணிகளை அவசர அவசரமாகக் கைப்பற்றிய காகம்போல அவளுடைய சம்பாஷணைகளில் நான் பொறுக்கியவை சொற்பம். ஆனால் ரோசலீன் பற்றி அங்கு எதுவுமிருந்ததில்லை.

“வீட்டில் வேறு யாருமில்லையா?’ என்று நான் கேட்டேன்.

‘இதோ . . . இந்தச் சுவர்களில் இருக்கிறார்கள்’ கருகிப் போன மலர் மாலைகளுடன் தொங்கும் புகைப்படங்கள். அவள் பெருமூச்சு விட்டுக்கொண்டாள்.

‘போனார்கள் . . . ஒன்றன் பின் ஒன்றாகப் போனார்கள். திரும்பி வரவில்லை.’

‘இங்கே தனியாகவா இருக்கிறீர்கள்? உங்களுக்கு அப்படி இருப்பது பயமாயில்லையா?’

அவள் நடை நின்றது. திரும்பி என்னைப் பார்த்தாள். ‘பயமா? எலும்புகளால் கட்டப்பட்ட வீடு இது. ரத்தத்தினால் வர்ணம் பூசப்பட்டது இந்த வீடு. இன்னும் என்ன நடக்க வேண்டும் பயப்பட?’

நாய்கள் மறுபடியும் குரைக்கின்ற ஓசை. வெளியே தத்தம் வல்லமை கூறி வானத்தையும் எச்சரிக்கின்ற துப்பாக்கிகள். அவள் பரபரப்படைந்தாள். ஒரு படி கீழே இறங்கி என் கைகளை ஆதரவுடன் அவள் பற்றினாள். நெருக்கத்தில் மதுவாடை வீசியது. கண்களில் நீர் தேங்கியிருந்தது.

‘சிறகடியில் வைத்திருந்து வைத்திருந்து என் குஞ்சுகளை ஒவ்வொன்றாய்ப் பறிகொடுத்தேன். எனக்கு வந்த கதி உன் அம்மாவுக்கும் வேண்டாம் . . . . . . ஓடித்தப்பு . . .’

அவன் படிகளின் வழியாய் இறங்கி மறுபடியும் ஓடத் தொடங்கினான்.

***வீரகேசரி* – 16.05.1993**
***இந்தியா டுடே* – ஏப்ரல் 1994**

அரசனின் வருகை

மூடுண்ட அந்த நகரத்துக்கு அரசன் வரும் நாள் அண்மித்துக் கொண்டிருந்தது. யுத்தத்தில் இடிந்து போன கோயிலைக் கட்டும் பணிகளை ஆரம்பித்து வைக்க அவன் வருவதாகச் சொன்னார்கள். அரசனின் வருகை பற்றிய அறிவிப்புகளை உடம்பில் ஒட்டிக் கொண்டு எருமைகள் எல்லாம் நகரத்து வீதிகளில் அலைந்து திரிந்தன. முரசுகள் சந்து பொந்துகளெங்கும் சென்று அதிர்ந்தன.

ரத்த ஆற்றின் கரையில் அந்த நகரம் இருந்தது. சிறு காற்றுக்கு உரசி, தீப்பற்றி எங்கும் மூளும் மூங்கில்கள் நிறைந்த நகரம் அது. கடைசி யுத்தம் மூன்று வருஷங்களின் முன்னால் நடந்தது. யானைகளின் பிளிறல், குதிரைகளின் கனைப்பு, வாட்கள் ஒன்றோடொன்று உரசுமொலி, மனிதர்களின் அவலக் குரல் எல்லாம் இன்றைக்கும் செவிகளில் குடியிருந்தன. அப்போதைய பிணங்களின் எரிந்த வாடை இன்னமும் அகலாமல் நகரத்தின் வானத்தில் தேங்கிப் போய் நின்றது. அண்மைக் காடுகளை உதறி விட்டுப் பிணந் தின்பதற்காக இங்கே வந்த பட்சிகள் யாவும் பெரிய விருட்சங்களில் தங்கி இன்னொரு தருணத்திற்காக ஏங்கிக் கொண்டிருந்தன. கூரையிழந்த வீடுகள், கரி படிந்த சுவர்கள் அந்நகர் தன் அழகு முகத்தின் மூக்கை இழந்த விதம் சொல்லும். ஆந்தைகளின் இடைவிடாத அலறல்களுடனும், நாய்களின் அவ்வப்போதைய ஊளைகளுடனும் நகரத்தின் இரவுகள் கழிகின்றன. முகிலுக்குள் பதுங்கிக் கொண்ட நிலவு வெளியே வருவதில்லை. பால் கேட்டுக் குழந்தைகள் அழவில்லை.

நடு இரவில் குதிரைகளின் குளம்பொலிகளும் சிப்பாய்களின் சிரிப்பொலிகளும் விட்டு விட்டுக் கேட்கும். நெஞ்சறை காய்ந்து, செவிகள் நீண்டு, கூரையில் கண்களைப் புதைத்துப் பாயில் கிடப்பான் ஊமையன்.

ஊமையனும் இன்னும் சிலரும் அந்த நகரத்தில் எஞ்சி யிருந்தனர். உயிர் தப்பிய சிலரும், உயிர் தப்பப் பலரும் ஆற்றைக் கடந்து வேறு பகுதிகளுக்குச் சென்றார்கள். கரை யில் நின்று கையசைத்த பெண்களின் கண்களில் துளிர்த்த நீரில் அந்தப் படகுகள் மறைந்து போயின. ஊமையனுக்கு அம்மாவை விட்டுப் போக மனமில்லை.

ஊமையனின் உண்மையான பெயர் பலருக்கு மறந்து போய்விட்டது. அதிகம் எதுவும் பேசாததால் அவனுக்கு அந்தப் பெயர் வந்தது. அவன் பேச்சு எவ்விதம் மெல்ல மெல்லக் குறைந்தது என்பது பற்றி அம்மா அறிவாள்.

கலகக்காரர்களை ஒடுக்க இந்த நகரத்துக்கு அரசன் அனுப்பிய படையுடன் கூடவே ஆயிரமாயிரம் பிணந் தின்னிக் கழுகுகளும் தம் சிறகுகளால் சூரியனை மறைத்த படி இங்கே நுழைந்தன. கோயிலின் சிலை, பெண்களின் முலை, குழந்தைகளின் தலை என்ற வெறியாட்டம். மத யானைகள் துவம்சம் செய்த கரும்புத் தோட்டமாயிற்று, அந்நாட்களில் இந்த நகரம்.

ஊமையனும் ஒருநாள் பிடிபட்டவன்தான். முகத்து மயிரை மழிக்க அவன் வைத்திருந்த சவரக்கத்தி கூட ஓர் ஆயுதம் எனக் குற்றஞ் சாட்டி, அவனுடைய கைகளைப் பின்புறம் கட்டி, பாதணிகள் இல்லாத அவனைக் கொதி மணலில் அழைத்துச் சென்றனர், நடு வெயிலில் நடுத்தெரு வில் முழங்காலில் நிற்க வைத்து சூரிய நமஸ்காரம் பண்ணச் சொன்னார்கள். வாயில் கல்லைத் திணித்து, வயிற்றில் குத்தினார்கள். 'அம்மா' என்ற அவனுடைய சத்தம் கல்லைத் தாண்டி வெளியே வரவில்லை.

மாலையில், வெறிச்சோடிய தெரு வழியாகத் தளர்ந்த நடையும், வெளிறிய முகமுமாக ஊமையனும் இன்னும் சிலரும் நகரத்துக்குத் திரும்பி வந்தனர். மரணத்தின் தூதுவன் மறுபடியும் கைதட்டிக் கூப்பிடுவான் என்ற அச்சத்தில் திரும்பிப் பாராமல் நிழல்கள் இழுபடத் தள்ளாடித் தள்ளாடி அவர்கள் வந்தனர். தெருமுனையில் அவர்கள் தோன்றியதும் பெண்கள் ஓட்டமும் நடையுமாக அவர்களிடம் வந்தனர். ஓடி ஓடி ஒவ்வொரு முகமாகத் தேடி அலைந்தனர். வராத முகங்கள் தந்த பதற்றத்தில் நடுங்கினார்கள். ஒப்பாரி

வைத்து அழுதார்கள். 'என்ன நடந்தது, என்ன நடந்தது' என்று ஓலமிட்டார்கள். தனதப்பன் போய்ச் சேர்ந்து விட்டான் என்ற சேதி தெரியாமல் ஒருத்தியின் இடுப்பி லிருந்த குழந்தை விரல் சூப்பிச் சிரிக்கின்றது. 'என்ன நடந்தது, என்ன நடந்தது' என்று இன்னொருத்தி ஊமையனின் தோளைப் போட்டு உலுக்கி ஒப்பாரி வைக்கின்றாள். பேய்க் காற்றின் உரசலில் கன்னியர் மாடத்தின் சவுக்கு மரங்கள் இன்னும் துயரத்தின் பாடல்களைப் பரப்புகின்றன.

வாழ்வதற்கான வரமும் அதிர்ஷ்டமும் தனக்கிருப்பதாக எண்ணி ஒரு சிறு கணம் உள்ளம் துள்ளிய சிறுபிள்ளைத் தனத்துக்காக வெட்கப்பட்ட ஊமையன் தன் தலைமேல் கத்தி தொங்கும் வாழ்க்கை விதிக்கப்பட்டிருப்பதை மெல்ல உணர்ந்தான். மௌனத்தில் அவன் காலம் நகர்ந்தது. வீட்டுக் குள் முடங்கிய அவனை நான்கு சுவர்களும் நெரித்தன. வீட்டின் கூரை பல சமயங்களில் நெஞ்சில் இறங்கிற்று. ஒளியைத் தவறவிட்ட தாவரம்போல ஊமையன் வெளிறிப் போயிருந்தான். தேவாங்கின் மிரட்சியுடன் தடுமாறிக் கொண்டிருந்தான்.

பகலிலும் இரவிலும் கனவுகளில் அலைந்தான். கண்கள் தோண்டப்பட்ட, நகங்கள் பிடுங்கப்பட்ட மனிதர்கள் 'எங்களுக்கோர் நீதி சொல்' என்று தள்ளாடித் தள்ளாடி அங்கே வந்தனர். அரைகுறையாக எரிந்த தெருச் சடலங்கள் வளைந்தெழுந்து 'நாங்கள் என்ன குற்றம் செய்தோம்' என்று முனகின. நீர் அள்ள உள்ளே இறங்கிய வாளியைக் கிணற்றுள் கிடந்த பிணங்களிலிருந்து கையொன்று மெல்லப் பற்றிக் கொண்டது. கழுத்தை இழந்த கோழியொன்று துடிதுடித்து உயிரைத்தேடி அங்குமிங்கும் அலைந்து மண்ணில் சாயும். குட்டித் தாய்ச்சி ஆட்டின் வயிறு மீது குதிரை வண்டிச் சக்கரங்கள் ஏறிச் செல்லும். மயிர் உதிர்ந்த தெரு நாய்களின் வாய்கள் மனிதர்களின் கையையோ காலையோ கவ்வி இருக்கும்.

ஊமையனின் கனவில் அரசனும் வந்திருக்கின்றான். சாந்த சொரூபனாய், கடைவாய் கெழிந்த புன்னகையுடன் அந்தக் கனவில் அவன் வந்தான். கடைவாய் கெழிந்த இந்தப் புன்னகைக்குப் பின்னால் முதலைகள் நிறைந்த அகழியும், நச்சுப் பாம்புகள் பதுங்கிக் கொண்ட புற்றொன்றும், விஷ விருட்சங்களைக் கொண்ட வனாந்தரமும் ஒளிந்திருப்பதாகப் பலர் பேசிக் கொண்டனர். இதைப் போல் அரசனைப் பற்றிப் பல கதைகள். வெண்புறாக்களை வளர்ப்பதில் அவன் பிரியம் கொண்டவன் என்றும், மண்டையோடுகளை

மாலையாக்கி அணிவதில் மோகமுள்ளவன் என்றும் ஒன்றுக் கொன்று முரணான கதைகள். பல நூற்றாண்டுகள் மண்ணுக்குள் யாத்திரை செய்து புதையுண்டு கிடந்த தன் முன்னோரின் கிரீடத்தைக் கண்டெடுத்துத் தலையில் சூடிக் கொண்டான் அவன் எனவும், செல்லுமிடமெல் லாம் சிம்மாசனத்தையும் கொண்டு திரிந்தான் என்றும் காற்றில் வந்தன பல கதைகள்.

அரசவை ஓவியர்கள் வெகு சிரத்தையுடன் உருவாக்கி யிருந்த அந்தப் புன்னகை சிந்தும் முகத்துடனேயேதான் ஊமையனின் கனவிலும் அரசன் வந்தான். கோவில் மணி விட்டு விட்டொலிக்கின்றது. பாட்டம் பாட்டமாக வானத் தில் பறவைகள் அலைகின்றன. வேதம் ஓதுகின்றனர் முனிவர்கள். அது ஒரு நதிக்கரையோரம். பனி அகலாத புல்வெளியில் அரசன் வெண்ணிற ஆடைகளுடன் தன் கையிலிருந்த வெண்புறாவைத் தடவியபடி நடந்து கொண் டிருந்தான். அவன் பின்னால் ஊமையன். சௌந்தர்யத் தைக் கண்டு சூரியன் கூடச் சற்றுத் தயங்கித் தடுமாறி வந்த ஓர் இளங்காலை.

அரசன் அண்ணாந்து ஆகாயத்தைப் பார்த்தான்.

'மேகங்கள் அகன்று கொண்டிருக்கின்றன. இன்னும் கொஞ்சநேரம் . . . கொஞ்சநிமிஷம் . . . வெளிச்சம் வந்து விடும் . . .'

அரசனின் குதூகலமான மனநிலை ஊமையனுக்கு ஓரளவு தைரியத்தைத் தந்தது.

'அரசே வெளிச்சம் வருவதற்குள் நாங்கள் இறந்து விடமாட்டோமா . . . இப்போதும் என்ன, நாங்கள் நடை பிணங்கள் போல அல்லவா உள்ளோம்?'

ஊமையனைத் திரும்பிப் பார்த்து அரசன் சிரித்தான்.

'போர் என்றால் போர் . . . சமாதானமென்றால் சமாதானம் . . .'

ஊமையன் வார்த்தைகளை மென்று விழுங்கிச் சொன்னான்.

'போர் என்றால் ஒரு தர்மமில்லையா அரசே? குடி மக்கள் செய்த பாவம் என்ன? சிசுக்கள், நோயாளிகள், முனிவர்கள், பெண்கள் இவர்களைக் கொல்வது யுத்த தர்மமா?'

அரசன் புன்னகைத்தான். 'தேர் ஒன்று நகரும் போது புற்கள் புழுக்கள் பற்றி முனகுகின்றாய் நீ... எனக்குத் தெரியும்... எல்லாம் தெரியும்...'

'நீங்கள் மனது வைத்தால் எதுவும் முடியும். எதுதான் முடியாதது?' என்றான் ஊமையன்.

அரசனின் நடை திடீரென்று நின்றது. 'ஆம்... நான் நினைத்தால் எதுவும் சாத்தியம்... இதோ பார்!' என்றான் அவன். அரசனின் கையிலிருந்த வெண்புறா சட்டென்று மாயமாக மறைய, முயலின் அறுபட்ட தலை ரத்தத்தில் தோய்ந்து அங்கேயிருந்தது.

அரசனின் வருகை நெருங்க நெருங்க நகரம் அமர்க்களப் பட்டது. அரச காவல் பரண்கள் புதிது புதிதாய் முளைத்தன. இரவு பகலாய் வேலைகள் நடந்தன. சவக்கிடங்குகளின் முன்னால் பூச்செடிகள் நட்டு நீரூற்றினார்கள். இலையுதிர் காலம் நிரந்தரமாகி விட்ட இந்த நகரத்தின் வாயில்களில் வேற்றூர்களிலிருந்து மரங்களை வேர்களுடன் பெயர்த்துக் கொணர்ந்து நட்டார்கள். நூறு வருஷத் தொடர் மழையாலும் கழுவ முடியாத ரத்தக்கறை கொண்ட மதில்களுக்குப் புதுவர்ணம் பூசினார்கள். புன்னகை சிந்தும் அரசனின் ஓவியங்கள் சுவரெங்கும் நிறைந்தன. சோதனைச் சாவடிகளில் மாட்டு வண்டிகள் நீளத்துக்கு நின்றன. கொட்டும் மழையில் ஆடைகள் நனைய, பொதிகளைத் தூக்கித் தலையில் வைத்தபடி மௌனமாக ஊர்ந்தனர் ஜனங்கள். நாக்குகளை நீட்டச் சொல்லி அங்கே புதைந்திருக்கக் கூடிய அரச விரோதச் சொற்களை அவர்கள் தேடிப்பார்த்தனர். நகரத்துக்கு வேளை தெரியாமல் வந்து விட்ட பசுவொன்றின் வயிற்றைக் கீறி அதன் பெருங்குடலை ஆராய்ந்து பார்த்தனர். எருமையின் குதத்தினுள்ளும் கைவிட்டு ஏதேனும் கிடைக்குமா என்று துழாவினார்கள். மீசையில் நுரை அகலாத கள்ளுக்குடியர்கள் தப்பட்டம் அடித்து வீதிகளில் ஆட்டம் போட்டனர்.

"கோயில் தந்தான்
எங்கள் மன்னன் கோவில் தந்தான்
இன்னுந்தருவான்
கேட்கும் எல்லாம் தருவான்.
தில்லாலங்கடி... தில்லா...
பிச்சைப் பாத்திரம் இந்தா...'

திண்ணையிலிருந்த ஊமையனின் தாத்தா இடிப்பதை நிறுத்தி விட்டுப் பாட்டு வந்த திக்கைப் பார்த்தார். பார்வை தெரியாத அவருக்கு ஓசைகளே உலகம். கள்ளுக்குடியனின்

பாடல் தாத்தாவுக்குக் கோபத்தைத் தந்திருக்க வேண்டும். கையுரலில் இருந்த வெற்றிலையை வேகமாக இடித்தவாறிருந்தார்.

'கோவிலைத் தருகிறானாமே. மறுபடியும் இடிக்க அவனுக்கு எவ்வளவு நேரமாகும்?' என்று முனகிக் கொண்ட தாத்தா மேலே எதுவும் பேச விரும்பாமல் வெற்றிலையை வாய்க்குள் போட்டுக் கொதுப்பிக் கொண்டார்.

அரசன் வருவதற்கு ஒருதினம் இடையிலிருந்தது. கண்ணயர்ந்து கொண்டிருந்த தாத்தா குதிரைகளின் கனைப் பொலியால் திடுக்கிட்டு எழுந்து உட்கார்ந்தார். வீட்டுவாசலுக்கு வந்த பெண்கள் வெளியே எட்டிப் பார்த்து விட்டு மறைந்தனர். பதற்றத்துடன் வந்த அம்மாவை ஊமையன் வெறித்துப் பார்த்தான். அம்மாவின் உதடுகள் உலர்ந்து, விழிகள் வெருண்டிருந்தன. வானத்தை அண்ணாந்து பார்த்து இருகைகளாலும் கும்பிட்டாள்.

வழக்கம்போல் எல்லாம் நிகழ்ந்தன. அந்தக் குடியிருப்பின் ஒவ்வொரு வீட்டினுள்ளும் சிப்பாய்கள் நுழைந்து, புறப்பட்டனர். ஊமையனை அவர்கள் கூட்டிச் சென்ற போது அம்மா என்னென்னவோ சொல்லி அழுது பார்த்தாள் மனித பாஷை புரிந்த குதிரைகள் மாத்திரம் தலைகள் அசைத்துக் கனைத்துக் கொண்டன. சிப்பாய்களை நோக்கிக் குரைத்தவாறு, ஊமையனின் கால்களை மறித்தபடி தெருமுனை வரை வந்தது அவனுடைய நாய். சிப்பாய்கள் அதை எட்டி உதைத்து விரட்டினார்கள். பிடிபட்ட ஆண்களின் பின்னால் பெண்கள் தங்கள் வாய்களிலும், வயிறுகளிலும் அடித்துக் கொண்டு பெருங்குரலில் ஒப்பாரி வைத்துத் தொடர்ந்து சென்றனர். குதிரை வீரர்கள் அவர்கள் பக்கமாக ஈட்டிகளை ஓங்கி அச்சுறுத்தி விரட்டினார்கள். குதிரைகள் கிளப்பிய புழுதிப் படலத்தினூடாகத் தங்கள் ஆண்பிள்ளைகள் சென்று மறைவதைத் தெருமுனையில் செய்வதறியாது நின்று விட்ட பெண்கள் கண்டனர். சுவரில் முதுகை முட்டுக் கொடுத்தபடி நின்ற தாத்தா அங்கு நின்றவர்களுக்கு ஆறுதல் தரும் விதத்தில் சொன்னார். 'ஒன்றும் ஆகாது . . . நாளைக்கு அரசன் வருகிறான் அல்லவா? அதற்குக் கூட்டம் சேர்க்கிறார்கள் . . .' சுவரிலிருந்த பல்லியொன்று அவ்வேளை பார்த்துச் சத்தமிட்டது தாத்தாவுக்கும் மற்றவர்களுக்கும் மிகுந்த சந்தோஷத்தைத் தந்தது.

பிடிபட்ட அனைவரும் நகரத்து சத்திரங்களில் அடைக்கப்பட்டனர். இவர்களைப் போன்றே சுற்றியுள்ள

ஊர்களிலிருந்தெல்லாம் கொண்டுவரப்பட்டவர்களால் சத்திரங்கள் நிரம்பி வழிந்தன. ஒருவரோடு ஒருவர் பேசாமல் பழுக்கக் காய்ச்சித் தங்கள் தலைகளில் இறக்கப்பட்ட விதியை எண்ணி நொந்தவர்களாக அங்கு எல்லோருமிருந்தனர். சிப்பாய்களின் சிரிப்பொலி ஏளனத்தின் அம்புகளாக அவ்வப்போது இவர்களின் காதுகளின் இறங்கிற்று. ஊமையன் அந்தக் குளிர்ந்த சுவரில் சாய்ந்து, கண்களை மூடிக்கொண்டான். இருள் நிறைந்த பலிபீடத்தில் வெட்டரிவாள் ஒன்று பளிச்சிட்டுக் கொண்டிருந்தது. நரி போல் ஊளையிடும் காற்றில் சுருக்குக் கயிறொன்று அங்குமிங்குமாக அசைந்து ஊஞ்சலாடுகின்றது. கழுத்துவரை மண்ணில் புதையுண்ட அவனை நோக்கி யானைகளின் தடித்த பாதங்கள் மூர்க்கத்துடன் முன்னேறி வருகின்றன. அவனுடைய நிர்வாண உடம்பில் புதிது புதிதாய் ரத்த வரிகளை எழுதுகின்றன சாட்டைகள். கனவுமற்ற நினைவுமற்ற இரண்டுங்கெட்டான் பெரு வெளியில் அவனுடைய வீடும் வந்தது. கூட்டிப் பெருக்காத வாசலில் வாடிய பூக்களும், சருகுகளும் கிடக்கின்றன. உற்சாகமிழந்த நாய் வாசற்படியை மறித்துப் படுத்திருக்கின்றது. சாம்பல் அள்ளாத அடுப்படியில் சோம்பல் பூனை. சமையலறையில் குளிர்ந்து போயிருக்கும் பாத்திரங்கள். ஒரு கருநிற வண்டைப் போலச் சுவர்களிலே முட்டி மோதித் திரிவார் தூக்கம் வராத தாத்தா. உண்ணாமல், உறங்காமல் கண்களின் ஈரம் காயாமல் அம்மா சுருண்டு கிடப்பாள். நிமிஷங்களைப் பெரும் பாறைகளாய்த் தன் தலையில் சுமந்து இருட்டின் பெருங் காட்டில் அலைந்தான் ஊமையன். சத்திரத்துக் கதவு திறபட்டதும் உள்ளே புகும் காற்றுக்காகவும் வெளிச்சத்துக்காகவும் அவன் விழி மூடாமல் காத்துக்கிடந்தான்.

விடிந்தது. வெளிச்சத்தை முந்திக்கொண்டு கதவு வழியாகச் சிப்பாய்களின் தலைவன் உள்ளே நுழைந்தான்.

'ஏய் எழும்புங்கள் ... எழும்புங்கள்' என்று அதட்டினான்.

அவர்களை ஏற்றிக் கொண்டு நகரத்து வீதிகளில் மாட்டு வண்டிகள் விரைந்து சென்றன. மாட்டுவண்டியின் தொடர்ச்சியான ஜல் ஜல் சத்தத்தைக் கேட்டு அங்காடித் தெரு வணிகர்கள் அப்படியே நின்றார்கள். எண்ணெய் வழியும் முகங்களுடன், தூக்கம் நிறைந்த கண்களுடன், வாரப்படாத தலைகளுடன், பசி கொண்ட வயிறுகளுடன் உலகத்தின் மிகக் கேவலமான விலங்குகளைப்போல இப்படிப்போவது ஊமையனுக்குப் பெரும் வெட்கத்தைத் தந்தது. இடியுண்ட கோயிலின் அருகிலிருந்த குளக்கரையில்

அனைவரும் இறக்கப்பட்டனர். சிப்பாய்களினால் வரிசையாக அமர்த்தப்பட்டனர்.

வானம் இருண்டிருந்தது. மழையையும் அரசன் கையோடு கூட்டி வந்து விட்டதாகச் சிப்பாய்கள் தங்களுக்குள் பேசிக் கொண்டார்கள்.

'ராஜாதி ராஜ ராஜமார்த்தான்ட ராஜ கம்பீர ...' என்று ஒரு குரல். திடீரென வாத்தியங்கள் முழங்கின. மகுடி வாத்திய விற்பன்னர்கள் நகரத்துச் சிறுமிகளை நெளியும் பாம்புகளாக்கி ஆட்டுவித்தார்கள். கள்ளுக்குடியர்கள் கால்கள் நிலத்தில் படாது குஸ்தியடித்தவாறு வந்தனர். பின்னால் அரசன் வந்து கொண்டிருந்தான். முனிவர்கள் தாடிகளை மீறிய புன்னகையுடன் எழுந்து வணக்கம் சொன்னார்கள்.

உயரமானதோர் இடத்தில் அமைக்கப்பட்டிருந்த பந்தலை அடைந்த அரசன் அனைவருக்கும் கையசைத்தான். தொண்டை பெருத்த கவிஞர்கள் அந்தக் குளிர் வேளையிலும் பனையோலைச் சுவடிகளால் அரசனுக்கு சாமரம் வீசினார்கள். அரசவைக் கவிஞரின் நாவிலிருந்து பனிக்கட்டிகள் கொட்டியவாறிருந்தன. ஒருபக்க மீசையை மழித்துக் கொண்ட எடுபிடிகள் அரசனின் பின்புறமாக உட்கார்ந்து, அவனுக்கு அரிப்பெடுக்கையில் முதுகைச் சொறிந்து கொடுத்தனர்.

ஊமையன் அண்ணாந்து பார்த்தான். கறுப்பு ஆடையைக் கழற்றி வீசி, அம்மணங் கொள்ளத் துடித்துக் கொண்டிருந்தது வானம். வானத்துப் பறவையொன்றின் எச்சம் போல ஒரு சொட்டு ஊமையனின் முகத்தில் முதலில் விழுந்தது. பின்னர் வேகமான பல சொட்டுகள். இரைச்சல் காற்று திசை காட்ட மழை தொடுக்கும் யுத்தம். பலத்த மழையின் நடுவே அரசன் பேச எழுந்தான். கொட்டுகின்ற மழையிலும் அசையாத மக்கள் அவனுக்கு வியப்பளித்திருக்க வேண்டும்.

'என் உயிரிலும் மேலான மக்களே ...'

மழையோசையை வெல்ல முயலும் அரசனின் குரல்.

குலை தள்ளிய வாழைகளாலும், குருத்தோலைகளாலும், செந்நிறப் பூக்களாலும் அலங்கரிக்கப்பட்ட பந்தலின் கீழ் நின்று மழையில் நனையாத அரசனின் குரல். ஊமையன் குளிரால் நடுங்கிக் கொண்டிருந்தான். பேய் பிடித்த பெண்ணாகி வாயிலும், வயிற்றிலும், முதுகிலும், முகத்திலும் மாறி மாறி அறைகின்ற மழை.

"இடியுண்ட கோவிலைப் புதுப்பிக்க இன்றைக்கு வந்திருக்கின்றேன். இன்னும் என்னென்ன வேண்டும் சொல்லுங்கள்."

காற்றும் மழையும் பதில் குரல் எழுப்பின. சிப்பாய்களின் ஈட்டிமுனைகளுக்கும் உருட்டும் விழிகளுக்கும் பயந்து அசையாமல் மௌனமாய் இருந்தனர் ஜனங்கள்.

"கொட்டுகின்ற மழையிலும் என்னைப் பார்க்க இவ்விதம் கூடியிருப்பது என்னை உணர்ச்சி கொள்ளச்செய்கின்றது. உங்களுக்கு என்ன வேண்டும். உடனே கேளுங்கள்."

ஊமையன் மீண்டும் அண்ணாந்து பார்க்கிறான். வருண பகவான் பற்களை நற நறவென்று கடிக்கின்றான். நீரேணி வழியாக இறங்கும் அவன் கைகளில் மின்னல் சாட்டைகள். சுழித்துச் சுழித்துப் பாதையெடுத்து ஓடுகின்றது தண்ணீர், நெருப்புப் பாம்புகள் வானமெங்கும் நெளிவதும், மறைவதுமாய் ஜாலங் காட்டுகின்றன.

"மாட மாளிகைகள் கட்டித் தருகின்றேன். வீதிகளைச் செப்பனிட இன்றே ஆணையிடுகின்றேன். குளங்களைத் திருத்தித் தரச் சொல்கிறேன். இன்னும் என்ன வேண்டும்? அரங்குகள் வேண்டுமா? நவ தானியங்கள் தேவையா? பட்டாடைகள் வேண்டுமா? என்ன வேண்டும் சொல்லுங்கள் ... இவற்றை எல்லாம் நான் தரத் தயார். ஆனால் ஒருபோதும் ..."

அரசன் தன் வாக்கியத்தை முடிப்பதற்குள் ஒரு பெரிய மின்னல். ஒரு பெரும் ஓசை. வானத்திற்கும் பூமிக்குமாகக் கோடிழுத்த ஒரு நீண்ட மின்னல்.

ஒருகணம் கண்ணொளி மங்க அதிர்ந்து போனான் ஊமையன். கண்களைக் கசக்கிவிட்டு அவன் உயரத்தே பார்த்தான்.

பேசிக் கொண்டிருந்த அரசன் மாயமாக மறைந்து போயிருந்தான்.

***இந்தியா டுடே இலக்கிய சிறப்பிதழ்* – 1994**

வெருட்டி

மிகுதியைக் காண வெண்திரைகள் இல்லாமற் போன அரங்குகளில் கரிபடிந்த சுவர்கள் மட்டும் மிஞ்சியிருந்தன. சுற்றி வர ஆளுயர முட்பற்றைகள் காவல் காத்து நின்றன. அவ்வப்போது வழிப்போக்கர்கள் உள்ளே போய் ஒன்றுக்கிருந்துவிட்டு வந்தனர். சினிமாப் படப்போஸ்டர்கள் அருகி வந்த நகரத்தில் மாட்டுச் சாணம் மலைபோல் உயர்ந்து வர, அதை அகற்ற வழி தேடி மாநகர சுகாதார அதிகாரிகள் வீதிகள் தோறும் அலைந்து திரிந்தனர். சாணமடிப் பதிலும், சேறு பூசுவதிலும் வல்லமை பெற்ற பலரும் சினிமா போஸ்டர்கள் இல்லாத சலிப்பில் இலக்கியப் பத்திரிகைகளின் பக்கம் சென்று விட்டதாகத் தகவல் அறிந்தனர்.

ஏறத்தாழ இதே காலக்கட்டத்தில் அகில உலகப் புகழ்பெற்ற புலனாய்வு எழுத்தாளன், தன் வாழ்வின் இன்னொரு தீரச் செயலாக இலக்கியப் பத்திரிகை யொன்றை நடாத்திக் கொண்டிருந்தான். கடலின் சுறாக்களோடு போராடி, சுழியோடி அடியில் புதை யுண்டு கிடக்கும் கப்பல்களைக் கண்டுபிடித்தவன் அவன். கொட்டும் மழையில் ஆகாய வெளியில் விமானங்களுக்கிடையே பாய்ச்சல் நிகழ்த்திய சாகஸக் காரன் அவன். பனிமலைச் சறுக்கலில் சூரன், கூடு விட்டுக் கூடு பாயும் அவனுடைய வித்தையும், 'குதிரை'ச் சவாரியும் பேர் பெற்றவை. எனினும் பத்திரிகையொன்றை நடத்துவதிலேயே, தன் காற் சிரங்கை சுட்டுவிரலால் லேசாகத் தடவுவதற்கொப் பான பேரின்பத்தை அவன் பெற்றான்.

தன் பூர்வீகத்தை மறவாத புலனாய்வு எழுத்தாளன் தனது பத்திரிகையில் ‘க்ரைமி’ற்கு முன்னுரிமை அளித்தான். இசைத்தட்டுக் களஞ்சியத்தினுள் காணாமற் போன ஸப்த நந்தனப் பிரியா ராகத்தை மீட்டெடுத்தமை, ஆலையடி மண்ணுக்குள் புதையுண்டு போன கிட்டிப்புள்ளைத் தேடி யெடுத்தமை, பேராசிரியர் சுகுமாரனின் உண்மை முகத்தைக் கண்டு பிடித்தமை சம்பந்தமாக அவன் எழுதிய கட்டுரைகள் அவனுடைய துப்புத்துலக்கும் திறனுக்குச் சான்றுகளாக விளங்குகின்றன எனப் பல இலக்கிய விமர்சகர்களும் நமுட்டுச் சிரிப்புடன் சொன்னார்கள்.

பனையோலைச் சுவடிகளால் வேயப்பட்ட சொற் கொல்லன் பட்டறையில் புலனாய்வு எழுத்தாளனின் அலுவலகம் இயங்கியது. எழுத்தாணி ஏந்திய காவற் காரர்கள் வாசலில் நின்றனர். சொற்களை எடையிட்டுப் பார்க்க ஒரு தராசும் கொஞ்சம் மஞ்சாடிக் கொட்டை களும், உராய்ந்து பார்க்க ஓர் அண்டா நிறைய நெருப்புத் தண்ணியும் இருந்தன.

சொற்கொல்லன் பட்டறையின் பின் புறத்தில் சமையற்கட்டு. சமையற்காரர்களாக இருந்த புலனாய்வு எழுத்தாளனின் சகபாடிகள் ஞாயிறு மற்றும் விடுமுறை தவிர்ந்த ஏனைய நாட்களில் சமூகப் பிரக்ஞை சூப் தயாரித்தார்கள். விடுமுறை நாட்களில் அகவயம் – புறவயம் சுண்டல். விசேஷப் பண்டிகைக் காலங்களில் போராட்டப் பாயாசம் அல்லது புகலிட ஐஸ்கிரீம். சமையற் கட்டில் இருக்கும் தடியன் ஒருவன் சதா இறைச்சி வெட்டிக் கொண்டும் இடையிடையே கவிதைகள் எழுதியவாறு மிருந்தான். இரண்டிலுமே ரத்தம் வந்து கொண்டிருந்தது.

சொற்கொல்லன் பட்டறைக் கூடத்தின் சாய்வு நாற்காலியொன்றில் போர்வை போர்த்திய ஒரு முதியவர் இருப்பார். வேலைக்கு நடுவே சிறுநீர் கழிக்கச் சென்று விட்ட நாவிதனை எதிர்பார்த்திருக்கும் சலூன் கோலமென முதற் பார்வைக்கு அவர் தெரிவார். ஆனால் அவர் போர்த்தி யிருந்தது ஒரு பொன்னாடை. கீறல் விழுந்த இசைத்தட்டு களும், ஒரு லொறி கொள்ளக்கூடிய பெருங்காய டப்பாக்களும் இவரிடம் நிறைய இருந்தமைக்காகத் தொல்பொருள் ஆராய்ச்சி அமைச்சு அண்மையில் அவருக்குப் பொன்னாடையொன்றைப் போர்த்தியிருந்தது. அதைப் பிரிய மனமில்லாத காதலாலும், கூதலாலும் பொன்னாடையுடனேயே அவரது அந்திமக்காலம்

சொற்கொல்லன் பட்டறையில் கழிந்து கொண்டிருந்தது. மயிர் மழிக்கப்பட்ட பூனைக்குட்டியொன்று செல்லப் பிராணியாய் அங்கே உலாவித் திரிந்தது. கொல்லைப் புறத்தில் நின்ற கூரிய கொம்புகளைக் கொண்ட எருமைகள் அவ்வப்போது மேடைகளுக்குச் சென்று புத்தகங்களைத் துவைத்து, மிதித்து, புழுதி கிளப்பி விட்டுத் திரும்பி வந்தன.

புலனாய்வு எழுத்தாளன் தற்போது முக்கியமான ஆராய்ச்சியில் ஈடுபட்டிருந்தான். கட்டபொம்மன் குரலில் பேசும் வியாபாரியான எழுத்தாளன் எவளையெல்லாம், எவ்வாறெல்லாம். எப்போதெல்லாம் தழுவுகின்றான் என்பதைத் தனது பத்திரிகையின் அடுத்த இதழில் விபரிக்க அவன் விரும்பியிருந்தான். இதற்காக அவன் பட்டபாடு கொஞ்சநஞ்சமல்ல. 'வியாபாரி எழுத்தாளர்களைக் கொல்வது எப்படி' என்ற நூலெதையும் மணிமேகலைப் பிரசுரம் இன்னும் வெளியிடாத காரணத்தால் புலனாய்வு எழுத் தாளன் வாலிவதைபடலம், சூரபத்மன் வதைபடலம் ஆகிய வற்றைப் படிக்கலானான். நாடான் கடைகளின் பழைய பேப்பர் கட்டுகளை அறிவுப் பசியின் காரணமாகத் தின்று தீர்த்தான். ஏடுகளைத் தலையில் சுமந்து மழையிலும், வெயிலிலும் அலைந்து திரிந்தான். பனையோலைச் சுவடி களைப் பாயாகவும், மதுரைத் தமிழ்ச்சங்கத்தின் பேரகராதி களைத் தலையணையாகவும் போட்டும் படுக்கப் பழகிக் கொண்டான். தன் கண்களில் விளக்கெண்ணெயை ஊற்றி இராப்பகலாய் எரியவிட்டான். வியாபாரி எழுத்தாளன் தன் கதைகளில் பயன்படுத்தும் அத்தனை சொற்களும் தமிழக ராதியிலே இருக்கின்ற இரகசியத்தை இவ்வாறு தான் அவன் கண்டுபிடித்தான். தெலுங்கரான ஸ்ரீ பலிவாட கந்தாராவின் ஆவியைப் பழங்காகித மணம் வீசும் நூலகமொன்றில் புலனாய்வு எழுத்தாளன் சந்திக்க நேர்ந்தது இந்நாட்களில் தான்.

"வணக்கம்."

"யாரது?" என்றது பத்திரிகை படித்துக் கொண்டிருந்த ஸ்ரீபலிவாட காந்தாராவின் ஆவி.

"நான்தான் புலனாய்வு எழுத்தாளன் துப்பறியும் பத்திரி கையாளன். சங்கீதம், நடனம், விளையாட்டு, நாடகம், சினிமா, கதை, கவிதை, ஓவியம் எனப் பல துறை தெரிந்த சகலகலாவல்லவன் . . ."

"சமையல், தையல், சோதிடம்?"

"அடுத்து வரும் இதழ்களில் அவற்றைப் பற்றியும் நான் எழுதப்போகின்றேன். அது சரி, பிக்காஸோவின் ஓவியக்கலை

சுயமான ஒன்று என நீங்கள் நினைக்கின்றீர்களா? ஹிந்துஸ்தானி சங்கீதத்தில் தியாகையர் நாட்டம் கொள்ளாதது ஏன் தெரியுமா?" என எடுத்த எடுப்பில் திடீரெனப் புலனாய்வு எழுத்தாளன் கேட்டபோது "ஐயா நீங்கள் மகா மேதாவி தான்" எனக்கூறிவிட்டுக் கழன்று கொள்ள முயன்றது ஸ்ரீபலிவாடகாந்தாராவின் ஆவி. ஆனால் புலனாய்வு எழுத்தாளன் விடுவதாக இல்லை.

"ஒரு சின்னகேள்வி. நீங்கள் எலியைப் பற்றி ஒரு கதை எழுதியிருக்கிறீர்கள் அல்லவா?"

"அது கீரியைப் பற்றியது. எலியைப் பற்றிச் சிலவரிகள் அதில் வரும்..."

"அது போதும்... அது போதும் எனக்கு..." என்று எலிவாலைப் பிடித்துவிட்ட குதூகலத்துடன் துள்ளிக் குதித்தான் புலனாய்வு எழுத்தாளன்.

"என்ன நடந்தது?"

"வியாபாரி எழுத்தாளன் ஒருவன் வசமாக மாட்டிக் கொண்டான். அவனும் எலியைப் பற்றி ஒரு கதை எழுதியிருக்கிறான்."

"அதனால்..?"

"அந்த எலிதான் இந்த எலி. இந்த எலிதான் அந்த எலி. காவேரிதான் சிங்காரி, சிங்காரிதான் காவேரி..." என்று பாடத் தொடங்கினான் புலனாய்வு எழுத்தாளன்.

"உலகின் அத்தனை எலிகளுக்குமாக ஓர் பண்ணையை நான் நடத்துவதாக உங்களுக்கு யார் சொன்னது?" என்று ஸ்ரீபலிவாடகாந்தாராவின் ஆவி எரிச்சலுடன் வினவியது.

"விண்வெளியில் விமானங்கள் முட்டுவது சாத்தியமா? யானைகள் வரும் தமிழ்ப் படங்கள் எல்லாம் தேவர் பிலிம்ஸ் தயாரிப்பல்லவா?" என்றான் புலனாய்வு எழுத்தாளன்.

ஸ்ரீபலிவாட காந்தாராவின் ஆவிக்கு முதற் தடவையாக இப்போது பயம் வந்தது. துர்க்குணம் கொண்ட சாத்தானொன்று தன்னை ஏதோ சோதனை செய்து பார்ப்பதாகத் தோன்றியது. அதற்கு மேலும் தாங்காது என்று

மிரண்டு அது புத்தக அலுமாரிகளில் விழுந்தடித்துக் கொண்டு ஓடியது.

"எலி... எலி... எலி..." என்று கத்திக்கொண்டே புலனாய்வு எழுத்தாளன் பின் தொடர்ந்து ஓடினான். நூலகத்தில் பத்திரிகை படித்துக் கொண்டிருந்த அனைவரும் அச்சத்தில் கால்களை உயர்த்தித் தூக்கிக் கொண்டனர்.

மாதநாவல் சுவாரஸ்யம் குலைந்து போன எரிச்சலில் "சைலன்ஸ்... சைலன்ஸ்..." என்று கத்தினாள் நூலகப் பொறுப்பாளர்.

"எலிகள் அங்கேயல்லவா இருக்கின்றன என்று கூறி!! அவள் புத்தக அலுமாரிகளைச் சுட்டிக் காட்டினாள்... அது அசோகமித்திரன் எலி. அது அம்பையின் எலி. அது மலர்மன்னனின் எலி. அது இன்குலாப்பின் எலி..." என்றாள் அவள்.

"இல்லை எனக்கு ஸ்ரீபலிவாடகாந்தாராவின் எலிதான் வேண்டும்" என்று முனகியவாறு சொற்கொல்லன் பட்டறையை வந்தடைந்தான் ஜேம்ஸ்பொண்ட்.

அன்றிரவு அவனால் தூங்கமுடியவில்லை. நாகத்தின் விஷம் தோய்ந்த மூச்சுக்கள் அறையெங்கும் பரவியிருந்தன. கனவுமற்ற, நினைவுமற்ற ஓர் அந்தரிப்பில் அவன் பாலை நிலத்தில் அலைந்துகொண்டிருந்தான். படிக்கட்டில் அனாதையாக அழுது கொண்டு நிற்கும் அவனுக்கு அம்மை தருகின்றாள் ஞானப்பால். உறிஞ்சுகின்றான். உறிஞ்சுகின்றான் மூர்க்கம் கொண்டு உறிஞ்சுகின்றான் அவன். அம்மை கலகலவென்று நகைக்கின்றாள். அப்பால் நிற்கும் தோடுடைய செவியன் மர்மப் புன்னகை புரிகின்றான். ஞானப்பால் திகட்டிப் போய் கடைவாய் வழியே வழிகின்றது. பாலின் நிறம் மெது மெதுவாய் நீலமாகிறது. விஷம் உடலெங்கும் பரவி ரத்தம் நீலமாய் ஓடுகிறது. புத்தகங்கள் திடீர்த் திடீர் எனத் தீப்பற்றி எரிகின்றன. கூவும் குயில்களின் சிறகுகளெனப் பக்கங்கள் மெல்ல மெல்லக் கருகி மடிகின்றன. புத்தகங்களின் புகை வளையங்கள் சுற்றிச் சுற்றி வந்து அவன் குரல்வளையை இறுக்குகின்றன. காளி சூலாயுதம் ஏந்தியவாறு அவனைத் துரத்துகின்றாள். புலனாய்வு எழுத்தாளன் சைக்கிளில் ஏறித் தப்பி ஓடுகின்றான்.

"ஏய் அது எனது சைக்கிள்..." என்று கத்துகின்றான் பின்னாலிருந்து வியாபாரி எழுத்தாளன்.

காலையில் முதல் வேலையாக டொக்டரைப் பார்க்கச் சென்றான் புலனாய்வு எழுத்தாளன். இரவு முழுவதும் தூங்காததில் கண்கள் கலங்கிய குட்டைபோலிருந்தது. "எல்லாமே மங்கலாகத் தெரிகிறதா?" என அவனைப் பரிசோதித்த வைத்தியர் கேட்டார்.

"இல்லை டொக்டர், பார்க்குமிடமெல்லாம் ஒரே தழுவலாகத் தெரிகின்றன. பதினோராம் நூற்றாண்டு காஜுராஹோ கோயில் சிற்பங்களையும் மிஞ்சிய நெருக்க மான தழுவல்கள். கம்பனைக் கண்ணதாசன் தழுவிக் கொண்டு நிற்கிறார். தாகூரைக் கலாப்ரியாவும், 'ஷியாம் பெனகலை மகேந்திரனும் தழுவியபடி நிற்கிறார்கள். கண்களை மூடினால் உமையொருபாகன் எப்போதும் தாண்டவமாடுகின்றான். என்ன அதிசயம் டொக்டர். என் கனவுகளில் பச்சை வயல்கள் இல்லை. நதிகள் இல்லை. குயில்களோ, கிளிகளோ அழகிய பெண்களோ இல்லை. எப்போதும் என் கனவுகளில் குச்சிகள் தீர்ந்த தீப்பெட்டி களும், அண்டங்காகங்களும், வான்கோழிகளும், மண் புழுக்களுந்தான் . . ."

"த்சோ!" என்று அனுதாபப்பட்டார் டொக்டர்.

"எல்லா நூல்களையும் படிக்க எனக்கு ஆர்வம். ஆனால் நான்கைந்து பத்திகளைக் கூடத் தாண்ட முடிவதில்லை. படிக்கின்ற வாசகங்களை எல்லாம் ஏற்கனவே சந்தித்து விட்டதைப் போன்ற உணர்வு மனதைப் பிறாண்டிக் கொண்டேயிருக்கின்றது. மேய்ச்சல் நிலத்தைச் சரியாகப் பயன்படுத்தாத ஆட்டின் நிலைமையில் நான் இருக்கிறேன் டொக்டர்."

"உங்கள் நோய் என்னவென்று ஓரளவு புரிகின்றது. மனதிற்குள் ஓர் இமயமலையை உண்டாக்கி அதன் உச்சியில் சிம்மாசனம் போட்டு உட்கார்ந்திருக்கிறீர்கள். உங்களை யாரும் கவனிக்கவில்லை என்பதால் புழுங்குகின்றீர்கள். நூறு பேர் கவனிப்பார்கள் என்றால் ஆடைகளைக் களைந் தெறிந்து விட்டு ஓடக்கூடத் தயார். ஆனால் உங்கள் உடல் வனப்பு அதற்கு இசைவாக இல்லையே என்ற எரிச்சல்."

புலனாய்வு எழுத்தாளன் மௌனமாக இருந்தான். டொக்டர் தொடர்ந்தார்.

"எல்லோரிலும் உங்களுக்கு அவநம்பிக்கை. மனைவியை, சகோதரியைப் பார்க்கும் போதெல்லாம் கூட இவள் சோரம் போன ஒருத்தியாக இருப்பாளோ என்ற சந்தேகம் உங்கள்

மனதை வதைக்கின்றது. தெருவில் போகும் குடும்பப் பெண்களைப் பார்த்து "அடீ வேசி" என்று கூக்குரலிடலாம் போல் உங்களுக்குத் தோன்றுகிறது. உங்கள் மனதின் சுவர்களில் பல கறையான் புற்றுகள்."

"போதும் டொக்டர் போதும். என் நோய் பற்றிய விபரங்கள் போதும். அது தீர என்ன வழி? அதைச் சொல்லுங்கள்."

"மிகவும் எளிது. உங்கள் அதிமேதாவி வேஷத்தைக் கலைத்து விடுங்கள். துப்பறியும் திறனை ஒரு பக்கம் வைத்து விட்டுத் தியானம் செய்யப் பழகுங்கள், பரஸ்பரம் அன்பு செலுத்தப் பழகுங்கள். நான் எழுதித் தரும் நூல்களைச் சாப்பாட்டிற்கு முன்பும், சாப்பாட்டுக்குப் பின்பும் படியுங்கள். இரவில் தூங்கப்போகும் முன்னர் இதில் எழுதித் தரும் இசை நாடாக்களைக் கேட்டுப் பாருங்கள். இதற்கும் சரியாகவில்லை என்றால் மூளைமாற்று சத்திர சிகிச்சை ஒன்றுக்கு ஏற்பாடு செய்ய வேண்டியிருக்கும்" என்ற டொக்டர் தாளொன்றில் சில பெயர்களைக் கிறுக்கித் தந்தார்.

தளர்ந்த நடையுடன் தன் அறைக்குள் நுழைந்த புலனாய்வு எழுத்தாளன் கதவைத் தாழிட்டுக் கொண்டான். அன்று தாழிடப்பட்ட கதவுகள் இன்று வரை திறக்கப்படவில்லை. பல நூல்களையும், இசை நாடாக்களையும் அவன் அங்கிருந்து கேட்டுக் கொண்டிருப்பதாக சிலர் சொன்னார்கள். அவன் உள்ளேயிருந்து மீள்பாய்ச்சலுக்குத் தயாராவதாகச் சகபாடிகள் தெரிவித்தனர். அவனை இடையூறு செய்யக் கூடாது என்ற நல்லெண்ணத்தில் 'அதிமேதாவித்தனம் உள்ளே உறங்குகிறது' என்ற அறிவிப்புப் பலகையைக் கதவில் அவர்கள் மாட்டி விட்டு வெளியே காவலிருந்தார்கள்.

***மூன்றாவது மனிதன்* – 30.07.1996**

பின்னிணைப்பு

உமா வரதராஜனின் முதலாவது சிறுகதைத் தொகுப்பு இது. தற்காலத் தமிழின் குறிப்பிடத்தக்க சிறு கதை எழுத்தாளர்களுள் உமாவரதராஜனும் ஒருவர் என்பதை இத்தொகுப்பு உறுதிப்படுத்துகின்றது. குறை வாகவே எழுதித் தன்னை ஒரு நல்ல கலைஞனாக இனங் காட்டிக்கொண்டவர். தனக்குள்ளே யாத்திரை செய்து, தனக்கு உண்மையாக இருந்து, தன் அனுபவங்களை, உணர்வுகளைக் கலையாக்குபவன் ஒரு நல்ல கலைஞன். உமாவரதராஜனும் இத்தகைய ஒரு கலைஞன்தான். தன் தொகுப்புக்கு 'உள்மனயாத்திரை' என்று பெயர் வைத் திருக்கின்றார் இவர். இத்தலைப்பில் ஒரு கதையும் இத் தொகுப்பில் இல்லை. எனினும் இத்தொகுப்பில் உள்ள கதைகள் எல்லாமே உமாவரதராஜனின் உள்மன யாத்திரைதான். அவருடைய சொந்த அக உலக அனுப வங்கள்தான். இவ்வகையில் உமாவரதராஜன் நமது பெரும்பாலான எழுத்தாளர்களிலிருந்து வேறுபடுகின்றார்.

நமது பெரும்பாலான எழுத்தாளர்கள் கலைஞர் களாக இல்லாமல் 'கதாசிரியர்'களாகவே இருக்கின் றார்கள். வாசக ரசனைக்குத் தீனி போடுவதற்காகக் கதைகட்டுபவர்களும் தங்கள் கொள்கை விளக்கத்துக்கு ஏற்ற வகையில் பாத்திரங்களையும் சம்பவங்களையும் சோடித்துக் கதை புனைபவர்களுமே இன்று பிரபலமான எழுத்தாளர்களாக நம் மத்தியில் உலாவுகின்றார்கள். இவர் களுடைய எழுத்தில் உண்மை இருப்பதில்லை. அதனால் நமக்குக் கலை அனுபவம் கிடைப்பதில்லை. கலைப் பாதிப்பு ஏற்படுவதுமில்லை. இத்தொகுப்பில் உள்ள கதை எதுவும் வாசக ரசனைக்குத் தீனி போடுவதற்காகவோ கொள்கைப் பிரகடனத்திற்காகவோ புனையப்பட்டவை யல்ல. இவை படைப்பாளியின் உண்மை அனுபவங்கள்,

படைப்பாளியின் புறவாழ்வு அவன் அக உலகில் ஏற்படுத்திய பாதிப்புக்களின் வெளிப்பாடுகள். அவ்வகையில் இவை வெறும் கதைகள் அல்ல, கலைவெளிப்பாடுகள்.

இத்தொகுப்பில் உள்ள கதைகள் எல்லாவற்றிலும் இடம் பெறும் பிரதான பாத்திரங்கள் எல்லாம் அவற்றின் பெயர்கள் வெவ்வேறாக இருப்பினும், உதாரணமாகத் 'தொலைவில் தெரியும் ஒற்றை நட்சத்திர'த்தில் வரும் வரதன், 'சின்னஞ்சிறு சிறகுக'ளில் வரும் பத்மநாதன், 'மாலை சூட்டிக'ளில் வரும் செங்கா, 'பெரிய வெள்ளியும் புனித ஞாயிறு'மில் வரும் ஸ்வாமி, 'அப்பா இல்லாத ஊரில்' வரும் வரதராஜ் ஒரே பாத்திரத்தின் வெவ்வேறு விம்பங்கள்தான். அந்த ஒரே பாத்திரம் உ(டையப்பா) மா(ணிக்கம்) வரதராஜன் என்ற படைப்பாளிதான். படைப்பாளி யின் வெவ்வேறு சூழ்நிலைத் தோற்றங்கள்தான். இந்த அளவு தன்னைத் தன் படைப்புக்களில் வெளிப்படையாக இனங்காட்டிக் கொண்ட, தன்னையே தன் படைப்புக்களின் பாத்திரமாக்கிக் கொண்ட தமிழ் எழுத்தாளர்கள் நம் மத்தியில் மிகச் சிலரே.

உமா வரதராஜனின் கதைகள் கூறும் வாழ்க்கை அனுபவங் கள் வெவ்வேறாய் இருப்பினும் அவற்றில் நாம் ஒரு பொதுத் தன்மையை அவதானிக்கலாம். அதாவது இவ்வனுபவங்க ளெல்லாம் புறச்சூழலுக்கும் அல்லது சமூகத்துக்கும் தனி மனித னுக்கும் இடையே உள்ள முரண்பாட்டின் வெளிப்பாடுகளாகவே அமைகின்றன. உதாரணமாக முதல் கதையான தொலைவில் தெரியும் ஒற்றை நட்சத்திரத்தையே எடுத்துக்கொள்வோம். வரதனின் பள்ளிப்பருவக் காதலுக்கும் சமூக மனப்பாங்குக் கும் இடையிலான முரண்பாடுதான் கதையின் மையம். இம் முரண்பாட்டினால் வரதன் ஆறு மாதம் ஊரைப் பிரிந்திருக்கவும் நேர்கின்றது. இதுபோல் அரசியல்வாதிக்குப் பந்தம் பிடிக்கும் ஊர் மனப்பாங்குக்கும் ஒத்தோட மறுக்கும் செங்காவுக்கும் இடையிலான முரண்பாடே 'சின்னஞ்சிறு சிறகுகள்' கதை. இவ்வாறே ஏனைய கதைகளும் ஏதோ ஒரு வகையில் சமூக தனிமனித உறவு நிலையில் ஏற்படும் முரண்பாடுகளையே விபரிக்கின்றன.

உமா வரதராஜனின் கதாபாத்திரங்கள் இந்த முரண்பாடு களை எவ்வாறு எதிர்கொள்ளுகின்றன? ஏதோ ஒருவகையில் அவை இந்த முரண்பாடுகளில் இருந்து விலகி அல்லது நழுவிச் செல்லவே முனைகின்றன. போலிகளின் அரவணைப்பில் சிக்கிக் கிடப்பதைவிடத் தனியாகத் தொலைவில் ஒற்றையாக இருப்பதில் எவ்வளவு சந்தோஷம் என்று நினைக்கின்றான் 'தொலைவில் தெரியும் ஒற்றை நட்சத்திர'த்தில் வரும் வரதன். உமா வரதராஜனின் பெரும்பாலான கதாபாத்திரங்களிடம்

நாம் இத்தகைய ஒரு மனப்பாங்கையே காண்கின்றோம். மாலை சூட்டிகளில் வரும் செங்காவுக்குத் தன் வீட்டில் இருந்து எம்பி யின் கழுத்தில் விழும் மாலையைக்கூடத் தடுத்து நிறுத்த முடியாது. மாலை சூட்டும் பொறுப்பைத் தன் தம்பியின் மீது விட்டுவிட்டுத் தான் மட்டும் தப்பித்துக்கொள்ள முடிகின்றது. 'சின்னஞ்சிறு சிறகு'களில் வரும் பத்மநாதனால் செம்பறவை களின் இலக்கியப் போலித்தனத்தை எதிர்த்துக் கலகம் செய்ய முடியவில்லை. வேறு வழியில்லாமல் முன்வரிசையில் இருந்த மனுஷி ஒருத்தியின் ரவிக்கையில் இருந்த பூக்களை எண்ணிக்கையிடத் தொடங்குகின்றான் அவன். 'எலியத்'தில் வரும் 'அவன்' எலிகளை அழிப்பதில் தோற்றுப்போகின்றான். பதிலாக எலிகளிடமிருந்து தன்னை எவ்விதம் காப்பது என்ற பயமே அவனிடம் மேலோங்குகின்றது. 'ஜெனி'யில் வரும் அவன் ஜெனியின் துயரக் கதையைக் கேட்ட பிறகு கண்களை மூடிக் கொள்கின்றான். தனக்குள் அழுவதைத் தவிர அவளுக்காக என்ன செய்யலாம் என்று அவனுக்குப் புரிவதில்லை. அவள் இறங்க வேண்டிய நிலையம் வரும்வரைக்கும் அவன் எதுவும் பேசவும் இல்லை. உமா வரதராஜனின் பாத்திரங்கள் முரண்பாடு களை எதிர்கொள்ளும் விதம் இதுதான். இதையே படைப்பாளி யின் மனோபாவமாகவும் நாம் கொள்ளலாம்.

இக்கதைகளைப் பொறுத்தவரை இத்தகைய எதிர்கொள் ளல் மிகவும் இயல்பானதாகவும் கலைத்தாக்கம் ஏற்படுத்துவ தாகவும் இருந்தபோதிலும் நமது பாரம்பரிய முற்போக்கு விமர் சகர்கள் கலை இலக்கியத்தில் இத்தகைய மனோபாவத்தைத் தீவிரமாக எதிர்ப்பர். இதைப் பிற்போக்குத் தனிமனிதக் கலை என்றும் சாடுவர். அவர்களைப் பொறுத்தவரை கதாபாத்திரங் கள் ஏதோவகையில் கலகக் குரல் எழுப்ப வேண்டும். முரண் பாடுகளை மோதி உடைக்க வேண்டும். கதையிலேயே ஒரு புரட்சியை நிகழ்த்திக்காட்ட வேண்டும். அப்போதுதான் அது முற்போக்கு இலக்கியமாகும். இக்கண்ணோட்டம், ஒரு படைப்பு வெளிப்படுத்தும் வாழ்க்கை உண்மைகளைவிட, படைப்பாளி யின் மனோபாவத்தை அல்லது நோக்கு நிலையை மட்டும் முதன்மைப்படுத்துவதன் விளைவாகவே ஏற்படுகின்றது. ஆனால் ஒரு நுண் உணர்வுமிக்க வாசகனைப் பொறுத்தவரை படைப் பாளியின் மனோபாவத்தைவிடப் படைப்பு வெளிப்படுத்தும் வாழ்க்கை உண்மைகள் அல்லது சமூக யதார்த்தம், அது ஏற்படுத்தும் கலைப்பாதிப்பு என்பனவே முக்கியமானவையாகும். இவ்வடிப்படையிலேயே பால்சாக்கையும் டால்ஸ்டாயையும் மார்க்சிய மூலவர்கள் உயர்ந்த கலைஞர்களாக இனங்கண்டனர்.

உமா வரதராஜனின் படைப்புக்கள் வெளிப்படுத்தும் சமூக யதார்த்தமும், அவை ஏற்படுத்தும் கலைப்பாதிப்பும் ஆழ

மானவை. சமூகத்தில் ஊடுருவியுள்ள பொய்மையை, போலித் தனங்களை, முரண்களை அவை அம்பலப்படுத்துகின்றன. அவற்றோடு ஒத்தோட மறுக்கும், அவற்றுக்கிடையே அகப் பட்டு நசுங்கும் மனித உள்ளத்தின் அவஸ்தையை உணர்த்து கின்றன. அந்த அவஸ்தையை வாசகன் மனதிலும் தொற்ற வைக்கின்றன. இதுவே இவரது கலையின் வெற்றியாகும்.

சுமார் பத்தாண்டுக் கால இடைவெளியில் எழுதப்பட்ட பதின்மூன்று கதைகள் இத்தொகுப்பில் உள்ளன. எல்லாக் கதைகளிலுமே வெவ்வேறு அளவில்தான் எனினும் ஒரு கலை முதிர்ச்சியைக் காண முடிகின்றது. நிகழ்ச்சிகளை ஒழுங் கமைப்பதில் மொழியைக் கையாள்வதில் இந்த முதிர்ச்சி தெரி கின்றது. எனினும் 'மாலைசூட்டிகள்', 'முகங்கள்', 'ஜெனி', 'சூரியனின் முன்புறம்', 'எலியம்' ஆகிய ஐந்தும் இத்தொகுப்பி லுள்ள மிகச் சிறந்த படைப்புகள் என்பது என் அபிப்பிராயம். உருவம், பொருள் இரண்டிலும் கட்டிறுக்கமான படைப்புக்கள் இவை. இன்றைய தமிழில் எழுதப்பட்ட நல்ல சிறுகதைகளுள் இவற்றுக்கும் இடம் இருக்கும் என்பதே என் கணிப்பு. பதின் மூன்று கதைகள் உள்ள ஒரு தொகுதியில் ஐந்து கதைகள் சிறந்தவையாக இருப்பது ஒரு படைப்பாளிக்கு வெற்றிதான். ஏனையவையும் நல்ல படைப்புகளே என்பது திருப்தி தரும் விஷயமாகும்.

கல்முனை – 07, இலங்கை, **ஏம்.ஏ. நுஃமான்**

21.04.1988.

பி.கு.: இத்தொகுப்பிலுள்ள முதல் பதின்மூன்று கதைகளும் 'உள்மன யாத்திரை' என்ற தலைப்பில் *1988*இல் வெளியான போது எழுதப்பட்ட முன்னுரை இது.

www.ingramcontent.com/pod-product-compliance
Lightning Source LLC
LaVergne TN
LVHW100827051026
849519LV00006B/2211
* 9 7 8 9 3 8 0 2 4 0 8 4 8 *